# धन्वंतरी घरोघरी

संपादन व संकलन
डॉ. ह. वि. सरदेसाई
डॉ. अनिल गांधी

मेहता पब्लिशिंग हाऊस

Please contact us at **Mehta Publishing House,** Pune 411030.
✆ +91 020-24476924 / 24460313 / Mob. No. 9545000513
Email : production@mehtapublishinghouse.com
Website : www.mehtapublishinghouse.com

- *या पुस्तकातील लेखकाची मते, घटना, वर्णने ही त्या लेखकाची असून त्याच्याशी प्रकाशक सहमत असतीलच असे नाही.*

**DHANVANTARI GHAROGHARI**

Compiled & Edited by Dr. H. V. SARDESAI & Dr. ANIL GANDHI



**धन्वंतरी घरोघरी / मार्गदर्शनपर**

डॉ. ह.वि. सरदेसाई / डॉ. अनिल गांधी
Email : author@mehtapublishinghouse.com

प्रकाशक : सुनील अनिल मेहता, मेहता पब्लिशिंग हाऊस,
१९४१, सदाशिव पेठ, माडीवाले कॉलनी, पुणे ४११०३०.

मुद्रक : पार्कसन्स ग्राफिक्स

मुखपृष्ठ : चंद्रमोहन कुलकर्णी

प्रकाशनकाल : सप्टेंबर, २०११ / नोव्हेंबर, २०११ / जुलै, २०१२ / नोव्हेंबर, २०१४ / पुनर्मुद्रण : मे, २०१८

किंमत : ₹ १८०

P Book ISBN 9788184982800
E Book ISBN 9788184985870
E Books available on : amazonkindle Apple Books Google Play Books

---

# प्रस्तावना

मानव आणि आजार यांचे संबंध फार जवळचे आहेत. एका सर्वेक्षणात असे आढळले की, सर्वसामान्य मध्यमवर्गीय माणसाला २५ वर्षांत एक मोठा आजार होऊ शकतो, त्यामुळे त्याच्यावर हॉस्पिटलमध्ये दाखल होण्याची वा ऑपरेशन करण्याची पाळी येते. आजाराकरता ४० वेळा रजा काढून एखाद-दुसरा दिवस घरी राहावे लागते. स्वत:च्या दुखण्यासाठी ४०० वेळा डॉक्टरांकडे जाऊन औषधे घ्यावी लागतात; तर २००० वेळा स्वत:लाच घरगुती उपाय करावे लागतात. अशा वेळी 'मला काय झाले आहे?', 'ते का झाले?', 'याला काय उपाय?' किंवा 'मला केव्हा बरे वाटेल?' असे प्रश्न पडणे स्वाभाविक आहे. या शंकांचे निरसन कसे व्हावे, हाही एक व्यावहारिक प्रश्न असतोच. अशा वेळी सोप्या भाषेत साध्या आजारांची माहिती मिळणे महत्त्वाचे असते.

आज वैद्यक शास्त्रात प्रचंड प्रगती होत आहे. या प्रगतीची नोंद वैद्यकीय ग्रंथांत, मासिकांत, इंटरनेटवर उपलब्ध आहे; परंतु ती माहिती सामान्य माणसांपर्यंत पोहोचण्यास दोन अडथळे येतात – एक तर ही सारी माहिती इंग्रजी भाषेत आहे. दुसरे म्हणजे या लिखाणात तांत्रिक शब्दांच्या रेलचेलीमुळे दुर्बोधता आहे. या अडचणी दूर व्हाव्यात असे प्रत्येकाला वाटणे क्रम प्राप्त आहे. हे ज्ञान प्रत्येक व्यक्तीला असण्याचा फायदा सर्व समाजाला, रुग्णांना आणि उपचार करणाऱ्यांनाही आहे. आजाराची आणि औषधांची माहिती असणाऱ्या रुग्णाला उपचारांचा जास्तीत जास्त फायदा मिळू शकतो. माहीतगार माणसाला उपचार करणे, हे डॉक्टरांच्या दृष्टीने फायदेशीर असते.

अर्थात या पुस्तकाचा वापर करून कोणीही स्वत:वर किंवा इतरांवर उपचार करू नयेत. मात्र कोणत्या तक्रारी दखलपात्र आहेत, डॉक्टरांना काय सांगावे, डॉक्टरांकडून औषधांच्या जोडीला कोणती पथ्ये पाळावीत, याविषयी रुग्णांचे, नातेवाइकांचे आणि सर्व समाजाचे प्रबोधन व्हावे.

सर्वेऽपि सुखिन: सन्तु। सर्वे सन्तु निरामया:।।
(सर्व लोक सुखी होवोत, सर्वांची प्रकृती उत्तम राहो!)

**– डॉ. ह. वि. सरदेसाई**

# मनोगत

'रुग्ण देवो भव', असे म्हणण्याचे कारण म्हणजे, रुग्ण हा डॉक्टरांचा खऱ्या अर्थाने अन्नदाता असतो. या दात्याला आरोग्यसंपन्न करण्याची एक नैतिक व व्यावसायिक जबाबदारीही डॉक्टरांची असते. पण केवळ रुग्णाच्या शारीरिक व मानसिक दुखण्यांवर उपचार करणे एवढ्यापुरतीच ती मर्यादित आहे का? विचारांती असे वाटते, की याहीपेक्षा अधिक काही करणे शक्य असेल, तर तेही केलेच पाहिजे.

आजारी पडल्यावर रुग्णांवर उपचार करून त्याला बरे केले जाते. परंतु यापेक्षा आजार होऊ नये, यासाठी कोणती काळजी घ्यावी हेही महत्त्वाचे आहे. त्यासाठी पाळावी लागणारी स्वच्छता, वयानुरूप करावा लागणारा व्यायाम, घ्यावा लागणारा आहार, रोगप्रतिबंधासाठी वाढवावी लागणारी शक्ती, त्यासाठी द्याव्या लागणाऱ्या लसी... याबद्दलचे प्रबोधन करणे, हेही डॉक्टरांचेच काम नव्हे का?

त्याबरोबरच वृत्तपत्रे, नियतकालिके, आकाशवाणी, दूरचित्रवाणी इत्यादी माध्यमांचा उपयोग करून वैद्यकीय ज्ञान मिळवणे, शिवाय अशा वैद्यकीय पुस्तकांचा लाभ घेणे, हे रुग्णाचेही कर्तव्य नव्हे का?

डॉक्टर व रुग्ण या दोघांबद्दलचा विचार मी गुरुवर्य डॉ. ह. वि. सरदेसाई आणि इतर काही सहकाऱ्यांजवळ व्यक्त केला. त्यातूनच 'धन्वंतरी घरोघरी' या आरोग्यविषयक माहिती, ज्ञान आणि मार्गदर्शनपर पुस्तकाची निर्मिती करण्याचा संकल्प उदयास आला.

या उपक्रमात अनेक डॉक्टरांनी लेखनाद्वारे आपले योगदान तर दिलेच; पण पुस्तकनिर्मितीमागील उदात्त हेतू लक्षात घेऊन मानधनही घेतले नाही, हे उल्लेखनीय आहे. त्यामुळेच सामान्य वाचकास कमी मूल्यात हे पुस्तक उपलब्ध करून द्यावे यावर लेखकांचे एकमत झाले. हे पुस्तक वाजवी किमतीत घरोघरी पोहचावे, हे मान्य करून प्रकाशित केल्याबद्दल मेहता पब्लिशिंग हाऊसचे श्री. सुनील मेहता यांना आणि 'लेखक डॉक्टरांना' धन्यवाद.

**– डॉ. अनिल गांधी**

# तिसऱ्या आवृत्तीच्या निमित्ताने...

वीस ऑगस्ट, २०११ला धन्वंतरी घरोघरी या पुस्तकाचे प्रकाशन झाले. त्या समारंभास भरघोस प्रतिसाद मिळाला. पहिली आवृत्ती अवघ्या दीड महिन्यात संपली. अशा प्रकारच्या पुस्तकास साहित्य मूल्य नसते, पण 'आपले आरोग्य' हा सर्वांना अगदी जिव्हाळ्याचा विषय असतो. हे ज्या जनता जनार्दनाच्या कौलाने सिद्ध केले, त्यास नम्र अभिवादन.

पुस्तक वाचून यात अजून एच.आय.व्ही/एड्स, हर्निया, घोरणे, थायरॉईड यासारख्या विषयांवर आवर्जून लिहावे, असा आग्रहही झाला. अशाच येणाऱ्या प्रेमळ आग्रहाचा मान ठेवण्याचा आम्ही सतत प्रयत्न करू. तसे आश्वासन देऊ व ते पाळूही!

# अनुक्रमणिका

**सर्वसाधारण विकार**



**डोळे**



**कान - नाक - घसा**

**दंत विभाग**



**अस्थिरोग**



**सौंदर्य व त्याची निगा**



**वैवाहिक समस्या**



**डॉक्टर व रुग्ण संबंध**



**सामाजिक समस्या व आरोग्य**

# फॅमिली डॉक्टर

**डॉ. हणमंत विद्याधर सरदेसाई**

**शिक्षण** : एम.बी.बी.एस., मुंबई (१९५५), प्रिव्हेंटिव्ह मेडिसिन, फॉरेन्सिक मेडिसिन-डिस्टिन्क्शन, स्त्री रोग व प्रसुतीशास्त्र-सुवर्ण पदक, एम. डी., मुंबई (१९५८),एम.आर.सी.पी. एडिन्बरो (१९६०), जी. टी. व्ही. पी. (१९७५), एफ.आय.सी.ए., एफ.ए.आय.आय.डी., 'महाराष्ट्र अकॅडमी ऑफ सायन्सची फेलोशिप', बी. जे. मेडिकल कॉलेजमध्ये मानद प्राध्यापक १९५९ ते १९८५.
अध्यक्ष – डायाबेटीक असोसिएशन ऑफ इंडिया, पुणे विभाग, माजी अध्यक्ष – हिंगणे स्त्री संस्थेचे शिशुविहार, मॉर्डन स्पोर्टस क्लब, पुणे न्युरॉलॉजिकल सोसायटी.

**पुरस्कार** : सन २०११ चा 'पुण्यभूषण पुरस्कार' जाहीर, सन २००१ 'भास्कराचार्य पुरस्कार' सन २००२ महाराष्ट्र साहित्य परिषदेचा उत्कृष्ट पुस्तक पुरस्कार 'आहार आणि आरोग्य' पुस्तकास, रोटरी क्लबचा 'व्यावसायिक श्रेष्ठता' पुरस्कार, सन २००४ विद्या सहकारी बँक 'ज्येष्ठ विद्या-व्यास' पुरस्कार, सन २००५ शारदा बँकेचा 'श्री शारदा पुरस्कार', पुणे फेस्टिव्हल पुरस्कार, 'बा-बापू पुरस्कार', ज्ञानेश्वर प्रतिष्ठानचा 'ज्ञानेश्वर लोकशिक्षण पुरस्कार', सन २००६ चतु:शृंगी सेवा समितीचा 'जीवनव्रत पुरस्कार', सन २००७ जी. एस. मेडिकल कॉलेज, मुंबई, 'हिरवळ पुरस्कार' सन २००८ सूर्यदत्त संस्थेचा 'लाईफटाईम ॲचिव्हमेंट पुरस्कार,' पंडित रघुनाथ हर्डीकर पुरस्कार, सन २००९ पुणे महानगरपालिकेतर्फे मानपत्र व सत्कार, सन २०१० असोसिएशन ऑफ फिजिशियन, सातारा– जीवन गौरव पुरस्कार

**प्रकाशित पुस्तके** : घरोघरी ज्ञानेश्वर जन्मती (१६ वी आ.), घर घर में ज्ञानेश्वर पैदा हो (हिंदी आ.) Dnyaneshwar in Every Home. आपण आणि आपले आरोग्य (२ री आ.), प्रकृती स्वास्थ आणि दिनचर्या (२ री आ.), मद्यपान एक भयावह आजार (३री आ.), औषधाविना आरोग्य (३ री आ.), आरोग्य समस्या आणि उपचार (३ री आ.), निद्रा आणि भय (४ थी आ.), जीवनशैली (४ थी आ.), आहार आणि आरोग्य (५ वी आ.), आरोग्याची त्रिसुत्री, मानसिक ताण आणि वार्धक्य, आरोग्य आणि जीवनशैली, आरोग्याची वाटचाल, आरोग्य सर्वांसाठी, आरोग्याचा झरोका, आरोग्याची गुरूकिल्ली, आरोग्य दर्पण, डॉक्टर भेटेपर्यंत.

**फोन नं.** : ०२०-२५६७१६४४, २५६५४४३२

**डॉ. अनिल गांधी**

**शिक्षण** : एम. बी. बी. एस. (१९६३), एम. एस. बी. जे. मेडिकल कॉलेज (१९७१), एम.बी.बी.एस. नंतर पुण्यात फॅमिली फिजिशियन म्हणून पाच वर्षे प्रॅक्टिस, १९६६ ते ८६ खेड्यापाड्यांमध्ये कार्य, १९७० ला गांधी हॉस्पिटल सुरू झाले. सेंट मार्क्स हॉस्पिटल, लंडन येथून कोलोरेक्टल सर्जरीमध्ये स्पेशलायझेशन (१९७४), १९८४ पर्यंत परदेशात अनेक ठिकाणी शोधनिबंध सादर केले.

: बी. जे. मेडिकल कॉलेज, टिळक आयुर्वेद महाविद्यालय, भारतीय विद्यापीठ, धोंडूमामा साठे हॉमिओपॅथी कॉलेज येथे मानद प्राध्यापक म्हणून कार्यरत होते.

: लोणावळ्याजवळील पांगळोली या आदिवासी भागात आरोग्य, शिक्षण व विकासकार्य सुरू केले. पूर्वसीमा विकास प्रतिष्ठानच्या 'राष्ट्रीय एकात्मता अभियान' यामध्ये सहभाग, महाराष्ट्र टाइम्समध्ये 'सगुण - निर्गुण' या नावाने लेखमाला प्रसिद्ध झाली.

: 'मना सर्जना' या आत्मकथनाच्या अवघ्या ५ महिन्यात तीन आवृत्या निघाल्या. मराठी वाङ्मय परिषद, बडोदा या संस्थेचे प्रथम पारितोषिक प्राप्त.

: 'मना सर्जना'चे गुजराथी, इंग्रजी, हिंदी व कन्नड अनुवाद चालू आहेत.

**फोन नं.** : ०२०-२४४५९९३०, २५६५३०००

# फॅमिली डॉक्टर

पूर्वीच्या काळी 'फॅमिली डॉक्टर' ही एक अतिशय आदरणीय व्यक्ती किंवा संस्था म्हटले तरी अतिशयोक्ती वाटत नसे. या काळात म्हणजे ५०-६० वर्षांपूर्वी डॉक्टर म्हणजे 'देव' वाटत असे.

फॅमिली डॉक्टर आरोग्याची काळजी तर घेतच, पण घरगुती अडचणीत सुयोग्य सल्लाही देत – मग ते सासू-सुनांचे भांडण असो, भावा-भावातील अथवा वडील-मुलगा यांचे तंटे असोत. सर्व जण डॉक्टरांकडे आपली व्यथा मांडीत आणि डॉक्टरही यात रस घेऊन योग्य तो सल्ला देत; तोही विनामोबदला! सर्व जण त्यांचा निर्णय मानतही होते. कारण त्यासाठी डॉक्टरांवरील गाढ विश्वास कारणीभूत असे.

परिस्थितीत हळूहळू बदल घडत गेला, तसा डॉक्टरदेवाचा – देवमाणूस आणि कालांतराने माणूस झाला. अजूनही घसरण चालूच आहे. गाडी कुठे जाऊन थांबणार कोण जाणे!

एकंदरीत हे स्थित्यंतर गंभीर आहे. याला जबाबदार कोण हे ठरवणे तितकेच अवघड आहे. मला वाटते या परिस्थितीस डॉक्टर आणि रुग्ण दोघेही जबाबदार आहेत. रुग्णाने डॉक्टरांवर विश्वास ठेवणे आणि डॉक्टरांनी त्या विश्वासाला पात्र असणे, या दोन्ही गोष्टींची नितांत गरज आहे.

एकंदरीत सर्व समाजाची अवनती झाली आहे. देशाचा कारभार पाहणाऱ्या थोर राजकारणी लोकांपासून; ते अगदी तळागाळाच्या नागरिकांमध्ये भ्रष्टाचार, शिष्टाचार म्हणून वावरतो आहे. हे जोपर्यंत संपत नाही किंवा निदान त्याचे प्रमाण कमी होत नाही, तोपर्यंत या स्थितीत बदल घडणे संभवत नाही. त्यामुळे फॅमिली डॉक्टरांबद्दलचा विश्वास पुन्हा वाढेल, तो सुदिन...!

**– डॉ. अनिल गांधी**
सर्जन

# अपघातग्रस्त आणि सामाजिक जबाबदारी

जगातील अपघाती मृत्यूच्या प्रमाणाचा विचार केला, तर त्यामध्ये भारताचे स्थान फारच वरचे आहे.

वाढती वाहनसंख्या, सुधारित रस्ते आणि वाहन चालवण्यातील प्रचंड बेशिस्तपणा या सर्वांचा विपरित परिणाम म्हणजे, देशात अपघाती मृत्यूचे प्रमाण सर्वाधिक आहे.

अपघात कसे टाळावेत? वाहने कशी चालवावीत? याचे शिक्षण शाळां-कॉलेजांतून दिले जावे – त्या शिक्षणाच्या परीक्षा आणि त्याचे मार्कस यामुळे यात थोडीतरी सुधारणा होऊ शकेल. त्याचबरोबर वाहन चालक, वाहतुकीची शिस्त यांच्या करमणूकप्रधान कार्टून फिल्मस बनविल्या, तर हे शिक्षण अधिक सहज आणि सोपे होईल. त्यामुळे दूरदर्शनवर कार्टून्स पाहण्यात लहान मुलांचा जाणारा वेळही सत्कारणी लागू शकेल.

अपघात झाला असता अपघातग्रस्त व्यक्तीस मदत करणे, हे प्रत्येक नागरिकाचे कर्तव्य आहे. ती कशी करता येईल याचा विचार केला पाहिजे. मदत केल्याने पंचनामा न होताही अपघातग्रस्त व्यक्तीस हॉस्पिटलमध्ये नेले आणि सर्वतोपरी मदत केली, तर त्या व्यक्तीस पोलिसांकडून किंवा कोर्टाचे खेटे घालून त्रास होणार नाही, याची खात्री पटवली पाहिजे. पोलीस यंत्रणा, वर्तमानपत्रे, दूरदर्शन, शाळा-कॉलेज यामध्ये चर्चासत्रे घडवून जनतेची खात्री पटवली, तरच अपघातग्रस्त व्यक्तीस लोक स्वखुशीने आणि तत्परतेने मदत करतील.

मी स्वत: पंचनाम्याची किंवा पोलीस ठाण्यावर वार्ता देण्याची वाट न पाहता बरेच वेळा अशा अपघातग्रस्त व्यक्तींना हॉस्पिटलमध्ये दाखल केले आहे. आणि नंतर पोलिसांना खबर दिली आहे. त्यामध्ये मला पोलिसांकडून कधीही त्रास झाला नाही.

**– डॉ. अनिल गांधी**
सर्जन

# व्यायाम आणि प्रकृती

सकस आणि संतुलित आहार, अंतर्बाह्य स्वच्छता आणि योग्य व्यायाम ही निरोगी जीवनाची त्रिसूत्री आहे. प्रत्येक व्यक्तीला व्यायामाची गरज असते. काही वेळा आजाराची स्थिती गंभीर असते; अशा वेळी रुग्णाला विश्रांतीचा सल्ला दिला जातो. अशा अपवादात्मक स्थितीला वगळून इतर सर्वांना व्यायामाची आवश्यकता असते. व्यायामाची व्याख्या – 'कोणतेही काम करीत

नसताना झालेली हालचाल, म्हणजे व्यायाम', अशी आहे. म्हणजेच 'Leasure time activity is exercise.' उदाहरणार्थ – आपण भाजी आणण्याकरिता मंडईत पायी चालत गेलो, तर ते चालणे व्यायाम या सदरात मोडत नाही. तसेच, फॅक्टरीमध्ये काम करणाऱ्या कामगाराचे काम करताना झालेले चालणे, हा

व्यायाम नव्हे. व्यायामाचे फायदे होण्याकरिता माणसाचे लक्ष व्यायाम करण्याकडे असावे लागते. या हालचालींतून आपली काय कमाई होणार आहे, अशी भावना नसावी. व्यायामाचे जे वेगवेगळे फायदे होतात; त्यानुसार व्यायामाचे प्रकार ठरविलेले आहेत. हे समजून घेऊन ज्याने त्याने आपापले व्यायामाचे प्रकार निवडावे आणि नियमाने करावेत. असे नियमित व्यायाम करणे फार महत्त्वाचे असते. उलटपक्षी कधीतरी एकदम खूप व्यायाम करणे अपायकारक ठरते. आपण आपला व्यायाम नियोजनपूर्वक, ठरलेल्यावेळी, त्याकडे पूर्ण लक्ष पुरवून केला, तर त्याचा फायदा होतो.

व्यायामाचा पहिला प्रकार 'स्थिर' पद्धतीचे व्यायाम हा होय. या प्रकारात स्नायूंच्या आकुंचनाने सांधे हलत नाहीत. अवयव स्थिर राहतो; परंतु बरीच ऊर्जा खर्च होते. एखादी भिंत ढकलताना असा प्रकार घडेल. वजन उचलणे (वेट लिफ्टिंग), डंबेल्स, स्प्रिंगचे व्यायाम, दंड-बैठका असे व्यायाम करताना ऊर्जा वापरली जाते, त्या मानाने हालचाल मात्र नगण्य होते. परिणामी स्नायू बलदंड होतात, शक्ती येते, शरीर सुडौल होते (बॉडी ब्यूटिफूल चँपियन होणे.) आणि हाडांची घनता वाढते. सामान्यपणे असे व्यायाम आठवड्यातून तीन वेळा १२ ते १५ मिनिटे करावेत.

व्यायामाच्या दुसऱ्या प्रकारात स्नायूंच्या आकुंचनाबरोबर सांधा हलतो. चालणे, पळणे, खेळ खेळणे, सायकल चालविणे, पोहणे अशा हालचालींत ऊर्जा खर्च होते आणि सांध्यांची हालचाल होत. या प्रकाराला 'चल' पद्धतीचे व्यायाम म्हणतात. या व्यायामामध्ये स्नायूतील रक्त हृद्याकडे पाठविण्याची क्रिया अधिकाधिक कार्यक्षमतेने होऊ लागते. जसजसे रक्त अधिकाधिक प्रमाणात हृद्याकडे जाते, तसतशी नाडीची गती आणि हृद्याच्या आकुंचनाची शक्ती वाढू लागते. नाडीची गती मोजणे तुलनेने सोपे असते. आपला व्यायाम यथायोग्य होत आहे, हे ठरविण्याकरिता पुढील सूत्र वापरले जाते. २२० उणे आपले वय, येणाऱ्या संख्येच्या २/३ एवढी नाडीची गती दर मिनिटाला होणे, म्हणजे चल पद्धतीचा व्यायाम यथायोग्य झाला असे म्हणता येईल. असा व्यायाम आठवड्यातून ३ ते ५ दिवस दर खेपेस ३० मिनिटे करावा. हा व्यायाम म्हणजे भरभर चालणे, पळणे, पोहणे, सायकल चालविणे, मैदानी खेळ खेळणे. नियमाने योग्य प्रमाणात केलेल्या चल पद्धतीच्या व्यायामाने हृद्याची आणि फुफ्फुसाची कार्यक्षमता वाढते. वजन ताब्यात ठेवता येते. साखर (शुगर) ताब्यात राहते, मनाची खिन्नता जाते, झोप चांगली लागते आणि पचन सुधारते.

व्यायामाच्या तिसऱ्या प्रकारात सांधे आणि स्नायू लवचिक राहतात आणि

तोल सांभाळण्याचे कार्य सुधारते. याचे उत्कृष्ट उदाहरण म्हणजे, विविध योगासने आणि सूर्यनमस्कार होत. शाळेत शिकविले जाणारे पीटीचे व्यायामदेखील याच सदरात मोडतात. हे व्यायाम आठवड्यातून तीन दिवस, दर वेळेस १२ ते १५ मिनिटे करावेत.

चौथ्या प्रकारात दमछाक न होता दीर्घकाळ; परंतु संथपणे श्रम करण्याची क्षमता (Endurance building) वाढते. संथ गतीने पायी चालणे अथवा सायकल चालविण्याने हे जमते. दिवसातून दोन वेळा, ४० मिनिटे संथ गतीने पायी चालल्यावर १५ दिवसांत २००० उष्मांक वापरले जातात. याप्रमाणे ३५०० उष्मांक वापरले गेले की, एक पौंड मेद वापरला जातो. या गतीने ४ ते ६ आठवड्यांत एक किलो वजन घटवता येईल. शिवाय सांधे हलते राहतील. श्वसन कार्यक्षम राहील. भूक चांगली लागेल. हृद्याभिसरणाला फायदा होईल. मन अनुरंजित राहील. सर्व वयात करता येण्याजोगा व्यायाम म्हणजे, सपाटीवर संथ गतीने पायी चालणे.

बऱ्याच व्यायाम प्रकारांमध्ये स्थिर, चल, लवचिकपणा टिकविणे आणि दमछाक टाळणे यांचे मिश्रण असते. कोणताही व्यायाम नियमाने करणे फार महत्त्वाचे असते. शक्यतो ठरलेल्या वेळेवर व्यायाम करावा. सूर्यनमस्कारासारखा व्यायाम अगदी लहान जागेतही करता येतो. त्याला कोणतीही खर्चिक आयुधे लागत नाहीत. आपापल्या सोयीच्या वेळेला करता येतो. व्यायामाला संगीताची जोड देता आली, तर व्यायामाचा कंटाळा येत नाही. व्यायाम प्रत्येक व्यक्तीला आवश्यक आहे; परंतु बऱ्याच दिवसांत व्यायाम न केलेल्या व्यक्तीने आपल्या फॅमिली डॉक्टरांकडून प्राथमिक शारीरिक तपासणी करून, आपली क्षमता आधी तपासून पाहाणे इष्ट असते.

**– डॉ. ह. वि. सरदेसाई**

# आहार आणि प्रकृती

संतुलित आहार हा निरोगी जीवनाचा पाया आहे. प्रत्येक वयात, भिन्न ऋतूत, प्रकृतीच्या वेगवेगळ्या स्थितीत योग्य आहार आवश्यक असतो. कोणत्याही आहाराचा विचार – १) उष्मांक २) प्रथिने ३) स्निग्ध पदार्थ ४) कर्बोदके ५) जीवनसत्त्वे ६) क्षार ७) चोथा ८) पाणी आणि ९) तृप्ती या नऊ अंगांनी केला जातो. व्यक्तिगत गरजेप्रमाणे या नऊ भागांतील प्रत्येक घटकाचे प्रमाण कमी किंवा जास्त करावे लागते. आपल्या आहारातील प्रथिने, कर्बोदके आणि स्निग्ध पदार्थांतून उष्मांक प्राप्त होतात. उष्मांक ऊर्जा मोजतात. दर ग्रॅम आहारघटकातून म्हणजेच, प्रथिने आणि कर्बोदके यातून ४ कॅलरीज, स्निग्ध पदार्थातून ९ कॅलरीज, तर मद्यातून ७ कॅलरीज मिळतात. गरजेपेक्षा जास्त उष्मांकांचे (कॅलरीज्‌चे) सेवन केल्यास वजन वाढते; आवश्यकतेपेक्षा कमी उष्मांक घेतले तर वजन घटते. साधारणतः आपल्या शरीरात ३०००कोटी (3 Trillion) पेशी असतात. प्रत्येक पेशीचा गाभा 'प्रोटोप्लाझम' या पदार्थाचा बनलेला असतो. प्रोटोप्लाझम प्रथिनांपासून बनतो. पेशी निर्माण होण्याकरता, पेशींची वाढ होण्याकरता, झीज भरून काढण्याकरता, प्रतिकारशक्ती सक्षम ठेवण्याकरता, विविध विकरे (एन्झाइम्स) आणि बरीच संप्रेरके (हॉर्मोन्स) तयार करण्याकरता प्रथिने लागतात. आपल्या शरीरात असणाऱ्या हजारो प्रथिनांची गुंफण वेगवेगळ्या २१ अमायनो ॲसिड्‌सपासून केली जाते. यांपैकी ८ अमायनो ॲसिड्‌स – हिस्टिडीन, आयसोब्युसाईन, ब्यूसिन, लायसिन, मेथिओनिन, फिनाईल ॲलानिन, थ्रिओनिन, ट्रिप्टोफॅन व व्हॅलिन मानवी शरीरात तयार होत नाहीत. ही आहारातूनच मिळवावी लागतात. सकस आणि संतुलित आहारात ही सर्व आवश्यक (इसेन्शियल) अमायनो आम्ले असणे आवश्यक आहे. प्राणिजन्य आहारातील (उदा. अंडी, मटण, मासळी, कोंबडी, दूध) कोणत्याही

एका अन्न घटकाच्या सेवनाने ती उपलब्ध होऊ शकतात. शाकाहारात तसे नसते. तृणधान्यात लायसिन आणि मेथिओनिन कमी पडतात. डाळीतून लायसिन मिळते, तर दुधातून मेथिओनिन मिळते. परिपूर्ण आहारासाठी वरणभात आणि डाळरोटी यांच्या जोडीला दूध-भात, दहीभात घेणे आवश्यक आहे. स्निग्ध पदार्थांत संपृक्त (सॅच्युरेटेड) आणि असंपृक्त (अनूसॅच्युरेटेड) प्रकाराची मेदाम्ले असतात. संपृक्त मेदाम्लांच्या अतिरिक्त सेवनातून (उदा. तूप, लोणी, मटणाबरोबर येणारी चरबी, अंड्यातील पिवळा बलक, पामतेल) एल.डी.एल. कोलेस्टेरॉलची पातळी वाढते, त्यामुळे अखेर रोहिणी काठिण्य विकाराला आमंत्रण मिळते. असंपृक्त मेदाम्लांत ओमेगा-३, ओमेगा-६ असे प्रकार असतात. या दोन्ही प्रकारांच्या प्रमाणात योग्य परिमाण आवश्यक असते. ओमेगा-३ ते ओमेगा-६ यांत एकास पाच असे प्रमाण चांगल्या प्रकृतीला आवश्यक आहे. शाकाहारी आहारात ओमेगा-६ चे प्रमाण विपुल असते. ओमेगा-३ चे स्रोत मर्यादित असतात. मेथी, मोहरी, राजमा, अक्रोड, पालेभाज्या आणि मासळी यातून ओमेगा-३ मेदाम्ले मिळू शकतात. ओमेगा-६ मेदाम्ले सर्व प्रकारच्या तेलांत (मोहरीचे तेल सोडून) असतात. शिवाय तृणधान्यांत आणि डाळीतदेखील असतात. परिणामी, ओमेगा-६ मेदाम्लांचे सेवन गरजेपेक्षा जास्त घडते. विशेषत: तेलात तळलेले पदार्थ खाण्यात आले, तर असे अवश्य घडते. ओमेगा-६ मेदाम्लांच्या चयापचयातून निर्माण झालेले रेणू रक्तवाहिन्यांच्या अस्तराचा दाह करतात, त्याला प्रो-इन्फ्लॅमेटरी (pro-inflammatory) म्हणतात. रक्तातील पेशी एकमेकांच्या जवळ आणतात, म्हणजे प्रो-ॲग्रेटरी (proaggregatory) आणि रक्त गोठण्यास मदत करतात, म्हणजेच प्रो-थ्रॉम्बॉटिक (prothromiotic). यास्तव ओमेगा-६ मेदाम्लांचे सेवन मर्यादित असणेच इष्ट असते. आपल्या आहारातील नैसर्गिक अन्नपदार्थातील मेदाम्ले खुरप्याच्या आकाराप्रमाणे वक्र (cis) असतात. ज्या वेळी अशा मेदाम्लांना हायड्रोजनचा रेणू कृत्रिमरीत्या जोडला जातो, तेव्हा ती मेदाम्ले भाल्याच्या दांड्याप्रमाणे सरळ आकाराची (trans) होतात. कोणत्याही प्रकारची मेदाम्ले अखेर प्रतिग्रॅम ९ उष्मांकच देतात; मात्र वेगवेगळ्या मेदाम्लांचे रक्तातील कोलेस्टेरॉलवर वेगवेगळे परिणाम होतात. संपृक्त मेदाम्लांमुळे यकृतात कोलेस्टेरॉलची बांधणी वाढते. हा परिणाम वेगळ्या मेदाम्लांत वेगळा आढळतो. खोबरेल तेल आणि पाम ऑइल यांत मायरिस्टिक ॲसिड (myristic acid) असते. त्याने कोलेस्टेरॉल जास्तीत जास्त वाढतो. शेळी, बोकड यांच्या मटणात पामिटिक ॲसिड (palmitic acid) असते. त्याचा परिणाम मायरिस्टिक ॲसिडपेक्षा जरा कमी असतो. तेलबियांतून येणाऱ्या खोबरेल आणि पाम ऑइलमध्ये लॉरिक ॲसिड (Lauric acid) असते. त्यात कोलेस्टेरॉल वाढण्याचे प्रमाण कमी असते. गाय-बैल यांचे मटण (बीफ) आणि मटणाबरोबर येणारी चरबी (लार्ड) यात स्टिअरिक ॲसिड (Stearic acid) असते. त्याचा कोलेस्टेरॉल वाढण्यावर परिणाम नगण्य असतो. संपृक्त मेदाम्लांप्रमाणे ट्रान्स मेदाम्लांच्या सेवनाने एल.डी.एल. कोलेस्टेरॉलची पातळी वाढते. शिवाय एच.डी.एल. कोलेस्टेरॉलची पातळी कमी होते. यामुळे ट्रान्स फॅटि ॲसिड्स (हायड्रोजनेटेड फॅट्स) घेणे धोक्याचे असते.

संपृक्त मेदाम्लांचे सेवन (प्राणिजन्य आहारातून) अधिक धोकादायक ठरू शकते. कारण मोठ्या आतड्यांचा कर्करोग आणि प्रोस्टेट ग्रंथीचा कर्करोग यांचे प्रमाण अशा मांसाहारातून आलेल्या संपृक्त मेदाम्लांमुळे वाढते. या सर्वांचा विचार करता २०-२५ ग्रॅम्स स्निग्ध पदार्थांचे प्रतिदिन सेवन पुरेसे आहे.

आपल्याला लागणारी ऊर्जा बऱ्याच प्रमाणात कर्बोदकांतून मिळते. शिवाय मळ पुढे सरकण्यास लागणारा बराचसा चोथा या गुंतागुंतीच्या रचना असणाऱ्या कर्बोदकातून प्राप्त होतो. या तंतूंचे दोन प्रकार असतात. विरघळणारा आणि न विरघळणारा तंतू. विरघळणाऱ्या तंतूमुळे जठर लवकर रिकामे होत नाही. त्यामुळे पोट भरलेले असल्याची भावना बराच काळ टिकून असते. शिवाय पचन आणि शोषण या क्रियांना जो वेळ लागतो, तो उपलब्ध होतो. शोषण संथावल्यामुळे इन्सुलिनची पातळी झपाट्याने वाढत नाही. रक्तातील कोलेस्टेरॉलचे प्रमाण कमी होते. याउलट न विरघळणाऱ्या तंतूमुळे मळ नरम राहतो आणि तो बाहेर टाकण्याचा वेळ कमी होतो. त्यामुळे मलावरोध किंवा बद्धकोष्ठता होत नाही. ज्या अन्नघटकांत तंतू विपुल प्रमाणात असतात त्यात स्निग्ध पदार्थ कमी असतात. धान्यात असणारा कोंडा, पालेभाज्या आणि देठ, फळे, बिया आणि काजू-बदाम-पिस्ते-शेंगदाणे यासारखे 'नट्स' यांत तंतू असतात. आपल्या आहारात अशा अन्नघटकांचे प्रमाण विपुल ठेवल्याने, आतड्यांचे अनेक विकार होण्याचा संभव कमी होतो. बद्धकोष्ठता, इरिटेबल बॉवेल सिंड्रोम, पित्ताशयातील खडे, मूळव्याध, डायव्हर्टिक्युलोसिस, मोठ्या आतड्याचा कर्करोग (Colo Rectal Cancer) या सर्व आजारांचे प्रमाण घटते. आहारात विपुल फळे, भाज्या, डाळी, मासळी, चिकन आणि संपूर्ण धान्याचा समावेश करावा. मात्र मटण, गोड पदार्थ, पॉलिश्ड तांदूळ, मैदा यांचे प्रमाण कमी ठेवल्यास फायदा होतो. मधुमेह होण्याचे प्रमाण घटते. आणि तरीही मधुमेह झाल्यास साखर आणि रक्तातील मेद घटक यांचे प्रमाण ताब्यात येते. अतिरेकी वजन घटते. हृदयविकारांचे प्रमाण कमी होते आणि एकूण आयुर्मर्यादा वाढते. तंतूंपैकी काही पाण्यात विरघळतात, तर काही विरघळत नाहीत. सेल्युलोझ, हेमीसेल्युलोझ आणि लिग्निन पाण्यात विरघळत नाहीत. पेक्टिन, डिंक आणि खळ पाण्यात

विरघळतात. लहान आतड्यात या तंतूंवर पचनाच्या प्रक्रिया होत नाहीत. हे तंतू मोठ्या आतड्यात गेल्यावर तेथील जिवाणूंमुळे या कर्बोदकांपासून 'शॉर्ट चेन' फॅटी ॲसिड्स तयार होतात. मोठ्या आतड्यांच्या पेशी या मेदाम्लांचा ऊर्जा मिळवण्यासाठी उपयोग करतात. मोठ्या आतड्याच्या आतील अस्तराची या मेदाम्लांमुळे वाढ होते. या मेदाम्लांच्या निर्मितीबरोबर मिथेन, हायड्रोजन आणि कार्बन डायऑक्साईड या वायूंची निर्मिती होते. या वायूंना वास नसतो, हा वात सरताना फक्त आवाज होतो. जेव्हा न पचलेले प्रथिने मोठ्या आतड्यात जातात तेव्हा तेथील जिवाणूंच्या कार्यामुळे हायड्रोजन सल्फाइड आणि अमोनिया असे वायू तयार होतात. त्यांना दुर्गंधी असते.

आपल्या अस्तित्वाला आणि विकासाला जीवनसत्त्वे आवश्यक असतात. जीवनसत्त्व अ, ड, ई आणि क मेदात विरघळतात. आपल्या शरीरात मेदाचे विपुल साठे असतात. त्यामुळे या जीवनसत्त्वांचा अभाव क्वचित होतो, उलटपक्षी त्यांचा अतिरेक होण्याचा संभव फार असतो. वार्धक्यात संतुलित आहार घेतला जात नाही, अशा वेळी एक-दोन मल्टिव्हिटॅमिनची गोळी घेणे हिताचे ठरते. त्यामुळे रोहिणीकाठिण्याचा आजार आणि कॅन्सर या विकारांचा धोका कमी होतो. फॉलिक ॲसिड, जीवनसत्त्व ब-६ आणि ब-१२ यांच्या अभावाने रक्तातील होमोसिस्टिआईनचे (Homocysteine) प्रमाण वाढते, त्यामुळे रोहिणीकाठिण्याचा आणि हृदयरोगाचा धोका वाढतो. रोज १ मल्टिव्हिटॅमिनची गोळी घेणाऱ्याला हृदयविकाराचा आणि मोठ्या आतड्याच्या कॅन्सरचा धोका कमी होतो. गर्भधारणेस अक्षम असणाऱ्या स्त्रिया, वयस्कर माणसे आणि आहारात त्रुटी असणाऱ्यांनी रोज १ मल्टिव्हिटॅमिनची गोळी घ्यावी. शुद्ध शाकाहारी व्यक्तींनी रोज २ ते ४ मायक्रोग्रॅम्स ब-१२ घ्यावे. वयस्कर मंडळींना जीवनसत्त्व-ड चा तुटवडा पडतो. मल्टिव्हिटॅमिन आणि अँटिऑक्सिडंटसच्या गोळीच्या वापराने होणारा दृष्टिनाशाचा आजार. 'Age Related Macular degeneration' याची वाढ संथावते.

प्रत्येक जीवनसत्त्वांची कार्ये, अभावांचे परिणाम, अतिरेकांचे दुष्परिणाम, स्रोत आणि गरज वेगवेगळी आहेत –

१) जीवनसत्त्व-अ (रेटिनॉल, रेटिनोईक ॲसिड) : आपल्या दृष्टीसाठी, पेशींच्या वरील आवरणांचे अस्तित्व टिकण्यासाठी, या आवरणांचा कॅन्सर टाळण्यासाठी आणि रोहिणीकाठिण्य विकाराचा प्रतिबंध व्हावा ही या जीवनसत्त्वाची कार्ये आहेत. त्याच्या अभावाने अंधूक प्रकाशातील नजर कमी होते; रातांधळेपणा येतो. जिवाणू-विषाणू यांच्या विरुद्ध प्रतिकार कमी होतो. जीवनसत्त्वाचा अतिरेक गर्भाच्या वाढीच्या आड येतो. यकृताला अपायकारक ठरतो. मेंदूला सूज येते.

आवरणे झडू लागतात. त्वचा पिवळसर दिसते. लिव्हर, दूध-दुभते, अंडी, हिरव्यागार आणि लाल-नारिंगी रंगाच्या भाज्या हे या जीवनसत्त्वाचे स्रोत आहेत. याची दैनंदिन गरज पुरुषांना ५००० तर स्त्रियांना ४००० IU इतकी असते.

२) जीवनसत्त्व बी-१ (थायमिन) : कर्बोदके आणि मद्य यांच्या चयापचयात आणि काही अमायनो आम्लांच्या चयापचयाला आवश्यक आहे. याच्या अभावाने बेरीबेरी, व्हर्निके – कॉरसोकॉफ आजार होतात. बेरीबेरीमध्ये हातापायांवर सूज येते, अशक्तपणा येतो आणि हातपाय दुखतात. व्हर्निकेच्या आजारात डोळ्यांच्या हालचाली नीट होत नाहीत, मन गोंधळते, भास होतात. विविध तृणधान्यांतून, डाळी-उसळीतून, काजू-बदाम-पिस्ते या नटसमधून, चिकन आणि मटण यांतून ही जीवनसत्त्वे मिळतात. ही जीवनसत्त्वे प्रतिदिनी पुरुषांना १.५ mg. आणि स्त्रियांना १.१ mg. लागतात.

३) जीवनसत्त्व बी-२ (रायबोफ्लेव्हिन) : यामुळे पेशींच्या अंतर्गत प्राणवायूची देवाणघेवाण होते. याच्या अभावाने तोंड येते, त्वचारोग होतो, रक्तक्षय होतो. धान्यातून, दूधदुभत्यातून, मटण, अंडी, दाट हिरव्या रंगांच्या भाज्यांतून हे जीवनसत्त्व मिळते.

४) जीवनसत्त्व बी-३ (नियासिन, निकोटिनिक ॲसिड) : पेशींतील प्राणवायूची

देवाणघेवाण, एल.डी.एल. कमी करणे, एच.डी.एल. वाढविणे ही कार्ये. अभावाने पॅलेग्रा आजार होतो. जुलाब होतात, त्वचारोग होतो. मन गोंधळणे, अतिरेकाने अंग गरम होते, डोके दुखते, कंड सुटतो. याच्या अतिरेकाने रक्तशर्करा आणि रक्तातील युरिक ॲसिड वाढते आणि यकृताला अपाय होतो. मटण, कोंबडी, मासळी, धान्ये, शेंगदाणे यातून हे जीवनसत्त्व मिळते. अन्नातील ट्रिप्टोफॅन या अमायनो आम्लापासून सिरोटॉनिन हा रेणू शरीरात तयार होतो.

५) जीवनसत्त्व बी-६ (पायरिडॉक्सिन) : अमायनो आम्लांचे चयापचय, हिमोग्लोबिनची बांधणी, चेता पेशींची उत्तेजकता, यात भाग घेते आणि रक्तातील होमोसिस्टिनची पातळी कमी ठेवते. याच्या अभावाने रक्तक्षय होतो, ओठांना चिरा पडतात. त्वचारोग होतो. अतिरेकाने चेतापेशींना अपाय होतो. मटण, कोंबडी, मासळी, धान्ये, सोयाबिन्स, केळी आणि नटस् यांमधून मिळते. रोज २ मिलिग्रॅम लागते.

६) जीवनसत्त्व बी-१२ (कोबालामिन) : डीएनएच्या बांधणीसाठी, चेतापेशींच्या ‘मायलिन’ आवरणाच्या बांधणीसाठी, होमोसिस्टिइनची पातळी कमी करण्यासाठी ह्याचा उपयोग होतो. याच्या अभावाने मेगॅलोब्लाष्टिक ॲनिमिया आणि चेतातंतूंच्या शिरांचे आजार होतात. लिव्हर, मटण, चिकन, मासळी, दूधदुभते यांतून मिळते. दररोज २ ते ४ मायक्रोग्रॅमची गरज असते.

७) फॉलिक ॲसिड : डीएनएची बांधणी, होमोसिस्टिइनची पातळी कमी करणे यासाठी आवश्यक. याच्या अभावाने मेगॅलोब्लाष्टिक ॲनिमिया आणि गर्भात दोष होतात. भाज्या, उसळी, धान्ये, फळे, चिकन आणि मटणातून हे जीवनसत्त्व मिळते. रोज ४०० मायक्रोग्रॅम्स लागते.

८) बायोटिन : चयापचयात लागते. अनेक अन्नघटकांतून मिळते. हे रोज ३० ते १०० मायक्रोग्रॅम लागते.

९) पॅंटोथिनिक ॲसिड : चयापचयात लागते. अनेक अन्नघटकांतून मिळते. रोज ४ ते ७ मिलिग्रॅम लागते.

१०) जीवनसत्त्व-क (ॲस्कॉर्बिक ॲसिड) : कोलॅजन पेशींची बांधणी, काही ट्यूमर्सचा विरोध करते. याच्या अभावाने स्कर्व्ही होते. हाडांवरील आवरणाखाली रक्तस्राव होतो, अतिरेकाने जुलाब होतात आणि मूत्रपिंडात खडे जमतात. ताजी फळे, ताज्या भाज्या, बटाटा आणि तृणधान्यातून मिळते. पुरुषांना ७० मिलिग्रॅम्स आणि स्त्रियांना ५० मिलिग्रॅम्स रोज घेणे जरुरीचे असते.

११) जीवनसत्त्व-ड (कॅल्सिफेरॉल) : याचे कार्य आतड्यातून कॅल्शियम शोषणे हे होय. अभावाने मुडदूस (रिकेट्स) आणि ऑस्टिओमेलॅशिया (हाडे

पोकळ होणे.) हे आजार होतात. अतिरेकाने रक्तातील कॅल्शियम वाढते. दूधदुभते, काही प्रकारची मासळी, अंड्यातील पिवळा बलक आणि यकृत (लिव्हर) हे स्रोत आहेत.

१२) जीवनसत्त्व-इ (अल्फा टोकोफेरॉल) : मेदाम्लांचे पॅरॉक्सिडेशन थांबवते. त्यातून रोहिणीकाठिण्याला प्रतिबंध होण्याची शक्यता असते. अतिरेकाने काहींचे डोके दुखते. जीवनसत्त्व-के ला विरोध होतो. तेलबियांच्या तेलात, गव्हाच्या तृणांकुरात, ब्रोकोलीमध्ये हे जीवनसत्त्व असते. रोज १५ मिलिग्रॅम्स लागते.

१३) जीवनसत्त्व-के : रक्त गोठण्यात भाग घेते. ह्याच्या अभावाने रक्तस्राव होतो. हिरव्या पालेभाज्या (K-1) आणि आतड्यातील जिवाणूंपासून (K-2) मिळते. हे पुरुषांना १२० मायक्रोग्रॅम्स आणि स्त्रियांना ९० मायक्रोग्रॅम्स लागते.

काही क्षार आपल्या जीवनाला आवश्यक असतात. दररोज १ ग्रॅम कॅल्शियम, ८०० मिलिग्रॅम्स फॉस्फरस लागते. मॅग्नेशियम पुरुषांना ३५० आणि स्त्रियांना २८० मिलिग्रॅम लागते. सोडियम ११०० ते ३३०० मिलिग्रॅम्स, पोटॅशियम १८७५ ते ५६२५ मिलिग्रॅम्स लागते. क्लोराईड १७०० ते ५१०० मिलिग्रॅम्स लागते. इतर काही घटक सूक्ष्म प्रमाणातच आवश्यक असतात. ट्रेस एलिमेंटस् – ल्पेह पुरुषांना आणि रजोनिवृत्तीनंतर स्त्रियांना रोज ८ मिलिग्रॅम, पाळी येत असल्यास १८ मिलिग्रॅम, गर्भवती स्त्रीला २७ मिलिग्रॅम्स आवश्यक आहे. जस्त (झिंक) पुरुषांना १५ मिलिग्रॅम, स्त्रियांना १२ मिलिग्रॅम्स. आयोडिन १५० मायक्रोग्रॅम्स, तांबे १.५-३ मिलिग्रॅम्स, मँगेनीज २-५ मिलिग्रॅम्स, फ्लुराईड २-४ मिलिग्रॅम्स, क्रोमियम पुरुषांना ३५ मायक्रोग्रॅम्स, स्त्रियांना २५ मायक्रोग्रॅम्स, मॉलेब्डेनम् ७५ ते २५० मायक्रोग्रॅम्स, सिलिनियिम ५५ मायक्रोगॅम्स आणि कोबाल्ट ही जीवनसत्त्वे बी-१२ चा एक भाग म्हणून सूक्ष्म प्रमाणात लागतात.

१) **सोडियम :** रोज ५०० मिलिग्रॅम्स पुरेसे असते. भारतात ५००० ते ६००० मिलिग्रॅम्स घेतले जाते. त्यामुळे रक्तदाब वाढतो. शिवाय लघवीतून कॅल्शियम जास्त प्रमाणात बाहेर टाकले जाते. त्यामुळे हाडे पोकळ होतात.

२) **कॅल्शियम :** भरपूर घेण्याने हाडे बळकट होतात. जादा कॅल्शियम घेतल्याने मोठ्या आतड्याचा कॅन्सर कमी होतो; परंतु प्रोस्टेटचा कॅन्सर वाढतो. कॅल्शियमच्या गोळ्या जादा घेण्याने रक्तातील कॅल्शियम वाढून मिल्क अल्कली सिंड्रोम नावाचा आजार आणि मूत्रमार्गाचे खडे होतात.

३) **लोह :** स्त्रियांमध्ये रक्तक्षय होण्याचे एक महत्त्वाचे कारण लोहाची कमतरता. लहान अर्भकांना आणि गर्भवती स्त्रियांना लोह देण्याने फायदा होतो.

४) **पोटॅशियम :** रक्तदाब वाढलेल्या व्यक्तींना पोटॅशियम जादा घेण्याने फायदा होतो. रक्तदाब आणि पक्षघात याने होणाऱ्या मृत्यूचे प्रमाण घटते.

५) **सिलिनियम :** प्रोस्टेट, आतड्याचे कॅन्सर यांनी होणाऱ्या मृत्यूंचे प्रमाण घटते. रोज २०० मायक्रोग्रॅम्स लागते. टोमॅटो, लसूण, चिकन, मटण, अंड्यातील पिवळा बलक आणि सिलिनियम विपुल असणाऱ्या जमिनीत पिकलेल्या तृणधान्यांतून मिळते.

६) **क्रोमियम :** यीस्ट, संपूर्ण धान्ये, डाळी, शेंगदाणे आणि मटण यातून मिळते. ग्लूकोजच्या चयापचयात लागते.

७) **मॅग्नेशियम :** पालेभाज्या, पूर्ण धान्ये, केळी, जर्दाळू, डाळी, काजू-बदाम-पिस्ते, सोयाबीन आणि समुद्रातील मासळी यातून मिळते. मधुमेही रुग्ण, मद्यपी, लघवी जास्त होण्याकरिता औषधे घेणाऱ्या व्यक्तींना औषधाच्या स्वरूपात द्यावे लागते.

**अन्नघटक :**

१) **पाणी :** सामान्यपणे प्रत्येकाला रोज २ लिटर पाणी लागते. मुतखडे किंवा मूत्राशयाचा दाह असणाऱ्यांनी जास्त पाणी प्यावे. रक्तात सोडियम क्षार कमी झाल्यास याचे प्रमाण कमी करावे.

२) **भाज्या आणि फळे :** चोथा, तंतू, जीवनसत्त्वे आणि क्षार यांचे स्रोत असतात. दाट हिरव्या आणि पिवळ्या-नारिंगी भाज्यांत कॅरॉटिनाईडस् असतात आणि ताज्या फळांत जीवनसत्त्व-क असते. शिवाय फळांतून विरघळणारे तंतू आणि पोटॅशियम क्षारही मिळतात. कोबीमुळे काही कॅन्सर्सचे प्रमाण घटते. कोणत्याही भाज्यांत वा फळांत कोलेस्टेरॉल्स नसतात. नारळात, पामतेलात आणि कोकाबटरमध्ये संपृक्त मेदाम्ले असतात. करोनरी आर्टरी आजारात भाज्या आणि फळे रोबन उपयुक्त ठरते. त्याचे प्रमाण योग्य ठेवल्यास पक्षघात, फुफ्फुसाचे आणि अन्ननलिकेचे कॅन्सर्स कमी होतात.

३) **डाळी, उसळी :** कॉम्प्लेक्स कार्बोहायड्रेटस् विपुल असतात. लोह आणि जीवनसत्त्व-ब विपुल मिळते. विरघळणारा तंतू आणि चोथा विपुल मिळतो. यामध्ये प्रथिनांचा स्रोत चांगला असतो.

४) **तृणधान्ये :** संपूर्ण तृणधान्यांचे सेवन करणे चांगले. आतील जर्ममध्ये जीवनसत्त्व आणि असंपृक्त तेल असते. मधल्या एण्डोस्पर्ममध्ये कॉम्प्लेक्स कार्बोहायड्रेटस् आणि वरच्या भागामध्ये चोथा असतो.

५) **मटण आणि कोंबडी :** प्रथिने, लोह, इतर क्षार मिळतात; परंतु यात संपृक्त मेदाम्ले असल्याने मटणाचा अतिरेक हिताचा नाही. त्यामानाने

चिकन खाण्यात धोका कमी आहे.

६) **दूधदुभते, अंडी :** दूध साय काढून घ्यावे. रोज १ अंडे खाल्ल्याने हृदयविकाराचा धोका वाढत नाही.

७) **मासळी :** हृदयविकाराचे प्रमाण घटते. त्याचप्रमाणे रक्तदाब, अकस्मात हृदयक्रिया बंद पडणे. पक्षघात आणि प्रोस्टेटचा कॅन्सर कमी होतो. यातील ओमेगा-३ मेदाम्लांचा फायदा होतो.

८) **स्वयंपाकातील तेले :** ऑलिव्ह ऑइलमध्ये अल्फा लायनोलेनिक मेदाम्ले (ओमेगा-३) असतात.

९) **काजू, बदाम, पिस्ते :** मधुमेह आणि हृदयविकाराचा प्रतिबंध होतो.

१०) **फ्लेव्हेनॉईड असणारे अन्नघटक :** सफरचंद, कांदा, चहा, रेडवाईन यातील अँटिऑक्सिडंट्स उपयुक्त असतात.

११) **मद्यपान :** दर ग्रॅममधून ७ उष्मांक मिळतात.

१२) **कॉफी-चहा-कोको यातील कॅफेन :** पेप्टिक अल्सर्स, वाढलेला रक्तदाब, हृदयविकार, स्त्रियांच्या स्तनाचे आजार आणि कॅन्सर यांच्याशी संबंध आहे. मायग्रेनचा अटॅक येतो. झोप येत नाही. चिंता जाणवते. अन्ननलिकेतून अन्न उलटे येते.

**– डॉ. ह. वि. सरदेसाई**

# झोप

झोप ही आपल्या जाणिवेची एक स्थिती आहे. जाणिवेच्या स्थित्यांपैकी, स्वप्न, गाढ झोप आणि जागेपण यांचा अनुभव आपल्या सर्वांना रोजच येत असतो. योगशास्त्रानुसार आपल्या जाणिवेची चौथी (चतुर्थ) स्थितीही असते, त्या स्थितीला 'तुर्या' म्हणतात. ही स्थिती ध्यानधारणा, समाधी अशा नावांनीदेखील ज्ञात आहे. आपल्या परिचयाची नेहमीची 'झोप' ही चांगल्या प्रकृतीचे एक लक्षण आहे. आणि प्रकृती चांगली राहण्यास आवश्यक आहे. मेंदूमधील 'ब्रेन

स्टेम' नावाच्या भागातील काही पेशीसमूहांच्या कार्यामुळे झोप येते. स्वप्ने पडतात आणि जागही येते. माणसाला साधारणपणे ८ तास झोपेची गरज असते. तथापि यात फरक असू शकतो. झोपेतील काही काळात झोपलेल्या व्यक्तीचे डोळे भराभर हलतात. याला 'रॅपिड आय मूव्हमेंट स्लीप' (Rapid Eye Movement (REM) sleep) म्हणतात. इतर वेळात लागलेल्या झोपेला 'नॉन रॅपिड आय मूव्हमेंट' (Non REM sleep) म्हणतात. बहुतेक स्वप्ने 'रेम'

झोपेच्या काळात पडतात. 'नॉन रेम' झोपेत माणूस दर दीड ते २ तासाने कूस (आपोआप) बदलतो. त्यामुळे शरीराच्या एका भागावर दाब येत नाही. 'नॉन रेम' झोपेत काही माणसे बोलतात, काही चालतात, काही भयभीत होऊन जोरात ओरडतात, किंचाळतात किंवा दंगामस्ती केल्याप्रमाणे वागतात. याची आठवण दुसऱ्या दिवशी जागे झाल्यावर त्यांना नसते. अशा वेळी शांतपणे त्या व्यक्तीला आपल्या बिछान्यावर नेऊन झोपवावे. कारण अशी व्यक्ती त्या वेळेस चटकन जागी होत नाही. 'रेम' झोपेत एखाद्या वेळेस भीतिदायक स्वप्ने पडल्याने व्यक्ती भयचकित होते, जागी होते, वाईट स्वप्न पडल्याचे व्यक्तीला आठवते. दुसऱ्या दिवशी हा प्रसंग आठवतो. रक्तदाब उतरविण्यासाठी वापरलेली औषधे, कॉर्टिकोस्टेरॉईडस, नाडीची गती व्यवस्थित व्हावी याकरिता वापरलेली औषधे यामुळे असे होते. ही औषधे बदलणे आणि बेन्झोडायाझिपिन्स औषधांचा वापर करणे याने हा त्रास जातो. लहान मुलांना 'नॉन रेम' झोपेत लघवी होणे (enuresis) शक्य असते. याकरिता ॲमिट्रिप्टलीन हे औषध गुणकारी असते. काही आजारांचे प्रमाण रात्री जास्त असते. उदा. – दम्याचा झटका, लेफ्ट व्हेंट्रिक्युलर फेल्युर, नॉक्टर्नल एपिलेप्सी इत्यादी. चांगल्या प्रकृतीतदेखील माणसाला रात्री झोपेत भास होण्याचा (hypnogaugic hallucinations) त्रास होऊ शकतो; अथवा अर्धवट झोपेत शरीराला झटका बसल्याची भावना (nocturnal myoclonus) निर्माण होते. यांना उपचारांची गरज नसते. झोप न येणे, ही एक मोठी त्रासदायक स्थिती आहे. झोपेचे औषध घेणे, हा त्यावर उपचार नाही. झोपेच्या औषधांची सवय लागते आणि त्या औषधांचे शरीरावर अनेक दुष्परिणाम होऊ शकतात. निद्रानाश हे कशाचे तरी लक्षण असते. त्या लक्षणाचे कारण शोधून उपचार करणे आवश्यक असते.

**– डॉ. ह. वि. सरदेसाई**

# व्यसनाधीनता

प्राचीन काळापासून मानवाला व्यसनाची सवय आहे. मानव प्रगत होऊन शेती करू लागण्यापूर्वीच (म्हणजे सुमारे १० हजार वर्षांपूर्वीपासूनच) त्याला मादक पदार्थांचा शोध लागलेला होता.

'बहुतेक माणसे, पुरुष आणि स्त्रिया यांचे आयुष्य एकतर इतके कंटाळवाणे तरी असते किंवा इतके वेदनामय असते, की या आयुष्यातून सुटका मिळविण्याचा प्रयत्न ते सतत करत असतात,' असे सुप्रसिद्ध तत्त्ववेत्ता ॲल्डस हक्स्ले यांनी म्हटलेले आहे. सर्व प्रकारच्या व्यसनांचा उगम या 'पलायना'तून होतो.

वास्तवापासून दूर जाण्याचा प्रयत्न होत असतो. मद्याचे सेवन, धूम्रपान, गांजा ओढणे, भांग पिणे, अफूचा वापर अशा रासायनिक रेणूंपासून ते जुगार खेळणे, पत्ते कुटणे, रेसवर पैसे लावणे, लॉटरी, सट्टा अशापर्यंत कशाचेही व्यसन लागते. आपण सतत करीत असणारी ती कृती केल्याशिवाय व्यसनी माणसाला चैन पडेनासे होते. तसे करण्याकरिता जीवनातील महत्त्वाची कार्ये बाजूला सारली जातात, सर्व नातीगोती डोळ्यांआड गेली जातात. सामाजिक आणि कौटुंबिक नीतिमत्ता व्यसनाला रोखू शकत नाही. एकदा जडलेले व्यसन सुटणे सोपे नसते. सुटले तरी पुन्हा जडण्याची शक्यता अधिक असते. या दृष्टीने व्यसन जडू न देणे हेच महत्त्वाचे ठरते. ''दारू सोडण्याची एकच वेळ असते, ती म्हणजे, पहिला प्याला घेण्यापूर्वी'', असे कै. राम गणेश गडकरी यांनी त्यांच्या 'एकच प्याला' या नाटकात म्हटल्याप्रमाणे, 'सर्वांत महत्त्वाचा संस्कार म्हणजे, कोणत्याही व्यसनाकडे मुळातच न वळणे हा होय.' कुटुंब संस्थेची ही सर्वांत मोठी जबाबदारी आहे. आपली मुले कोणत्याही व्यसनाच्या आधीन होणार नाहीत, असे संस्कार त्यांच्यावर करणे ही माता-पित्याची जबाबदारी असते. ही जबाबदारी योग्यरीतीने पार पाडली, तरच पती-पत्नी यांनी संसार योग्य पद्धतीने केला असे ठरवता येईल.

आजकाल मद्यपानाचे प्रमाण वाढत असल्याचे मानण्यास जागा आहे. कोणत्याही प्रकारच्या मद्यात (उदा. व्हिस्की, रम, वाईन किंवा देशी दारू) 'इथाइल अल्कोहोल' नावाचा रेणू असतो. याचा मानवी मेंदूवर विपरीत परिणाम होतो. संस्कृतीचे बंध सैल होतात. वागण्याबोलण्यातील निर्बंध सुटतो. या मोकाट अनिर्बंध वागण्याची मौज वाटू लागते. हा अनुभव पुनःपुन्हा घ्यावासा वाटतो. इथे व्यसनाची सुरुवात होते. एकदा सवय जडली की सुटत नाही. वारंवार इथाइल अल्कोहोलच्या रेणूचे सेवन प्रकृतीला हानिकारक ठरू लागते. मेंदूच्या पेशी निकाम्या होतात. यकृतात घातक बदल होऊन जलोदर होतो. जठराच्या अस्तराला सूज येते, तेथे चिरा पडतात. स्वादुपिंडावर सूज येते आणि स्वादुपिंडातील ग्रंथी फुटून प्राणघातक आजार होऊ शकतो. अन्नाचे पचन होत नाही. स्नायू कमजोर होतात. हातापायांच्या चेताशिरांचे अभ्रे सुजतात; अशक्तपणा येतो. रक्त गोठेनासे होते; रक्ताच्या उलट्या होऊन प्राण जातो. आपल्या शरीरातील एकही भाग असा नाही, की इथाइल अल्कोहोलच्या रेणूमुळे त्याला अपाय होत नाही.

तंबाखू खाणे, गुटखा सेवन करणे, धूम्रपान करणे यातून तंबाखूमधील निकोटीन हा रेणू सेवन केला जातो. या रेणूची चटकन सवय लागते आणि व्यसन जडते. निकोटीनमुळे रक्तवाहिन्या अरुंद होतात. परिणामी हृदयविकाराचा

झटका येतो. तंबाखूमध्ये बेन्झोपायरिन नावाचा रेणू असतो, त्यामुळे कॅन्सर होतो. याच्या धुरामुळे श्वासनलिकांचा दाह होतो आणि फुफ्फुसे निकामी होतात. हृद्यविकार, फुफ्फुसांचा कॅन्सर आणि फुफ्फुसांची कार्यक्षमता जाते. या आजारांमुळे लक्षावधी माणसे प्रतिदिनी मृत्युमुखी पडतात.

अफू, गांजा, भांग यांची व्यसने तुलनेने कमी लोकांना लागतात; परंतु त्यांची पकड मोठी असते. ही व्यसने सुटण्यासाठी हॉस्पिटलमध्ये राहून फारच कसोशीने उपचार करावे लागतात. त्या मानाने चहा-कॉफीचे व्यसन कमी त्रासदायक ठरते. चहात 'थिईन' नावाचा रेणू असतो. कॉफीमध्ये 'कॅफेन' असते. कोको आणि चॉकलेटमध्ये 'थिओब्रोमीन' असते. या सर्वांची चटक लागते आणि व्यसन जडते.

कोणतेही व्यसन प्रकृतीला घातकच असते. रासायनिक रेणूप्रमाणे जुगाराचे व्यसन लागले तर काय होते, हे महाभारतातील द्यूताच्या प्रसंगावरून आपण सर्वांनी शिकले पाहिजे. काम करणे चांगले, पण कामाचा अतिरेक चांगला (workalcholic person) नाही. आपल्या सर्व प्रगतीच्या आड येणारी कोणतीही क्रिया व्यसन असते. माणसाच्या वागण्यात तोल असावा. तोल सुटला की, व्यसन सुरू होते.

**– डॉ. ह. वि. सरदेसाई**

# वैद्यकीय तपासण्या केव्हा आणि कोणत्या

काही वर्षांपूर्वी प्रत्येकाने वर्षातून एकदा तरी पूर्ण वैद्यकीय तपासणी करून घ्यावी, असा सल्ला दिला जात असे. त्याऐवजी आता अधूनमधून आवश्यकतेनुसार, रोगप्रतिबंधक हेतूने तपासणी करावी, असे आधुनिक वैद्यक मानते. या तपासण्यांचे स्वरूप व्यक्तिगत असते. माणसाचे वय, लिंग, आजारांचे धोके, आनुवांशिकता आणि जीवनशैली यावर हे स्वरूप ठरते. कोणतीही तपासणी शत-प्रतिशत अचूक नसते. कधीकधी आजार नसतानादेखील तो असल्याची शंका निर्माण होते (false Positive), तर काही वेळा आजार असण्याची शक्यता आढळून येत नाही (false Negative). याचे भान तपासणी करणाऱ्या व्यक्तीला आणि ती तपासणी करवून घेणाऱ्या वैद्यकीय व्यावसायिकांना असावे. साधारणपणे काही तपासण्यांचा फायदा होण्याबद्दल वैद्यकशास्त्रात एकमत आहे. त्यासंबंधी येथे विचार करू या.

१) शरीराचे वजन आणि उंची मोजणे : दर महिन्याला वजन (कि.ग्रॅ.) आणि दरवर्षी उंची (सेंमी.) नोंदवावी.

२) डोळे तपासणे : चष्म्याचा नंबर वाढला आहे का, हे वय वर्षे ६५ नंतर दरवर्षी पाहावे. मधुमेही रुग्णाने (कोणत्याही वयाचा रुग्णाने) प्रतिवर्षी डोळे तपासून घ्यावेत.

३) डोळ्यातील दाब मोजणे : त्याचप्रमाणे वय वर्षे ६५ नंतर प्रतिवर्षी डोळ्यातील दाब (lntraoccular pressure) मोजावा. यामुळे काचबिंदूचे निदान लवकर होते.

४) ऐकण्याची क्षमता तपासणे : ज्यांना सतत मोठे आवाज ऐकावे लागतात (वाहतुकीचे नियंत्रण करणारे, फॅक्टरीतील कामगार), त्यांनी वयाच्या

२१व्या वर्षांनंतर प्रतिवर्षी आपली ऐकण्याची क्षमता तपासून पाहावी. इतरांनी वयाच्या ६५व्या वर्षांनंतर दर २ ते ३ वर्षांनी ही क्षमता पाहावी.

५) रक्तदाब मोजणे : वयाच्या २१व्या वर्षांनंतर दर २ ते ३ वर्षांनी रक्तदाब नोंदवावा. कोणत्याही कारणाने अधेमधे डॉक्टरांना प्रकृती दाखविण्याची वेळ आली तरीही रक्तदाब मोजावा.

६) रक्तातील कोलेस्टेरॉलचे प्रमाण : हे वयाच्या २१व्या वर्षांनंतर दर ५ वर्षांनी आणि वयाच्या ४५व्या वर्षांनंतर प्रतिवर्षी नोंदवावे.

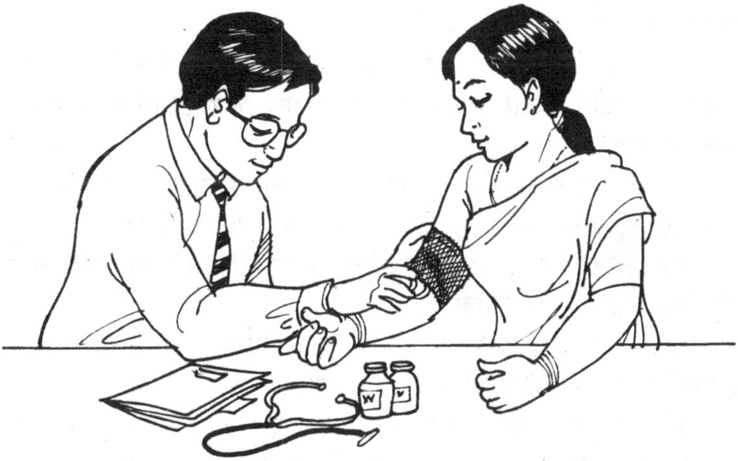

७) इलेक्ट्रोकार्डिओग्रॅम : वयाच्या ४०व्या वर्षांनंतर धोका दर्शविणारे घटक (risk factors) असल्यास दर १ ते ३ वर्षांनी इलेक्ट्रोकार्डिओग्रॅम काढावा. आगामी हृद्यविकाराचा धोका या तपासणीत कळेलच असे मात्र नाही.

८) स्ट्रेस टेस्ट : हृद्यविकाराचा धोका असणाऱ्यांनी चाळिशीनंतर १ ते ३ वर्षांनी केवळ आपल्या हृद्यविकारतज्ज्ञ डॉक्टरांच्या सल्ल्याने ही तपासणी करावी.

९) पॅपस्मियर : गर्भाशयाच्या तोंडावर असलेला कॅन्सर आहे किंवा कसे याचा शोध घेण्याकरिता दर ३ ते ५ वर्षांनी ही तपासणी करावी. तपासणीत संशयास्पद पेशी आढळल्यास प्रतिवर्षी ही तपासणी करावी.

१०) मॅन्युअल पेल्व्हिक एक्झामिनेशन : योनीमार्गातून बोटांनी केलेली ही तपासणी असते. आगामी आजाराची चाहूल लागणे, या प्रकारच्या तपासणीत कठीणच असते.

११) स्वत:च्या स्तनांची तपासणी : सोपी आणि बिनखर्चाची असते; परंतु याचा किती उपयोग होतो, याची खात्री नाही. उलटपक्षी नसलेल्या आजाराची अकारण भीती निर्माण होण्याचा संभव असतो.

१२) मॅमोग्राफी : ही तपासणी ५० ते ७० वर्षांच्या स्त्रियांनी दर ३ वर्षांनी करावी. वयाच्या ४० ते ५० दरम्यान आपल्या डॉक्टरांच्या सल्ल्याने दर दीड वर्षाने करावी.

१३) रेक्टल एक्झामिनेशन : गुदद्वारातून बोट सरकवून केलेली तपासणी. या तपासणीने पुढे होणाऱ्या आजाराचा सुगावा लागत नाही.

१४) शौचावाटे रक्त जात आहे का, याकरिता मळाची तपासणी : वयाच्या ५० व्या वर्षांनंतर प्रतिवर्षी करावी. ज्यांना आनुवंशिकतेने मोठ्या आतड्याचा कॅन्सर होण्याची शक्यता आहे, त्यांनी चाळिशीनंतर प्रतिवर्षी ही तपासणी करावी.

१५) कोलॉनोस्कोपी : मोठ्या आतड्यांची दुर्बिणीने केलेली तपासणी. मोठ्या आतड्याचे आजार असणाऱ्या रुग्णांनी आपल्या गॅस्ट्रो एंटेरॉलॉजिस्टच्या सल्लाने ठरवावे.

१६) प्रोस्टेट ग्रंथींचा कॅन्सर : वयाच्या ५० वर्षांनंतर रक्तातील पी.एस.ए.ची (Prostate Specific Antigen) पातळी दर दोन वर्षांनी मोजावी.

१७) टेस्टिक्युलर : या कॅन्सरकरिता तुमच्या डॉक्टरांनी सांगितले, तरच शारीरिक तपासणीनंतर करावी.

१८) फुप्फुसाचा कॅन्सर : फुप्फसाच्या कॅन्सरमध्ये घेतलेल्या एक्स-रे तपासणीत आगामी कॅन्सरचा धोका कळू शकत नाही.

१९) एच.आय.व्ही., एड्ससाठी रक्त तपासणी : खबरदारी न घेता शरीरसंबंध घडल्यास, तीन महिन्यांच्या अंतराने दोन वेळा तपासणी करावी.

२०) रक्तातील साखरेची पातळी तपासणे : मधुमेहासाठी रक्तातील साखरेची पातळी पाहणे. वजन प्रमाणापेक्षा जास्त असल्यास, घराण्यात मधुमेह असल्यास दरवर्षी तपासणी करावी.

२१) ऑस्टिओपोरोसिस : रजोनिवृत्तीनंतर एक वर्षाने किंवा वजन फार कमी असल्यास ही तपासणी करावी.

२२) क्लायमिडियल इन्फेक्शन : शरीरसंबंध येत असल्यास वेळोवेळी तपासणी व्हावी.

२३) थायरॉईड ग्रंथींचे कार्य : वयाच्या ६०व्या वर्षानंतर (विशेषत: स्त्रियांनी) दर २ ते ३ वर्षांनी तपासणी करावी.

हे मार्गदर्शन केवळ माहितीसाठी आहे. शेवटी कोणती तपासणी केव्हा करावी, हे आपल्या फॅमिली डॉक्टरांच्या सल्ल्याने किंवा तज्ज्ञांच्या मार्गदर्शनानुसारच ठरवावे.

**– डॉ. ह. वि. सरदेसाई**

# लग्नापूर्वी कोणत्या तपासण्या करून घ्याव्यात?

'कन्या वरयते रुपम् माता वित्तम् पिता श्रृतय् ।
बांधवाः कुलमिच्छंति मिष्टान्नम् इतरेजनाः॥'

हा संस्कृत श्लोक सांगतो की, लग्न ठरविताना संबंधित माणसे वेगवेगळ्या गोष्टींना कमी-जास्त महत्त्व देतात. उपवर मुलीच्या दृष्टीने आपला भावी नवरा दिसायला चांगला आहे का, हा मुद्दा महत्त्वाचा असतो. मुलीची आई मुलाच्या घरची श्रीमंती पाहते. मुलीचे वडील मुलगा किती शिकलेला आहे हे पाहतात. नातेवाइकांचे लक्ष नव्याने संबंध जुळणाऱ्या कुळाकडे (कुळाची प्रतिष्ठा) असते, तर बाकी सर्वांना लग्नाच्या जेवणातील पक्वान्नांमध्येच रस असतो! हे खरे असो अथवा नसो. लग्न ही माणसाच्या आयुष्यातील एक महत्त्वाची घटना आहे, यात शंकाच नाही. केवळ दोन माणसे एकत्र येतात, एवढेच नव्हे तर दोन कुटुंबांचे कायमचे नाते जोडले जात असते. लग्न ही जेवढी वैयक्तिक बाब आहे तेवढीच सामाजिक घटना आहे. विवाह ही कुटुंबसंस्थेची सुरुवात असते.

कुटुंब हे समाजाचे एकक (युनिट) असते. अनेक कुटुंबे मिळूनच समाज तयार होतो. कुटुंबातील चालीरीतीच समाजाची संस्कृती ठरवितात. एकसंध कुटुंब संस्था भक्कम समाजाचा पाया असते. कुटुंबाचा गाभा हा एकमेकांवरील विश्वासात आहे. वैवाहिक जीवन ही एक तडजोड असते. अशी तडजोड करण्याकरता मन आणि शरीर सुदृढ असणे आवश्यक असते. किमानपक्षी विवाहाच्या वेळेला नवरा आणि नवरी यांच्या प्रकृतीत दोष असू नये, एवढी अपेक्षा रास्त म्हटली पाहिजे. काही व्यंगे आणि शरीरातील दोष उघड असतात; परंतु काही आजार नुसते 'पाहून' समजू शकत नाहीत. या दृष्टीने उभय पक्षांनी काही तपासण्या करून घ्याव्यात आणि त्याचे तपशील मोकळ्या मनाने दुसऱ्या

पक्षाला दाखवावेत. आपल्याकडे कुंडली पाहण्याची प्रथा पूर्वापार चालत आलेली आहे. त्याचा खरोखरी उपयोग किती हा श्रद्धेचा प्रश्न आहे. विज्ञानावर श्रद्धा ठेवणारी माणसे कुंडली, ग्रह, मुहूर्त, छत्तीस गुण जमणे इत्यादींवर विश्वास ठेवत नाहीत, कारण ग्रहांचा मानवी अस्तित्वावर काही परिणाम होत असल्याचे आजपर्यंत कोणत्याही शास्त्रीय अभ्यासात सिद्ध झालेले नाही.

या तपासण्यांची सुरुवात संपूर्ण शारीरिक तपासणीपासून होणे इष्ट आहे. अनेक शारीरिक व्यंगे कपड्याआड झाकली जातात. सगळी व्यंगे वैवाहिक जीवनाच्या आड येतील असे नाही (उदा. एखाद्याला ६ बोटे असणे); परंतु हृदयातील रचनेतील दोष (दोन कर्णिकांमधील पडद्याला भोक असणे – Inter Atrial Septal Defect) हा वाढत्या वयात त्रासदायक ठरू शकतो. वाढलेला रक्तदाब हा असाच अनेक वर्षे छुपा राहणारा दोष आहे. लग्नाच्या वेळेला रक्तदाब यथायोग्य (१८ ते २२ वर्षांच्या व्यक्तींचा) म्हणजे १२०/८० इतका असावा. शरीररचनेतील ढोबळ दोष शारीरिक तपासणीत सहज लक्षात येतात.

काही दोष शारीरिक तपासणीत सापडत नाहीत. क्वचित एखाद्या उपवर मुलीच्या वाढीत झालेल्या दोषामुळे गर्भाशय विकसित होत नाही. अशा प्रकारचा दोष सोनोग्राफीच्या तपासणीतच समजू शकतो. आपल्या उदराच्या पोकळीमधील, तसेच छातीच्या पिंजऱ्याच्या आतील अवयवांची रचना यथायोग्य आहे, हे एकदा पाहून ठेवले म्हणजे उभय पक्ष स्वस्थ होतील.

रक्तातील काही दोष रक्त तपासणीतच कळणे शक्य आहे. भारतात एड्स या आजाराने धुमाकूळ घातला आहे, हे सर्वसिद्ध आहे. लग्न करतानाच दोघांपैकी एकाला एड्सची लागण झाली असली, तर संकटांचा वर्षावच होईल. एड्स या आजाराचे कारण एच.आय.व्ही. (ह्यूमन इम्यूनोडिफिशियन्सी व्हायरस) या विषाणूचा संपर्क हे होय. एच.आय.व्ही. विषाणूने दूषित असलेले रक्त एखाद्या व्यक्तीला दिले गेले, तर रक्त घेणाऱ्या व्यक्तीला हा आजार होऊ शकतो. एच.आय.व्ही. बाधित व्यक्तीशी शरीरसंबंध येण्याने एड्स होण्याची शक्यता फारच मोठी असते. या दृष्टीने विवाहबाह्य संबंध हा फारच धोक्याचा असू शकतो, याचे भान प्रत्येक व्यक्तीने ठेवलेच पाहिजे. एड्स टाळण्याचा एकच मार्ग व्यवहार्य आहे, तो म्हणजे निरोध (कॉन्डोम) वापरल्याशिवाय शरीरसंबंध न ठेवणे हा आहे. लहान वयात अजाणतेपणे जरी चूक झाली तरी त्याचे प्रायश्चित्त जन्मभर घ्यावे लागेल. विवाहाच्यावेळी 'आपण एड्समुक्त आहोत', याचा दाखला सादर करणे,हे कायद्याने बंधनकारक व्हावे.

काही आजार आनुवांशिक असतात. 'थॅलॅसिमिया मेजर' या आजारात आनुवांशिकतेने आलेल्या गुणधर्मामुळे बालकाला रक्तक्षय (ॲनिमिया) होतो.

अशा बालकाला दर अडीच ते ३ महिन्यांनी रक्त द्यावे लागते, अन्यथा ते जगू शकत नाही. बालकाच्या माता-पित्यांना थॅलॅसिमिया मायनॉर नावाचा दोष असतो. या दोषामुळे त्यांचे हिमोग्लोबिन १०.५-११ ग्रॅमच्या वर जात नाही; परंतु या हिमोग्लोबिनच्या पातळीवर त्या व्यक्तीला फारसा त्रास जाणवत नाही. त्यामुळे अशी तपासणी करून घ्यावी असे वाटत नाही. ज्या व्यक्तीचे हिमोग्लोबिन कधीच १२ ग्रॅमच्या वर गेलेले नाही अशा प्रत्येक व्यक्तीने आपल्या रक्तात थॅलॅसिमिया मायनॉर नाही ना, याची खात्री करून घ्यावी. असा थॅलॅसिमिया मायनॉर दोष असणाऱ्या व्यक्तीने असाच दोष असणाऱ्या व्यक्तीबरोबर विवाह करू नये. विवाह झाल्यावर लक्षात आल्यास मूल होऊ देऊ नये. मूल हवेच असल्यास दत्तक घ्यावे. याचप्रमाणे सिकलसेल डिझीज नावाचा रक्तक्षयाचा विकार भारतात काही ठिकाणी सापडतो. या व्यक्तींनी हीच काळजी घ्यावी.

रेटिनायटिस पिगमेंटोझा या दोषामुळे साधारण वयाच्या ३५ ते ४० पर्यंत अंधत्व येते. हा दोष आधी सापडू शकत नाही. आजार पुरुषांना होतो; परंतु जनुकीय दोष स्त्रियांमुळे पुढच्या पिढीत उतरतो. मुलीच्या आतेभावंडांत किंवा मामेभावंडांत अथवा मावसभावंडांत असा दोष आहे का, याची माहिती मिळाल्यास नीट तपास केल्याशिवाय विवाह ठरविणे इष्ट नाही. दुर्दैवाने अशी माहिती सहज मिळत नाही. याचप्रमाणे रातांधळेपणाची, रंग न समजण्याची, रक्ताच्या गोठण्यात दोष असण्याची व्याधी आनुवांशिक असते, हे समाजाला समजणे जरूर आहे. अशाच काही आनुवांशिक दोषामुळे स्नायूंचे आजार – मायॉपथी होतात. या कोणत्याही आजारावर उपचार होतील, अशी उपचारपद्धती आजमितीला तरी ज्ञात नाही. आनुवांशिकतेतून येणाऱ्या दोषांपैकी नेहमीच आढळणारा एक दोष म्हणजे पांढरे डाग किंवा कोड हा आहे. आपल्या जवळच्या नात्यात कोड असणाऱ्या दोन विवाहेच्छू व्यक्तींनी काळजी घेणे आवश्यक आहे. स्वभावाला औषध नाही असे म्हणतात. काही मानसिक विकारदेखील याच प्रकारात मोडतात. स्किझोफ्रेनिया या आजारात आनुवांशिकतेचा भाग असतो याचे भान मुलगा-मुलगी पाहताना ठेवावे लागते. एपिलेप्टिक फिट्सदेखील अशा आनुवांशिक दोषामुळे पुढच्या पिढीत येऊ शकतात.

रक्तगट तपासणी करून घेण्याचे महत्त्व पूर्वीइतके राहिले नाही, तरीसुद्धा आरएच निगेटिव्ह मुलीने आरएच पॉझिटिव्ह मुलाशी विवाह केल्यास दुसऱ्या गर्भारपणात काही प्रश्न निर्माण होऊ शकतात, याची जाणीव असावी. सुदैवाने अशा समस्यांना आता चांगली तोड आहे. माझ्या मते कुंडली पाहण्यापेक्षा वैद्यकीय पार्श्वभूमी तपासणे अधिक इष्ट होय.

**– डॉ. ह. वि. सरदेसाई**

# प्रदूषणाचे प्रकृतीवर होणारे अपाय

आपल्या सभोवतालच्या वातावरणाचा आपल्या अस्तित्वावर सतत परिणाम होत राहतो. आपण श्वास वातावरणातून घेतो आणि उच्छ्वास वातावरणात सोडतो. आपण शरीराच्या बाहेरून अन्न घेतो आणि मल शरीराच्या बाहेर टाकतो. आपण वस्त्र प्रावरणे वापरतो. ती जीर्ण झाली की टाकून देतो. अशी देवाणघेवाण जीवनात आवश्यक असते. वातावरणातील काही घटकांनी आपल्याला फायदा होत राहतो, उदा. सकस आणि संतुलित आहाराने प्रकृती चांगली राहते. उलटपक्षी काही घटकांनी अपाय होणे संभवते, उदा. अनेक जिवाणू अगर विषाणू यांचा शरीरात प्रवेश घातक ठरू शकतो. प्रकृतीस्वास्थ्य टिकविण्यासाठी मदत करणारे घटक गुणकारक असतात, अपायकारक घटकांना आपण दोष असे म्हणतो. अपायकारक घटकांचे परिणाम वातावरणातून होत असल्यास, ते वातावरण दूषित आहे असे आपण मानतो. वातावरण दूषित झाले की, प्रदूषण झाले आहे असे आपण म्हणतो. आपले अस्तित्व हे अनेक पेशींचे सामुदायिक अस्तित्व असते. मानवी शरीरात १०० ट्रिलियन (एक लक्ष कोटी) पेशी एकत्र राहतात. प्रत्येक दोन पेशींमध्ये पेशीनळ (extracellular fluid) असते. या पेशीनळात काही प्रदूषण झाले, तर पेशींचे आरोग्य टिकणार नाही. मर्यादेपलीकडे झालेल्या अपायकारक बदलांमुळे पेशी मृत्युमुखी पडतील. जे पेशींच्या बाबतीत घडते तेच पेशीसमूहात घडते. पेशी जिवंत राहण्याकरता आणि त्यांचे कार्य कार्यक्षमतेने करण्याकरता ऊर्जा लागते. ही उर्जा पेशी समूहातूनच द्यावी लागते. पेशींमध्ये ही उर्जा ग्लूकोज रेणू आणि प्राणवायूचा अणू यांच्या संयोगातून प्राप्त केली जाते. हे होण्याच्या आड जे काही येईल, त्यामुळे पेशींचे कार्य नीट होणार नाही, त्या आजारी पडतील, त्यांना मृत्यूला सामोरे जावे लागेल. विकार आणि मृत्यू ओढविण्यामागे काही कारणे उमगलेली

आहेत. जनुकीय दोष (आनुवांशिकता), भौतिक आघात (उदा. अपघात) विविध कारणांनी दाह होणे (luflammatny), परोपजीवी जिवाणूंचा उपद्रव, चयापचयातील दोष किंवा इतर कारणांमुळे दोष होऊ शकतो. हाच नियम संपूर्ण शरीराला लागू पडतो. वातावरणातील प्रदूषणामुळे प्रकृतीस्वास्थ्य ढळते आणि टोकाला गेलेल्या बिघाडाचा परिणाम मृत्यूमध्ये होतो. आपल्या आसपास असणारी हवा, पाणी, प्राणिमात्र, झाडे-झुडपे, इतर मानव या कशांपासूनही धोका निर्माण होऊ शकतो. हे प्रदूषण भौतिक, रासायनिक किंवा जैविक स्वरूपाचे असू शकते. शास्त्रातील प्रगतीमुळे काही प्रकारचे प्रदूषण टाळणे किंवा रोखणे शक्य झाले आहे. मानवी विचारांच्या प्रदूषणाचा परिणाम अनैतिकतेत, हिंसेत, अस्थिरतेत होतो. त्याकरता नीतिमूल्यांची जोपासना आवश्यक असते.

सभोवतालच्या परिस्थितीत झालेले प्रतिकूल बदल म्हणजे प्रदूषण, अशा व्याख्येतून आपण सुरुवात करू शकतो. हे बदल भौतिक, रासायनिक अथवा नैतिक स्वरूपाचे असू शकतात. हवामानाचा दाब, तापमान, आर्द्रता, विद्युतभार, हवेची हालचाल, पर्जन्यमान, पाण्याची उपलब्धता आणि पाण्याची हालचाल, भूगर्भातील भौतिक बदलाचे भूपृष्ठावर होणारे परिणाम, प्रकाश आणि अंधार यांचे प्रमाण हे भौतिक घटक होत. हवेतील नेहमीचे घटक प्राणवायू, नायट्रोजेन, हायड्रोजेन, बाष्प, कार्बनडायऑक्साईड यांचे सुयोग्य प्रमाण असणे महत्त्वाचे आहे. तसेच इतर विषारी किंवा अपायकारक वायू नसावेत. जैविक प्रदूषण म्हणजे जिवाणू, विषाणू,बुरशीचे गोल, इतर प्राणी यांचे अस्तित्व. या प्राण्यांच्या अवशेषातून प्रथिनांच्या रेणूचे प्रदूषण होऊ शकते. असे भौतिक, रासायनिक किंवा जैविक प्रदूषण मानवाच्या अस्तित्वाला धोका निर्माण करू शकते. त्यामुळे प्रकृतीस्वास्थ्यासाठी स्वच्छ वातावरणाचे मोठे महत्त्व असते. वनस्पती आणि प्राणी यांचा समतोल आवश्यक असतो. कारण वनस्पती प्राण्यांना आहार आणि प्राणवायू पुरवतात, उलटपक्षी प्राण्यांमुळे वनस्पतींची बीजे दूरवर पसरली जाऊ शकतात.

असा समतोल राखण्याचा प्रयत्न निसर्गात होतच असतो. प्राण्यांच्या मलविसर्जनापासून वृक्षवल्लरींना उपयुक्त खत मिळते. प्राण्यांची मृत शरीरे जमिनीला नत्र  देतात. मृतांच्या चयापयातून फळे आणि अन्न प्राण्यांना मिळते. सूर्यकिरणांमुळे मिळालेल्या उर्जेमुळे वृक्षांमध्ये अन्नाची निर्मिती होत असताना प्राणवायू आसमंतात स्रवला जातो. या दृष्टीने प्राणिमात्र आणि वृक्ष यांचे संबंध पूरक आहेत. काही जनावरे शाकाहारी असतात. त्यांची संख्या प्रमाणाबाहेर वाढली, तर सर्व झाडे-झुडपे-पाला-फळे नष्ट होतील. त्याकरता निसर्गात काही प्राणी मांसाहारी आहेत. रानात नुसती वानरे किंवा गाई बैल असले, तर काही

काळाने वृक्षसंपदा नष्ट होईल, मग हे वानर काय खातील? वानरांची संख्या मर्यादित राहण्यासाठी वाघ-सिंहासारखी श्वापदेही आवश्यक असतात, म्हणजे वानरांची संख्या अमर्याद होत नाही. अशाप्रकारे वनस्पती, शाकाहारी आणि मांसाहारी प्राणी यांच्यात समतोल टिकेल. आपली प्रकृती सांभाळण्यासाठी वातावरणातला तोल टिकवून ठेवणे आवश्यक आहे. फार जंगल माजले, तर आपल्याला राहायला भूतकाळ शिल्लक राहणार नाही. उलटपक्षी सर्व झाडे नष्ट झाली, तर आपण उपाशी राहू आणि प्राणवायू पुरेसा मिळणार नाही. काही जिवाणू-विषाणू देखील आपल्याला उपयुक्त असतात. अनेक प्राणी आपल्या अस्तित्वाला मदत करतात. त्यांची जोपासना आवश्यक आहे. त्या जोपासनेतून समतोल राखण्यास मदत होईल.

वातावरणातील घातक भौतिक बदलांना थांबविणे आजमितीला शक्य नाही; परंतु या बदलांचा सुगावा लागला, तर त्यापासून बचाव करण्यासाठी उपाययोजना करणे शक्य आहे. वादळे, महापूर, त्सुनामी, भूकंप यांची आगाऊ सूचना मिळाली, तर बरीच हानी टाळता येईल. योग्य ठिकाणी विजेचे वाहक बसवून वीज पडण्यापासून आपला बचाव करता येईल. अवर्षणापासून बचावासाठी पाण्याचे तलाव आधीच बांधून ठेवता येतील. बर्फाचा वर्षाव होणार असे कळले, तर शेकोट्या पेटविण्याची तयारी करून ठेवता येईल. आज शास्त्रामध्ये अशा प्रकारचे संशोधन चालू आहे. अनेक प्रकारच्या भौतिक अपघात घटनांचा सुगावा लागण्याची शक्यता निर्माण करण्यात शास्त्रज्ञांना यश आलेले आहे. एक प्रकारे हे भौतिक प्रदूषण बहुतांशी मानव निर्मित आहे. ते टाळणे मानवाच्या हाती आहे. ते म्हणजे ध्वनी प्रदूषण होय. बहुतेक वेळा निर्माण झालेला आवाज मानवाकडूनच झालेला असतो आणि बहुतेक वेळा तो टाळता येण्याजोगा असतो. वाहनांचे हॉर्न वाजविणे, पंख्याचा आवाज येणे, रेडिओ आणि टीव्ही मोठ्याने लावणे. सी.डी. आणि टेपस् या आवाज, गाड्यांचे ब्रेक्स, विमानांचे आवाज इत्यादी मानव निर्मित आहेत आणि प्रत्येक वेळी या आवाजाची निर्मिती रोखण्याचा प्रयत्न शक्य आहे. त्याचप्रमाणे धूळ, धूर, फुलांचे पराग यांचे प्रमाण देखील कमी करण्याचा प्रयत्न सतत झाला पाहिजे.

विडी व सिगारेट ओढणारी व्यक्ती १० टक्के धूर आत ओढून ९० टक्के धूर बाहेर टाकत असते. तसेच गिरण्या धूर टाकत असतात. वणवे पेटतात. इंधन म्हणून गोवऱ्या आणि ओली लाकडे वापरली जातात. दिवाळी आणि इतर सणात फटाके उडवले जाते, या सगळ्यांबरोबर रसायनिक धूर आसमंतात पसरतो. भूकंपाबरोबर राख पसरते. या साऱ्यांनी हवेत प्रदूषण होते. या सर्वांचा प्रकृतीवर अनिष्ट परिणाम होतो. हवेत मोठ्या प्रमाणात फुलांचे पराग पसरल्याने

‘हे फीव्हर’ नावाचा त्रास होतो. धुळीमुळे होणारे प्रदूषण नाक-घसा-डोळे-श्वासनलिका आणि त्वचा अशा अनेक आजारांचे कारण असू शकते. पार्थेनियम (काँग्रेस गवत) या फुलांच्या परागामुळे त्रासदायक त्वचा विकार होतात. घर बांधणी चालते तेथील वातावरणात सिमेंटचे कण पसरतात. दगडाच्या खाणींच्या परिसरात सूक्ष्म रेतीच्या कणांनी फुप्फुसांना अपाय होतो. अशा भौतिक आणि रासायनिक प्रदूषणांच्या जोडीला जैविक प्रदूषण देखील हानिकारक ठरते.

बरेच संसर्गजन्य आजार विषाणू आणि जिवाणू यांच्या संपर्काने होतात. देवी, कांजिण्या, गोवर, पोलिओ, डेंगी ताप, इन्फुएंझा, रोटा व्हायरसमुळे होणारे जुलाब हे सारे विषाणूंमुळे होणारे आजार वातावरणातील प्रदूषणांमुळे होतात. कॉलरा, टॉयफॉईड, स्ट्रेप्टोकॉकल घशाचा दाह, प्लेग, क्षय हे आजार जिवाणूंमुळे पसरतात. हे पसरणे वातावरणातील प्रदूषणांतून होते. शिवाय डास चावल्याने मलेरिया, फायलेरिया, डेंगी ताप, इन्केफेलायटिस असे आजार पसरतात. माशांमुळे टॉयफॉईड, कॉलेरासारख्या आजारांच्या साथी पसरतात. झुरळांमुळे गॅस्ट्रोसारखे आजार पसरतात. साप, विंचू अशा प्राण्यांच्या दंशाने मृत्यू ओढवू शकतात. आपल्या वसतीस्थानी असे जैविक प्रदूषण असणार नाही याची काळजी घेणे आवश्यक आहे.

वातावरण शांत असावे, स्वच्छ असावे. तापमान सुखद असावे. आर्द्रता आवश्यक तेवढी असावी. आजूबाजूला अकारण होणारे आवाज नसावेत. शेकोटी पेटविणे किंवा इतर मार्गांनी धूर पसरू नये. मलमूत्र विसर्जन योग्य प्रकारे होत आहे, याची खबरदारी सर्वांनी घेतली पाहिजे. राहण्याची जागा प्रत्येक व्यक्तीला पुरेशी अशी असावी. व्यक्तिगत आणि सामाजिक स्वच्छतेला पर्याय नाही, हे ध्यानात घ्यावे.

**– डॉ. ह. वि. सरदेसाई**

# शिशू-बालविभाग

**डॉ. सुनील बाहुबली शहा**

**शिक्षण** : लहान खेड्यातील, मराठी माध्यमातून प्राथमिक शिक्षण.
**उच्च शिक्षण** : एम. डी. डी. सी. एच. (बालचिकित्सक)
विशेष प्राविण्यासह, मुंबई.
बालचिकित्सक म्हणून गेली ३० वर्षे मुंबईत कार्यरत.

**फोन नं.** : ०२२-३२९४७६५१

# बालरोगशास्त्र म्हणजे नेमके काय?

पीडिॲट्रिक्स (Paediatrics) याला मराठीत 'बालरोगशास्त्र' असे म्हणतात. माझ्या मते हा शब्दप्रयोग चुकीचा आहे. यातील रोग शब्द काढून, पीडिॲट्रिक्स याला 'बालचिकित्सा' आणि पीडिॲट्रिशन याला 'बालचिकित्सक' म्हटले पाहिजे. जन्मलेल्या बालकांपासून १८ वर्षापर्यंतच्या मुलांच्या शारीरिक, मानसिक आणि शैक्षणिक अशा समस्यांचे निराकरण करणे, ही बालचिकित्सकाची जबाबदारी आहे.

भारताच्या एकूण लोकसंख्येच्या प्रमाणात १४ वर्षांखालील मुलांची संख्या ४२ टक्के आहे, तर जवळपास ५० टक्के लोकसंख्या १८ वर्षांखालील मुलांची आहे. त्या प्रमाणात मुलांच्या समस्यांकडे लक्ष दिले जात नाही. अंदाजपत्रकातील छोटासा हिस्सा बालकांचे आरोग्य, शिक्षण, खेळ इत्यादींसाठी वापरला जातो. कुठल्याही मोठ्या हॉस्पिटलमध्ये ५ ते १० टक्के खाटांसुद्धा बालकांसाठी नसतात.

बालचिकित्सकाकडे बऱ्याचवेळा निरोगी बालकेही येतात. त्यांची शारीरिक आणि मानसिक वाढ तपासणे, तसेच लसीकरण पुरे करणे आणि बाळाच्या आहाराबद्दल सल्ला देणे इत्यादी कामे असतात.

तुमच्या बाळाचा डॉक्टर कसा ठरवाल?

१) तो त्याच्या कामात निपुण असावा.

२) घरापासून जवळ असावा आणि तुमचा त्याच्यावर पूर्ण विश्वास असावा.

३) उपचार पद्धती फार महाग नसावी. तो फार व्यग्र (Busy) नसावा. त्याच्याकडे तुमच्यासाठी वेळ असावा.

४) तो रागीट अथवा तुसडा नसावा.

तो त्याच्या क्लिनिकव्यतिरिक्त एखाद्या मोठ्या हॉस्पिटलला अथवा नर्सिंगहोमला

जाणारा असावा, म्हणजे तातडीच्यावेळी (emergency) त्याचा उपयोग येईल.

बाळंतपणाच्यावेळी जर बालचिकित्सक हजर असेल, तर फारच उत्तम; अथवा २४ तासांमध्ये त्याने बाळाला तपासाणे आवश्यक आहे. त्यानंतर गरज वाटल्यास परत तपासावे; अथवा बाळ १५ दिवसांचे झाल्यानंतर एकदा तपासावे. त्यानंतर बाळ एक वर्षाचे होईपर्यंत दर महिन्याला तपासावे. त्यामध्ये बाळाचे वजन, डोक्याचा घेर, शारीरिक आणि मानसिक वाढ या गोष्टींकडे लक्ष ठेवता येते आणि लसीकरण पूर्ण करता येते. त्यानंतर बाळ २ वर्षांचे होईपर्यंत दर २ महिन्यांनी त्याला दाखवावे. दोन वर्षांनंतर ५ वर्षांपर्यंत दर ३-४ महिन्यांनी दाखवावे. त्यानंतर दर वर्षात एकदा तरी दाखवावे. बाळ ५ वर्षांचे झाल्यावर त्याला डोळ्यांच्या आणि दातांच्या डॉक्टरांना दाखवावे. गरज वाटल्यास 'Audiogram' (ऐकण्याची क्षमता)ची तपासणी करून घ्यावी.

बाळ जास्त आजारी असेल, त्या वेळी त्याला consulting ला नेण्यापेक्षा सरळ तुमचे डॉक्टर ज्या नर्सिंगहोममध्ये अथवा हॉस्पिटलमध्ये जातात तेथे घेऊन जावे. शक्यतो आजार वाढून रात्री बाळ अत्यवस्थ होईपर्यंत थांबू नये. हे महाग आणि धोकादायक ठरू शकते. तुम्हाला अगदी पोरकट वाटणारे प्रश्नसुद्धा विचारा, संकोच करू नका. तसेच प्रत्येक गोष्टीच्या खर्चाचा अंदाज घ्या. उदा. लसीकरण, हॉस्पिटलचा रोजचा खर्च, वगैरे.

आजकाल self investigation & self treatment यांची फॅशनच आली आहे. बऱ्याच वेळा बाळाचे आईवडील त्यांना वाटतील त्या pathological tests, एक्स-रे वगैरे करून घेतात. मात्र त्या फायदा होत नाही; बाळासाठी आवश्यक असणाऱ्या तपासण्या परत करून घ्याव्या लागतात.

फुकटचा सल्ला देण्याची आणि घेण्याची बऱ्याच लोकांना सवय असते. त्यामध्ये शेजारी-पाजारी, मालिशवाली बाई, घरचे लोक, केमिस्ट आणि इंटरनेटवरील माहिती यांचा समावेश होतो. हे धोकादायक आहे. आपल्याकडे काही चांगल्या पद्धती आहेत. उदा. १-२ वर्षे अंगावरचे दूध पाजणे, तेलाने मालीश करणे आणि बाळाला आईच्या कुशीत झोपवणे हे चालू ठेवावे. काही पद्धती बिनत्रासाच्या आहेत. उदा. गालाला व तळपायाला काजळ, तीट लावणे, तर काही पद्धती धोकादायक आहेत. जसे नाळ कापल्यानंतर शेण लावणे, बाळ जन्मल्यानंतर साखरपाणी अथवा वरचे दूध पाजणे. कान-नाक यात तेल घालणे. स्तन पिरगळून दूध काढणे हे टाळावे. समजा तुम्हाला दुसऱ्या एखाद्या डॉक्टरांचे मत घ्यायचे असल्यास तुमच्या डॉक्टरांना सांगून 'सेकंड ओपिनियन' घ्यायला हरकत नाही. त्यामध्ये तुमच्या डॉक्टरांना वाईट वाटण्याचे कारण नाही; पण ही सवय होऊ देऊ नका.

आयुर्वेद, होमिओपथी, नॅचरोपथी, अॅक्युप्रेशर, तिबेटियन वगैरे उपचारपद्धती आहेत. सर्वच पद्धतींचे चांगले-वाईट परिणाम होतात. कोणतीही पद्धत १०० टक्के सुरक्षित नाही.

बाळाची आई अथवा सांभाळणारी व्यक्ती डॉक्टरांना बाळाबद्दल सर्व माहिती सांगू शकते. त्यामुळे त्यांनी बाळाबरोबर असणे गरजेचे आहे. सर्व माहिती डॉक्टरांना द्यावी. सर्व औषधे नीट समजावून घेऊन बरोबर मात्रेत द्यावीत. औषधे पूर्ण दिवस द्यावीत; बाळाला बरे वाटले म्हणून औषधे मधेच बंद करू नयेत. शिल्लक राहिलेली औषधे डॉक्टरांना न विचारता वापरू नयेत. हल्ली सर्व जण केमिस्टकडे जाऊन तापाचे, खोकल्याचे औषध विकत आणतात आणि वापरतात. हे बाळासाठी धोकादायक आहे. काही सर्वसामान्य औषधे उदा. ताप, उलटी, सर्दी, पोटदुखी, नाक बंद, कान दुखणे इत्यादींसाठी डॉक्टरांकडून लिहून घ्यावीत. रात्री-बेरात्री त्रास झाल्यास ती वापरावीत आणि दुसऱ्या दिवशी बाळाला डॉक्टरांना दाखवावे.

डॉक्टरांना उगीचच फोन करू नये. हल्ली डॉक्टरांचा अर्धा वेळ फोन घेण्यातच जातो. फोनवर फक्त इमर्जन्सी असेल तरच बोलावे. फोनवर मोजकेच बोलावे. फोन करण्याअगोदर पेन-पेन्सिल-कागद जवळ ठेवावा आणि सांगितलेल्या औषधांची नावे नीट लिहून घ्यावीत. फोन करण्यासाठी मध्यरात्रीपर्यंत थांबू नये. डॉक्टरही माणूसच आहे, हे लक्षात घ्यावे. त्यांनासुद्धा घरदार, बायका-पोरं आणि झोप असतेच.

प्रत्येक आजार आणि प्रत्येक रोगी वेगळा आहे. डॉक्टर त्यांच्या परीने रुग्णाला ठीक करण्याचा आटोकाट प्रयत्न करत असतात. त्यात त्यांना प्रत्येक वेळी यश येईलच असे नाही. प्रत्येक रोगाचा ठीक होण्याचा एक कालावधी असतो. तो समजावून घ्यावा. २४ तासांत सर्व रोग ठीक होत नाहीत. तरी तुमच्या बाळाचा रोग, तो बरा होण्यासाठी लागणारा कालावधी, खर्च आणि इलाज याबद्दल डॉक्टरांशी चर्चा करावी. तुमच्या डॉक्टरांना परमेश्वर मानू नका. तोही तुमच्यासारखाच एक माणूस आहे.

**– डॉ. सुनील बी. शहा**
बालचिकित्सक

# गर्भारपण आणि नवजात बालक

पहिल्या बाळंतपणात आईचे वय २० ते ३० वर्षांच्यामध्ये असावे. शक्य असल्यास लग्नाअगोदर समुपदेशन करावे. नात्यात लग्न टाळावे. त्याने बाळाला व्यंग येऊ शकते. घराण्यात काही आनुवांशिक रोग असल्यास डॉक्टरांना सांगावे. आईवडिलांची शारीरिक, मानसिक आणि आर्थिक तयारी झाल्यावर बाळ होण्याचा निर्णय घ्यावा. एकदा बाळ झाल्यानंतर घराचे सर्व वेळापत्रक उलटेपालटे होणार आहे हे लक्षात घ्यावे. प्रसूतिपूर्व आईची पूर्ण तपासणी करावी आणि तिला चौरस आहार, शारीरिक विश्रांती आणि मानसिक आनंद द्यावा. वडिलांनी पण समुपदेशनात सामील व्हावे. घरामध्ये काही व्यंग अथवा अनुवांशिक आजार अथवा आईचे वय ३५ च्या वर असेल तर 'Genetic counselling' गरजेचे आहे. स्तनपानाबद्दल पूर्ण माहिती घ्यावी. स्तनाग्रे जर आत असतील, तर रोज तेल लावून बोटांनी ओढायला शिकून घ्यावे. गर्भारपणात पहिल्या ३ महिन्यांत शक्यतो औषधे, आजारी माणसांचा सहवास, गर्दीची ठिकाणे टाळावीत, कुत्र्या-मांजरांपासून दूर राहावे. घरात कोणी सिगारेट ओढू नये आणि आईने तंबाखू, दारूपासून दूर राहावे.

पहिलं बाळंतपण रिवाजाप्रमाणे माहेरी असते. पण बऱ्याच वेळा त्यासाठी छोट्या खेड्यात पाठवले जाते. तिथे पूर्ण सोय नसते. जर काही अडचण निर्माण झाली, तर आई आणि बाळाला धोका होऊ शकतो.

बाळ जन्मल्यानंतर लगेच रडले नाही, तर मंदबुद्धी होऊ शकते. त्यासाठी कमीतकमी पहिले बाळंतपण तरी पूर्ण सोय असलेल्या मोठ्या हॉस्पिटलमध्येच करावे. नंतर आरामात बाळ आणि बाळंतिणीला माहेरी घेऊन जावे. मुलगा अथवा मुलगी फरक न करता अपत्य प्राप्तीमध्ये आनंद मानावा. दोन बाळंतपणामध्ये २-३ वर्षांचे अंतर असावे.

बाळ जन्मल्यानंतर खोलीतील वातानुकूलन संच, पंखा बंद करावा आणि बाळाला कपड्यात लपेटून उबदार ठेवावे. बाळंतपणानंतर अर्ध्या तासाने बाळाला आईच्या पोटावर उपडे ठेवले, तर बाळ स्तनाकडे सरकते आणि दूध पिण्यास सुरुवात करते. याला 'Breast Crawl' म्हणतात. बाळाला आईजवळच राहू द्यावे. त्यामुळे नवजात बालक उबदार राहते, आईचे लक्ष राहते, प्रेम वाढते, पान्हा फुटतो आणि इतर बाळांपासून होणारे संसर्गजन्य रोग बाळाला होत नाहीत.

बाळंतपण शक्यतो हॉस्पिटलमध्येच करावे, ते हॉस्पिटल सर्व सोयींनी युक्त आणि जवळ असावे. ते 'Baby Friendly' असावे.

आपल्या देशात जन्मजात बाळाचे सरासरी वजन २.८ किलो ते ३ किलो असते.

**नवजात बालक**

जन्मल्यानंतर बाळ लगेच रडते आणि ३०-४० मिनिटं जागे असते. त्या वेळेस आईने त्यास जवळ घेतल्याने प्रेम वाढते. त्याचे नाक चपटे असते. डोक्याचा आकार वेगळा असू शकतो. बाळ हातपाय शरीराजवळ घेते, ते ओढून सरळ करण्याचा प्रयत्न करू नये.

नवजात बालकाच्या अंगावर बारीक लव असते आणि पांढरा चिकट पदार्थ असतो. तो घासून-पुसून काढू नये. तो हळूहळू जातो. हॉस्पिटलमध्ये बाळाला अंघोळ न घालता त्याला चांगल्या मऊ सुती फडक्याने पुसून घ्यावे. अंगावर आणि पार्श्वभागावर काळे-निळे चट्टे असतात. त्याला 'mongolian spots' म्हणतात. ते आपोआप १-२ वर्षांत जातात. कधीकधी पापण्यांवर, कपाळावर, मानेवर वा शरीरावर लाल चट्टे (Haemangioma) असतात. ते बऱ्याचदा आपोआपच जातात. तोंडावर बारीक पुरळ (Milia) असू शकते, ते पण जाते. डोक्याचा आकार वेगवेगळा असू शकतो. हे सर्व कालांतराने ठीक होते.

डोळे चिकटल्यास आईचे दूध घालून चिकटपणा दूर करावा. गरज वाटल्यास 'Antibiotic eye drop' घालावेत. बाळ सहा महिन्यांनंतर सरळ बघत नसेल, अथवा त्याला नीट दिसत नसेल, तर डोळ्यांच्या डॉक्टरांना दाखवावे. डोळ्यात काजळ अथवा सुरमा घालू नये. त्यात शिसे असू शकते; असे केल्याने डोळ्याला इजा होऊ शकते.

नवजात बालकांची स्तने मोठी असतात. त्यातून दूध येऊ शकते (आईच्या हार्मोन्सचा परिणाम), स्तन पिरगळून ते दूध काढू नये. त्यामुळे गळू होण्याची भीती असते.

बेंबीचा भाग स्वच्छ आणि कोरडा ठेवावा. स्पिरीटने अथवा Euduecologne याने साफ करून उघडा ठेवावा. फडके अथवा कमरपट्ट्याने तो बांधू नये. बेंबीला जो फुगा असतो, त्याला 'Umbilical Hernia' म्हणतात. तो कशानेही बांधू नये. ९९ टक्के मुलांमध्ये नैसर्गिकरीत्या पाच वर्षांपर्यंत तो फुगा ठीक होते. बाळाचे वजन पहिल्या आठवड्यात १० टक्के पर्यंत कमी होते आणि १५ दिवसांपर्यंत परत जन्मलेल्या वजनाएवढे होते. त्यानंतर दररोज कमीत कमी २० ग्रॅम वजन वाढते का, ते पाहावे. पाच महिन्यानंतर दुप्पट आणि १ वर्षानंतर तिप्पट होते. बाळाची लांबी २० इंच असते. एक वर्षात ३० इंच होते. वय वर्षे दोन असलेल्या बाळाच्या उंचीला २ ने गुणले असता, मोठे झाल्यावरची (१८-२० वर्षांत होणारी उंची) उंची मिळते. डोक्याचा घेर सुरुवातीला १३ इंच असतो, तो एका वर्षात १८ इंच होतो.

बाळाच्या अंडकोषाच्या (वृषण) पिशवीचा आकार मोठा असतो. कधीकधी सूजपण असते, पण ती आपोआप ठीक होते. शिश्नावरची चामडी मागे जात नाही, तेव्हा प्रयत्न करू नये.

मुलींमध्ये योनीचा आकार मोठा असतो आणि त्यातून सफेद चिकट द्राव, तर कधीकधी रक्तपण येऊ शकते. त्यासाठी उपचार करण्याची गरज नाही.

३० ते ५० टक्के बालकांना हलकीच कावीळ होते, ती आपोआप जाते.

नाक, कान काडी घालून साफ करू नयेत, इजा होऊ शकते. नाकात, कानात तेल घालू नये. तेलामुळे Pneumonia होण्याची भीती असते. कान फुटला तर कानाच्या मधल्या भागामध्ये (Middle Ear) तेल जाऊ शकते. नवजात बालकात शिंकणे, उचकी, जांभई, श्वसनाचा कमी-जास्त वेग वगैरे नैसर्गिक असते. जन्मल्यानंतर २४ तासांत लघवी होते आणि शौचास होते का, याकडे लक्ष ठेवणे आवश्यक आहे. बाळासाठी रात्र आणि दिवस हा फरक नसतो. बाळ ३ ते ४ महिन्यांपर्यंत रात्री झोपायला आणि दिवसा जागे राहून खेळायला शिकते.

बाळाने थोडी ओकारी काढणे अथवा ७-८ वेळा चिरकणे, लघवी करणे हे नैसर्गिक आहे. जर वजन चांगलं वाढत असेल, तर काळजी करू नये. सू आणि शी करण्याअगोदर थोडा जोर लावणे आणि रडणे हेपण नैसर्गिक आहे. पहिले ४-५ महिने बाळ खूप वात (पादणे) सोडते. कित्येक बाळं संध्याकाळी वा रात्री रडतात, त्या वेळी खांद्यावर ठेवून थोपटावे. ३-४ महिन्यांनंतर ठीक होतात. बाळाची जीभ 'Glycerine'ने साफ करायची गरज नसते.

पहिले ७-८ दिवस बाळाला साध्या पाण्याने अंघोळ घालावी. नंतर साबण वापरू शकता. पावडर टाळावी. Allergy होऊ शकते. आठ दिवसांनंतर मालीश करू शकता. कोठलेही तेल चांगले, तिळाचे अथवा खोबरेल तेल उत्तम. मालीश हळुवारपणे करावी; खेचाखेची नको. टाळूवर तेल थापल्याने टाळू भरत नाही. मालीश आनंददायक असावी आणि शक्यतो ती आईनेच करावी. अंघोळीचे पाणी कोमट असावे. त्यात डेटॉल वगैरे घालू नये.

बाळाला धुरी देण्याची काही गरज नाही. त्याने सर्दी-खोकला होऊ शकतो आणि हवेचे प्रदूषण वाढते. कपडे सुती आणि २-३ वेळा धुतलेले असावेत. घरी बनवलेले लंगोट वापरावेत. Pampers वापरू नयेत. पुरळ येऊ शकतात; तसेच Pampers चे विघटन होण्यास कित्येक वर्षे लागतात. आपले लंगोट पर्यावरणासाठी उत्तम आहेत. काही बाळांना गुंडाळलेले आवडते, तर काहींना आवडत नाही. त्याची आवडनिवड जपा. बाळाला हात लावण्यापूर्वी आणि संडास धुतल्यानंतर हात धुवावेत. बाळाला पाणी, ग्राईप वॉटर, डेंटॉनिक, साखरपाणी, बाळकडू वगैरेची गरज नसते. बदाम, खारीक उगाळून देऊ नये.

**– डॉ. सुनील बी. शहा**

बालचिकित्सक

# आहार

पहिल्या सहामहिन्यांपर्यंत शक्य असल्यास फक्त अंगावरचे दूध द्यावे; पाण्याचीसुद्धा गरज नसते. पाच-सहा महिन्यांनंतर कुस्करलेली केळी, आंबा, पपई, चिकू, सफरचंद अशी फळे, तांदळाची खिचडी, मुगाच्या डाळीची मऊ खिचडी, रव्याची पेज इत्यादी पदार्थ देण्यास सुरुवात करावी. बाजारात

मिळणारे डबाबंद अन्न टाळावे. बाळाला उकळून गार केलेले पाणी चमचा अथवा कपाने पाजावे. बाळाला रोज बाहेरचे दूध अर्धा लीटरपेक्षा जास्त देऊ नये. बाटली तर नकोच. दही, पनीर, चीज चालेल. एका वेळी एकच सुका

पदार्थ चालू करावा. हळूहळू प्रमाण वाढवावे. पहिले काही दिवस तो थुंकेल. त्याची काळजी करू नका. याचा अर्थ असा होत नाही की, तो पदार्थ त्याला आवडत नाही. काही दिवसांनी तो गिळायला शिकेल.

जबरदस्तीने काही खाऊ घालू नका. खाण्यासाठी बाळाला आग्रह करू नका. त्याच्या पाठीमागे ताट घेऊन फिरू नका. एका जागी बसून खाण्याची सवय करा. सुरुवातीला बाळ तुमच्या मांडीत बसून खाईल. त्यानंतर त्याला एका जागी बसून खायची सवय लावा. टीव्ही बघत खायची सवय करू नका. ती वाईट आहे.

दीड-दोन वर्षाचं बाळ घरात बनवलेले सर्व अन्न (कमी तिखट) स्वतःच्या हाताने खाऊ शकते. त्याला तसे खाऊ द्यावे. कपडे खराब होतील, सांडासांड होईल, म्हणून भरवू नका.

एक वर्षापर्यंत बाळाची वाढ झपाट्याने होत असते. पहिल्या वर्षात बाळाचे वजन २०० टक्क्यांनी वाढते. दुसऱ्या वर्षात १० टक्के वाढते. त्यामुळे भूक मंदावते. त्यासाठी भूक लागण्याचे टॉनिक देण्याची गरज नाही. हे सर्व नैसर्गिक आहे. एखाद्या दिवशी भूक कमी-जास्त होते. तसेच बाळ १ वर्षानंतर नाऽनाऽ म्हणायला शिकते. आपण सांगू त्याच्या बरोबर विरुद्ध वागते. वाईट वाटून घेऊ नये. पण वरचेवर थोडे थोडे खायला द्यावे. सुका मेवा खाऊ द्यावा. गोळ्या, चॉकलेट, बिस्किटे टाळावीत. फळांच्या रसाऐवजी फळे खाऊ द्यावीत; त्यातून तंतूमय पदार्थ (फायबर) मिळतात. फळांचा रस, सूप, नारळ पाणी, दूध इत्यादी पातळ पदार्थांनी पोट भरते, पण कॅलरीज कमी मिळतात. त्या ऐवजी घट्ट अन्न द्यावे. अंडे उकडून द्यावे. बाहेरचे अन्नपदार्थ, डबाबंद अन्न टाळावे. सफेद ब्रेड, मॅगी खाणे टाळावे. सकाळी नास्ता, दुपारी जेवण, संध्याकाळी खाणे, रात्रीचे जेवण असे दिवसातून चार वेळा खायला द्यावे. शीतपेये, कोका, पेप्सी, फ्रुटी इत्यादी देऊ नये. घरातील सर्वांनी एकत्र बसून जेवणाचा आनंद घ्यावा.

मुलांना थोडे-थोडेच वाढा. गरज पडल्यास परत देऊ शकता. त्याच्यासाठी लहान ताट-वाटी द्यावी. लहान-लहान तुकडे करून अन्न द्यावे. त्याच्या आवडीनिवडीचा आदर ठेवावा. तो तुम्हाला बघून शिकत आहे, हे ध्यानात ठेवा.

मोड आलेली कडधान्ये, स्वस्त आणि मौसमी फळे, सर्व प्रकारच्या भाज्या द्याव्यात. चिकू, पेरू, पपया, केळी ही फळे बाराही महिने मिळतात. ती पोषक आणि स्वस्तही असतात.

ज्या गोष्टी घशात अडकू शकतात उदा. शेंगदाणे, वाटाणा, काजू, बदाम इत्यादी ३ वर्षांखालील मुलांना देण्याचे टाळावे.

दोन जेवणाच्यामध्ये सटर-फटर खाणे देऊ नका. बाळाचे अन्न मऊ करण्यासाठी हाताचा, चमच्याचा वापर करा. मिक्सरचा वापर करू नका. आजकाल तीन वर्षांच्या मुलांनासुद्धा आई-वडील मिक्सरमधून बारीक केलेले अन्न देतात; नाहीतर तो उलटी करतो असे म्हणतात, हे सर्व चुकीचे आहे.

बाळ आजारी असतानाही अन्न देणे बंद करू नये. आपल्याकडे नातेवाईक, मित्र घरी आल्यास, 'तुझं बाळ किती बारीक झालं आहे. बघते की नाही त्याला असे म्हणतात.' ही आपल्या देशातील प्रेम दाखविण्याची पद्धत आहे. डॉक्टरांच्या म्हणण्याप्रमाणे जर वजन बरोबर असेल, तर काळजी करू नये.

जेवणानंतर चूळ भरावयास आणि ब्रश करायला शिकवा; अथवा मिठानेही दात साफ करू शकता. बाहेर गेल्यास मुले कुरकुरे, पेपी, बालाजी इत्यादी पदार्थ मागतात, ते पदार्थ देऊ नका.

**आहारविषयक सूचना**

**जन्मापासून एक महिन्यापर्यंत :** आईच्या दुधासारखं उत्तम अन्न नाही. आईचे दूध कमी पडत असेल, **तरच** बाहेरचे दूध द्यावे. दूध भरपूर असेल, तर पहिल्या ६ महिन्यांपर्यंत आईचेच दूध पाजावे. दूध पाजल्यानंतर बाळाला

खांद्यावर घेऊन ढेकर येईपर्यंत थोपटावे. जर गरज पडली तरच गाईचे दूध साईसकट वापरावे. सुरुवातीला म्हशीच्या दुधात तेवढेच (समप्रमाण १:१) पाणी घालून दूध पाजावे. दुसऱ्या महिन्यापासून पाण्याचे प्रमाण कमी करण्यास सुरुवात करावी. तीन महिने झाल्यानंतर पाणी न घालता दूध पाजावे. पावडरचे

दूध तयार करताना १ औंस (साधारणत: ३० मि.ली.) पाण्यात १ माप पावडर घालून दूध करावे.

**दुसरा महिना :** मोसंबी, संत्रे, सफरचंद आदी फळांचा रस बाळाला देण्यास सुरुवात करावी. साधारणत: दूध पिण्याच्या दोन वेळांच्यामध्ये रस द्यावा. सुरुवात २-३ चमचे रसाने करून हे प्रमाण ३ औस पर्यंत हळूहळू वाढवावे.

**तिसरा महिना :** टोमॅटो सूप देण्यास सुरुवात करावी. हे प्रमाण रसाप्रमाणेच २-३ चमच्यापासून हळूहळू वाढवावे.

**चौथा महिना :** डाळीचे पाणी, उकडलेल्या भाज्यांचे पाणी देण्यास सुरुवात करावी. फॅरेक्स, अमूल, नेस्टले, सेरेलॅक यांसारखा घन आहार देण्यास सुरुवात करावी. १ माप पावडरमध्ये पिकलेले मऊ केळे, थोडी साखर आणि दूध यांचे मिश्रण एकजीव करून द्यावे. तसेच तांदूळ वा नाचणीची कांजी द्यावी. भात, डाळ यांची खिचडी द्यावी.

**पाचवा महिना :** उकडलेले बटाटे दह्यात कुस्करून मऊ करून द्यावे. तसेच मटण, चिकन सूप द्यावे.

**सहावा महिना :** रव्याची, साबुदाण्याची खीर, मऊ शिरा, दह्यात मऊ करून इडली किंवा दुधात घालून मऊ केलेली बिस्किटे देण्यास सुरुवात करावी.

**सात ते नऊ महिने :** डाळीच्या पाण्याबरोबर, वरणाबरोबर मऊ भात, अंड्याचा पिवळा बलक, पोळी दुधात मऊ करून द्यावी.

**नऊ महिने ते एक वर्ष :** मऊ भात, खिचडी, शिजवलेली भाजी, मऊ पोळी, वरण यांसारखा आहार देण्यास हरकत नाही.

### • दूध तयार करण्याची भांडी आणि दुधाच्या बाटलीची स्वच्छता

शक्यतो बाटली टाळावी, अगदी इलाज नसेल तरच बाटली वापरावी.

बाटलीत राहिलेले दूध काढून टाकावे. बाटलीचे झाकण आणि बूच वाहत्या पाण्याखाली धरून स्वच्छ करावे. बाटलीत गरम साबणाचे पाणी घालून ब्रशने एकदा धुवून परत साध्या पाण्याने धुवावी आणि कोरडी करावी. बुचाच्या छिद्रामध्ये राहिलेले दुधाचे कण काढण्यासाठी त्यातून पाणी घालावे.

दूध तयार करण्यासाठी बाटल्या, निपल्स, चमचे आणि गाळणी यांचे ४ संच ठेवावेत. या सर्व वस्तू एका स्टेनलेसच्या मोठ्या भांड्यात पाण्यात २० मिनिटांपर्यंत उकळवावी. रबर निपल्स फक्त दोनच मिनिटे उकळवावी. हे चारही संच भांड्यात तसेच थंड होऊ द्यावेत. एका वेळी एक संच वापरावा आणि सर्व संच वापरून झाल्यानंतर पुन्हा उकळावे.

**विशेष सूचना**

- प्रत्येक बालकाची आवड निराळी असते. अन्नाची बळजबरी करू नये.
- येथे सुचविलेले अन्नपदार्थ सर्वच बालके खातील असे नाही.
- कोणताही नवीन पदार्थ बाळाला सुरू करताना प्रथम अगदी थोडा द्यावा. बाळाला तो आवडला, मानवला तरच हळूहळू वाढवावा.
- शक्यतो बाहेरचे पदार्थ टाळावेत.
- पाणी उकळून, गार करून मगच पाजावे.
- दूध तयार करण्याआधी आपले हात साबणाने स्वच्छ धुवावेत.
- बाळाला चोखणी देऊ नये.
- गोळ्या, चॉकलेट खाण्याची सवय लावू नये. त्याने दात खराब होतात.
- नऊ महिने ते १ वर्ष या काळात बाटलीने दूध देणे बंद करावे.

**– डॉ. सुनील बी. शहा**
बालचिकित्सक

# बाळाची वाढ आणि विकास

बाळाच्या वाढीमध्ये त्याचे वजन, लांबी, डोक्याचा घेर दर महिन्याला मोजून आपण त्यावर लक्ष ठेवणे. बाळाच्या विकासाच्या टप्प्यांवर लक्ष ठेवण्यासाठी, त्याच्या लसीकरणासाठी त्याला पहिल्या वर्षात महिन्यातून एकदा डॉक्टरांकडे घेऊन जावे.

बाळाचे जन्मजात वजन ५ महिन्यांत दुप्पट होते आणि एका वर्षात तिप्पट होते. तरुण वयात २० पट होते. दोन वर्षांच्या बाळाची उंची त्याचा प्रौढपणाच्या एकंदर उंचीच्या निम्मी असते. बाळाची वाढ ही सतत चालणारी क्रिया असते. पहिल्या वर्षात झपाट्याने वाढ होते. त्यानंतर वाढीचा वेग कमी होतो.

आपल्या देशात प्रादेशिक फरकामुळे वजनात आणि वाढीत फरक येऊ शकतो. तसेच आईने बाळंतपणात घेतलेली औषधे, झालेले आजारपण (संसर्गजन्य), आईचा आहार आणि बाळ जन्मल्यानंतर झालेले आजारपण,

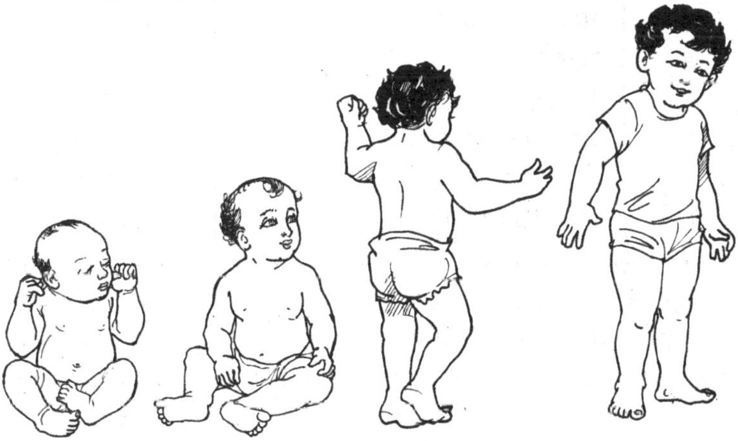

कुपोषण, जंत, पंडुरोग यामुळे वाढ खुंटू शकते. तसेच बाळाला जर प्रेम आणि सुरक्षिततेची भावना मिळाली नाही, उदा. अनाथाश्रमातील बाळे अथवा सतत भांडणारे आई-वडील याचा बाळाच्या वाढीवर परिणाम होतो. पण मुख्यत्वे करून बाळाची वाढ आनुवांशिकतेवर अवलंबून असते.

'कित्येक आई-वडील येऊन उंची वाढवायचे औषध द्या, असे म्हणतात. असे औषध नसते म्हटल्यावर रागावतात किंवा निराश होतात.' टीव्हीवर आणि औषधांच्या बाटल्यांवर दाखविलेली चित्रे पाहून, त्यांची अशी चुकीची समजूत होते.

प्रत्येक बाळ हे वेगळे आहे. त्याच्या वाढीचा आणि विकासाचा वेग वेगळा आहे. इतरांशी त्याची तुलना करू नका. विकासाची प्रक्रिया सतत चालू असते आणि जन्मभर चालत राहते. काही बाळं काही गोष्टी उदा. मान सावरणे, पलटी होणे, बसणे, उभे राहणे, लवकर करतात, तर काही बाळं लवकर बोलायला शिकतात. बहुधा मुली, मुलांपेक्षा सर्व प्रकारच्या विकासाचा टप्पा लवकर गाठतात.

खाली तक्त्यात दाखविलेल्या वेगापेक्षा बाळ फारच मागे पडत असेल, तरच डॉक्टरांचा सल्ला घ्या.

| **वाढीचा व विकासाचा टप्पा** | | |
|---|---|---|
| १ | ओळखून हसणे | दीड ते २ महिने |
| २ | मान सावरणे | ३-४ महिने |
| ३ | पालथे पडणे | ५ महिने |
| ४ | वस्तू पकडण्याचा प्रयत्न करणे | ५-७ महिने |
| ५ | बसणे | ७-९ महिने |
| ६ | धरून उभे राहणे | ९-१२ महिने |
| ७ | चालणे | १२-१८ महिने |
| ८ | अर्थपूर्ण दोन अक्षरी शब्द – आई-बाबा | १ वर्षानंतर |
| ९ | काही शब्द उच्चारणे | १ ते दीड वर्षात |
| १० | दोन शब्दांचे वाक्य | २ ते अडीच वर्षात |
| ११ | तीन शब्दांचे वाक्य | ३ वर्षानंतर |

बाळाला निरनिराळ्या प्रकारच्या संवेदना उदा. संगीत, रंग, फुले, पाने, प्राणी, चित्रे दाखवावी आणि त्याच्या मेंदूला चालना द्यावी. एखादे नवीन कसब शिकल्यानंतर कौतुक करा. पण कुठल्याही गोष्टीचा अतिरेक करू नका. नाहीतर बाळ चिडचिडे होते. हल्ली तर बारा महिन्यांच्या बाळाला पण क्लासला

घालण्याची फॅशन आली आहे.

दात ५-६ महिन्यांपासून अडीच वर्षांपर्यंत कधीही येतात. सर्व मिळून २० दुधाचे दात येतात. ५-६ वर्षांनंतर ते पडायला सुरुवात होते आणि नवीन दात येतात. १२ वर्षांपर्यंत २८ दात येतात आणि १८ वर्षांनंतर ४ अक्कलदाढा येतात.

**ऐकणे –** आवाज केल्यानंतर बाळ प्रतिसाद देते, भांडे आपटल्याचा आवाज, कुकरची शिट्टी, टेलिफोनची घंटी, घराची बेल याला बाळ कसा प्रतिसाद देते ते पाहा आणि गरज वाटल्यास डॉक्टरांना सांगा.

**नजर –** दीड महिन्यांत बाळाला चेहरा कळू लागतो. तो आईला हसून प्रतिसाद देतो.

**मुलांचं शिक्षण**

हल्ली तर दीड वर्षांच्या मुलाला प्लेग्रुपमध्ये घालतात. त्यामुळे बाळाला आई-वडिलांपासून दूर राहण्याची सवय होते; पण वेळापत्रकात अडकावे लागते. आई-वडील मुलांना सोडून निघून गेल्यास त्यांना भीती वाटते (Separation Anxiety), म्हणून सुरुवातीला आईला थांबू द्यावे. बाळ आनंदात रमले, की आईने निघून जावे.

मुलांचा सर्वांगीण विकास हा आनंदात, हसत-खेळत, खात-पीत, नाचत-गात, गाणी म्हणत आनंदात व्हावा. खरे तर, प्रा. राम जोशींनी सांगितले, की 'सहा वर्षांखालील बाळाला औपचारिक शिक्षण देऊ नये. त्यांच्या कोवळ्या वयात, त्यांच्यावर लिहिणे, वाचणे, अंकज्ञान यांची भार घालू नये.'

तीन वर्षांच्या बालकाला आपल्या बोटांचा मेळ बसविता येत नसल्याने त्याला लिहिण्यास भाग पाडू नये. नेहमी घराजवळील शाळेत घालावे म्हणजे येण्या-जाण्यात बसमध्ये त्याचे कित्येक तास वाया जाणार नाहीत. आपला बाळ अभ्यासात मागे पडत असेल, तर पहिल्यांदा आपल्या अपेक्षा अवाजवी तर नाहीत ना, हे पाहावे. त्याचा श्रवणदोष, दृष्टिदोष वगैरे तपासावा. Dyslexia, Hyperativity आहे का ते तपासा. मुलांना लहानपणी लवकर शाळेत घातल्याने त्यांना पाठ, मान, हात दुखणे, पोट दुखणे, तोतरेपणा, चक्कर येणे, बिछान्यात लघवी होणे, अशा तक्रारी सुरू होतात.

लहान मुलाला सकाळी लवकर उठवून, घाईघाईने अंघोळ घालून आणि भूक नसताना झोपेतच दूध देऊन, तयार करावे लागते. बस पकडण्यासाठी पळापळी करावी लागते. शाळेतून आल्यानंतर खाऊन, थोडे झोपल्यानंतर ट्युशनला जावे लागते. तिथून आल्यानंतर ट्युशनचे होमवर्क आणि शाळेचे होमवर्क करण्याने ते थकते. थोडासा टीव्ही बघून ते झोपतो. यामुळे त्याला खेळण्यास वेळच मिळत नाही. हौशी आई-वडील तर त्यांना वेगवेगळ्या हॉबी

क्लासला पाठवतात आणि म्हणतात, 'रविवारी आम्ही बाळाला थोडे खेळूही देतो.' प्रत्येक बाळाला रोज २-३ तास खेळण्याची, शारीरिक श्रमाची गरज असते. त्यासाठी पालकांनी शक्यतो ट्युशन्स आणि त्यांचे होमवर्क बंद करून स्वत: शिकवावे. टीव्ही, कॉम्प्युटर, मोबाईलवर फार वेळ खेळू देऊ नये. या सर्व गोष्टींबरोबरच बाळाला जर बाहेरचे सटर-फटर खाणे दिले, तर ते लठ्ठ होणारच आणि मोठेपणीही त्याला मधुमेह, हृदयविकार, उच्च रक्तदाबाचे रोग होण्याची शक्यता वाढते. शक्य झाल्यास आपल्या मातृभाषेतच शिक्षण द्यावे.

**बाळ काय सांगण्यासाठी रडते?**

बाळ तुम्हाला काहीतरी सांगायचे असले म्हणजे रडू लागते. त्याला काहीतरी तक्रार करायची असते. सुरुवातीचे काही महिने रडणे त्याची भाषा असते.

बाळाच्या रडण्याबद्दल बरेच निरर्थक गैरसमज आहेत. उदा. बाळ खोडकर असले, तर रडते किंवा आपल्याला कुणीतरी उचलून घ्यावे अशी त्याची इच्छा असते आणि तसं कराल तर ते बिघडेल. एक दुसरा गैरसमज असाही आहे की, तान्ह्या मुलानं रडणं हे चांगलं असतं. त्यामुळे त्याची फुफ्फुसे बळकट होतात.

परंतु संशोधनाअंती असे सिद्ध झाले आहे की, सुरुवातीच्या महिन्यांमध्ये ज्या मुलांच्या रडण्याकडे त्यांची आई लगेच लक्ष देते, त्या मुलांचे रडण्याचे प्रमाण नंतर खूपच कमी होते. याउलट ज्या मुलांच्या रडण्याकडे दुर्लक्ष केले जाते, ती मुलं सुमारे चार महिन्यांची झाल्यावर जास्तच रडू लागतात. पहिले सहा-आठ महिने बाळाच्या तक्रारींकडे तत्काळ लक्ष दिले पाहिजे. कारण त्यामुळे आई आणि बाळ यांचे नाते अधिक भरवशाचे बनते. बाळाच्या रडण्यामागे असणारी काही शक्य कारणे –

**भूक**

हे सर्वांत सामान्य कारण आहे आणि बाळाला पाजले की, ते लगेच दूर होते.

**दुखणं**

बाळाच्या पोटात कदाचित वात (गॅस) झाला असावा. त्याला खांद्यावर घ्या आणि त्याची पाठ थोपटा किंवा त्याला कुठेतरी काहीतरी दुखत-खुपत असावं, काही चावलं-बिवलं असावं. नाहीतर त्याला खूप उकडत असावं किंवा थंडी बोचत असावी.

**त्यानं ओलं केलंय का?**

पुष्कळ मुलांना ओला आणि माखलेला लंगोट आवडत नाही, म्हणून त्याची तक्रार ती रडून सांगतात.

**एकटेपणा**

कदाचित बाळाला मन:शांतीसाठी आणि आरामासाठी तुमची गरज असेल.

इतरांनी आपल्याला जवळ उचलून घ्यावं, असं बऱ्याच मुलांना वाटतं आणि त्यांची ही गरज भागली म्हणजे त्यांना खूप समाधान वाटते.

**कंटाळा**

काही मुलांना दिवसभर माणसांमध्ये राहावेसे वाटते. तेव्हा बाळाला शक्यतो अशा जागी झोपवावे जेथून तुम्ही सतत त्याच्या नजरेस पडाल, तुमचा आवाज त्याला ऐकता येईल.

**कपडे काढणे.**

काही मुलांना कपडे काढणे आवडत नाही. उघड्या शरीरावर येणाऱ्या हवेची त्यांना भीती वाटते. तेव्हा बाळाच्या उघड्या छातीवर आणि पोटावर एखादा टॉवेल, शाल वा असाच काही कपडा टाकावा. त्याने बाळाला खूप समाधान वाटेल.

**अवाजवी चंचलता**

काही मुले अवाजवी चंचलतेमुळे दमतात आणि रडू लागतात. बाळ पूर्णपणे जागं आणि खेळायच्या नादात असेल, तेव्हाच त्याच्याशी खेळा. त्यालाही शांतता आणि झोपेची गरज असते, हे विसरू नका. बाळ जास्त दमले की चिडचिडे होते.

तुम्ही तुमच्या बाळाला जितकं जास्त समजू शकाल तितक्या लवकर त्याच्या रडण्याचे कारणही तुम्हाला कळू लागेल. अर्थात सुरुवातीला काही तर्क करूनच चालावे लागते. परंतु त्या काळात बाळाची गरज तत्काळ ओळखून त्याला आराम देण्याचा योग्य उपाय केलात, तर पुढे बाळ रडण्याऐवजी इतर मार्गाने आपलं म्हणणं तुम्हाला सांगण्याचा जात्याच प्रयत्न करू लागेल.

**– डॉ. सुनील बी. शहा**

बालचिकित्सक

# बाळाची नियमित घ्यावयाची काळजी

**रात्रभर निवांत झोप**

आरंभीची काही वर्षे बाळाला झोपविताना आई-वडिलांना नाकीनऊ येतात आणि बहुतेकांना स्वत: अर्धवट झोपेवर भागवून घ्यावे लागते.

चला, यावर उपाय शोधू या. रात्री तुमच्या बाळाची गाढ झोप ही फक्त त्याला स्वत:लाच नव्हे, तर तुम्हालाही आवश्यक आहे. कारण दिवसभर

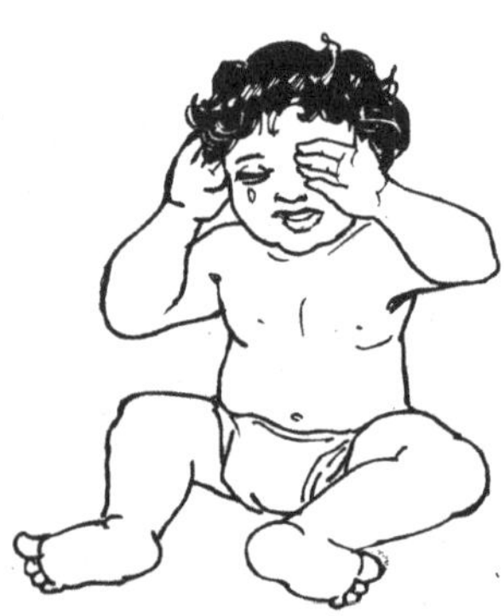

आनंदात राहण्यासाठी आणि नित्यक्रम चांगल्या प्रकारे उरकण्यासाठी तुम्हालाही झोप आवश्यक आहे. या संदर्भात मुलांच्या झोपण्याच्या निरनिराळ्या पद्धती जाणून घेणे महत्त्वाचे आहे. प्रत्येक गर्भावस्था आणि प्रत्येक जन्म जसे वेगळे असतात, तसे प्रत्येक मूल पण दुसऱ्यापेक्षा वेगळे असते. काही मुले दिवसाकाठी २० तास झोपून काढतात. तर काहींना १० तास झोप पुरेशी असते. काही सतत तीन-चार तास झोपतात, तर काही टप्प्याटप्प्याने १५-२० मिनिटे झोपत राहतात. थोडक्यात बाळाची झोपण्याची तऱ्हा जन्मजात असते आणि त्यात काही विशेष बदल करायला वाव नसतो.

परंतु आपण एक गोष्ट मात्र करू शकतो

आपण बाळाचे झोपेबद्दलचे धोरण ठरवू शकतो. पुष्कळ मुलांना झोपण्यासाठी बाह्य उपचारांची सवय असते. त्याच्या झोपेच्या अडचणींचे जादूच्या कांडीने निरसन करता येत नसले, तरीही प्रयोगादाखल खाली दिलेले उपचार करण्यास हरकत नाही.

त्यासाठी असं काही करून पाहा.

- झोपण्यापूर्वी त्याला पाजा, नंतर हळुवारपणे बिछान्यावर झोपवा.
- झोके द्या. संशोधनातून आढळून आले आहे की, एका सेकंदाला
- एक झोका किंवा मांडीची एक उचलण प्रभावी ठरते).
- पाठ किंवा डोक्यावर थोपटणे.
- अंगाई गाणे.
- कानात हलकेच फुंकर घालणे.
- बाळाला उचलून शतपावली करणे.
- पाळण्यात किंवा बाबागाडीत मागे-पुढे करणे. पहिल्या आठवड्यात असं काही सुमारे तासभरही करावं लागेल; परंतु हळूहळू बाळाला कळू लागेल की, 'झोपण्याची वेळ झालीय.' अशा प्रकारे एका महिन्यांनतर जो काही उपचार बाळाला मानवेल, तो फक्त दोन-तीन मिनिटे केलात तरीही बाळ पटकन झोपी जाईल.
- बाळाला दिवस आणि रात्र यामधला फरक ओळखायला शिकवा.
- बाळाच्या निजण्याच्या खोलीत रात्री अंधार असू द्या. म्हणजे त्याला दिवस असल्याचा भास होणार नाही.
- त्याला पाजताना दिवा लावू नका.
- बाळाचे लंगोट वा दुपटे आवाज न करता बदलावे. हळूच पाठ थोपटा आणि दिवसा जसे त्याच्याशी खेळता किंवा त्याच्याशी बोलता तसे न करता मुकाट्याने पुन्हा झोपू द्यावे.

- बाळ आरामशीरपणे आणि पांघरुणाखाली नीट झोपलेले असायला हवे.
- रोज रात्री बाळाला त्याच्या नेहमीच्या खोलीत आणि नेहमीच्याच जागेवर झोपवा.

### लंगोट बदलण्याची योग्य पद्धत

बाळाच्या संगोपनामध्ये एक आवश्यक; परंतु त्रासाचं काम म्हणजे त्याचे लंगोट बदलणे आणि धुणे. मुलांना ओलसरपणा आणि घाण आवडत नाही आणि म्हणून ती रडायला लागतात.

बाळ भुकेलं झालं असेल, तर लंगोट बदलण्यापूर्वी त्याला पाजा. काही मुलांना पाजण्यापूर्वी लंगोट बदलला तरी फारसा फरक पडत नाही, तर काहींना मध्येच थांबणे आवडते. म्हणून पोट अर्धे भरल्यावर लंगोट बदलणे जास्त हितावह आहे.

बाळाने ओले केलेले असले तर त्याचा पृष्ठभाग कोमट पाण्यात भिजविलेल्या कापसाने स्वच्छ करा. अंगावरची घाण स्वच्छ करण्यासाठी साबण किंवा तेल वापरता येते.

माखलेला लंगोट नळाखाली धरून साफ करावा. चिकटलेली घाण ब्रशने काढावी, नंतर स्वच्छ गरम पाण्यात साबणाची पावडर टाकून लंगोट चांगला धुवा.

### रोजची सफाई

बाळाला सपाट जागेवर झोपवा. स्वच्छ, ओला कापूस घेऊन बाळाचे डोळे (नाकाजवळच्या आतल्या कोपऱ्याकडून बाहेरच्या बाजूला), कान, चेहरा, गळा, हात चांगले पुसून काढा. कानाची सफाई फक्त बाहेरच्या आणि मागच्या भागाची करावी. कानाच्या आतून स्वच्छता करू नये. लंगोट असतो तो भाग स्वच्छ करावा आणि लंगोटाखाली आतील भागावर नंतर थोडे बेबी लोशन लावावे.

बाळाचा पृष्ठभाग, चेहरा, गळा आणि त्वचेवरील वळ्या सोडून इतर अवयव लवकर मळत नसतात. म्हणून त्याचे हात, पृष्ठभाग आणि चेहरा रोज स्वच्छ करणे बहुतांशी पुरेसे असते. अंघोळ दर दोन-तीन दिवसांनी घातली तरी चालते.

### बाळाची अंघोळ

अंघोळ घालण्याआधी आवश्यक सर्व वस्तू हाताशी ठेवाव्यात. बाथ टब, बेबी सोप, मऊ टॉवेल, थोडा कापूस, चांगले धुतलेले कपडे, स्वच्छ लंगोट आणि कोमट पाणी. त्यानंतर –

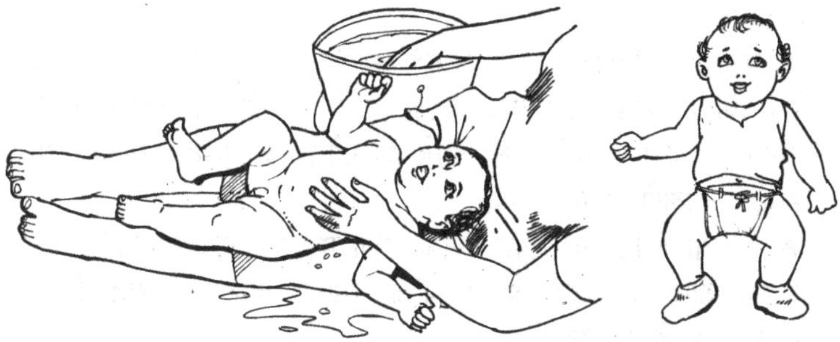

१) बाळाचे कपडे काढावे, लंगोट असू द्यावे. टॉवेल गुंडाळून त्याला खाली झोपवावे. रोजच्या प्रमाणे बाळाचे डोळे, कान, चेहरा आणि गळा कापसाने स्वच्छ करावा. २) टबवर बाळाचे डोके धरावे. एका हाताने त्याच्या पाठीला आधार द्यावा. दुसऱ्या हाताने त्याचे डोके धुवावे. हलक्या हाताने कोरडे करावे. ३) आता गुंडाळलेला टॉवेल आणि लंगोट काढावे. थोडेसे पाणी टाकून एखादा मुलायम साबण लावावा. ४) साबणामुळे बाळ हातातून निसटण्याचा धोका असतो. म्हणून दंडाच्या वर खांद्याजवळ त्याला मजबूत आधार द्यावा. दुसऱ्या हाताने पृष्ठभागाला आधार देऊन बाळाला हळूच पाण्यात ठेवावे. ५) खांद्याजवळचा आधार तसाच ठेवून पाण्याचा शिडकावा करावा आणि साबण स्वच्छ धुवून काढावा. ६) बाळाची अंघोळ झाल्यावर त्याला एका टॉवेलमध्ये गुंडाळून दुसऱ्या टॉवेलने अंग कोरडे करा. त्वचेच्या वळ्या आणि सांध्याखाली स्वच्छ पुसा. शेवटी एखादे बेबी क्रीम असल्यास ते लावा आणि धुतलेला लंगोट आणि कपडे घाला.

### बाळाच्या कपड्यांची खरेदी

सर्वच माता-पिता आपल्या युवराजांसाठी नित्य नवेनवे कपडे खरेदी करतात आणि त्याला सजविण्यात त्यांना आनंद वाटतो. परंतु प्रारंभीचे दोन-तीन वर्षे बाळाची वाढ झपाट्याने होत असल्याने त्याचे कपडेही झपाट्याने तोकडे पडू लागतात, हे विसरू नये. म्हणून त्या काळात बाळाचे कपडे नेहमी एक वा दोन साईज मोठे घ्यावेत. ते थोडेसे ढिले वाटले तरी बेहत्तर, पण बाळाला ते जास्त मानवतील आणि त्याला हातपाय हलवायला जास्त वाव मिळेल.

तुमच्या बाळासाठी कपडे घेताना खालील गोष्टी लक्षात ठेवाव्यात :

- कपड्यांची स्टाईल आणि डिझाइन कशीही असो; परंतु ते घालायला

सोपे, आरामदायक आणि सर्वांत महत्त्वाचे म्हणजे धुता यावेत असे असावेत.

● कपड्यांची डिझाइन अशी असावी की, बाळाचा लंगोट सहजपणे आणि इतर कपडे काढल्याशिवाय बदलता आला पाहिजे. सुरुवातीचे काही आठवडे बाळाला रात्री असे कपडे घालावेत, जे नुसते उचलून त्याचा लंगोट बदलणे शक्य व्हावे.

● त्याच्या कपड्याचे कापड तलम आणि मुलायम असावे. त्यांची शिलाई कडक काठ किंवा बोचऱ्या टाक्यांची नसावी. बाळासाठी सुती किंवा लोकरी कपडे घ्यावेत.

● पुढच्या बाजूने बटण असलेले आणि रुंद गळ्याचे कपडे सर्वांत चांगले असतात. कारण मुलांना कपडे घालताना किंवा काढताना तोंड झाकले गेलेले आवडत नाही.

● बाळासाठी काठ असलेली लेसची शाल किंवा स्वेटर्स वापरू नयेत. लेसच्या भोकात त्याची छोटी बोटे सहज अडकण्याचा धोका असतो.

● कपड्याचे रंग झगमगीत असावेत. पांढरे आणि हलक्या रंगाचे कपडे लवकर मळतात आणि ते धुताना जास्त काळजी घ्यावी लागते.

● तंतू निघणारे कपडे घेऊ नयेत.

### बाळाची खेळणी

प्रारंभीची काही वर्षे बाळाला योग्य प्रकारची खेळणी मिळाली, तर त्याला खूप काही शिकता येते. स्वतःच्या हाताचा योग्य वापर करणे, नैसर्गिकरीत्या त्याला जमते. हात आणि बोटांची हालचाल पाहून डोळ्यांशी त्यांची सांगड घालताही येऊ लागते; परंतु जर योग्य खेळणी त्याला दिलीत, तर बाळ खेळाने याच गोष्टी अधिक झटपट आणि अधिक चांगल्या प्रकारे करू लागेल.

पहिलं म्हणजे बाळासाठी सुरक्षित खेळणीच आणा. टोकदार किंवा धारदार नसणारी खेळणी खरेदी करा. त्यात काही भाग फिरते असतील, तर बाळाचे बोट त्यामध्ये सापडू शकेल. असे असू नये यासाठी खेळणी तकलादू, भाग वेगळे निघणारी आणि बाळाला अपाय होऊ शकेल अशी नसावीत. त्यांचा रंगही अपायकारक नसावा, तसेच खेळण्यांचा कुठलाही भाग बाळाच्या नाका-तोंडात आणि कानात सहजासहजी जाऊ शकेल असा असू नये.

खेळणी विकत घेताना बाळाचे वय लक्षात घ्यावे. पहिले दोन महिने त्याची बघण्याची शक्ती झटपट विकसित होत असते. तेव्हा त्याला हलतीचालती खेळणी जास्त आवडतात. बाळाच्या पाळण्यावर आणि बाबागाडीवर तशी खेळणी बांधा.

तीन महिन्याच्या बाळाला आवाज करणारी खेळणी, खुळखुळा जास्त आवडेल. स्वत:च्या हातात पकडून हलविता येणारे किंवा आपटता येणारे खेळणे त्याला गमतीचे वाटेल. चार महिन्यांचं झाल्यानंतर, कापडी बाहुल्या, मांजर-कुत्री आणि शिवाय भोके, फटी किंवा हॅण्डल असणारी खेळणी बाळाला आवडू लागतात. त्यात बोटे घालून पाहण्याची मजा वाटते.

बाळाला दात येणे सुरू झाल्यावर अपायकारक नसणारी आणि सुटे भाग वेगळे न पडणारी प्लॅस्टिकची अतूट खेळणी द्यावीत. बाळ आधाराशिवाय बसू लागला आणि रांगू लागला की, त्याला डोलणारी खेळणी, नरम चेंडू, रिकामी खोकी इत्यादी खेळायला द्या.

चालता येऊ लागल्यावर चाकांची खेळणी द्यावीत. अशाने बाळामध्ये स्थैर्य आणि विश्वास लवकर निर्माण होईल.

परंतु यासोबत एक गोष्ट मात्र विसरू नका. खेळणी कितीही उपयोगी असली, तरी जन्मापासूनच तुमची सोबत तुमच्या बाळाला सर्वाधिक आनंद आणि शिकवण देणारी ठरते.

**– डॉ. सुनील बी. शहा**

बालचिकित्सक

# लसीकरण

रोगांपासून संरक्षणासाठी लसीकरण हा सर्वांत स्वस्त आणि मस्त उपाय आहे. ज्या रोगाविरुद्ध लस दिली आहे, तो रोग आपण टाळू शकतो. मात्र गैरसमजुतीमुळे बाळाचे आई-वडील विचारतात की, 'मी बाळाला गोवरची लस दिली होती; तरी पण कांजण्या आल्या. हिपॅटाइटिस-बी लस दिली असतानासुद्धा कावीळ कशी झाली.' या सर्व गोष्टी नीट समजून घ्या. बहुतेक सर्व लसी ८५-९५ टक्के संरक्षण देतात. समाजातील ८०-९० टक्के लोकांना लसी घेतल्यानंतरच रोगाचा प्रादुर्भाव (Heard Immunity) कमी होतो.

काही लोक लसींच्यामुळे उद्भवणारे परिणाम आणि दुष्परिणाम (Side effects and complications) याबद्दल काळजी करतात. पण बहुतेक वेळा ताप आणि दुखणे सोडून बाकी काही त्रास होत नाही. धोकादायक परिणाम फारच कमी वेळा होतात. तेवढा धोका आपण आयुष्यात रोजच घेत असतो; जसे रस्ता ओलांडताना. ताप येतो, दुखते म्हणून लसीकरण टाळू नये.

प्रत्येक देशाचे लसीकरण वेळापत्रक वेगळे असू शकते. तसेच वेगवेगळ्या डॉक्टरांच्या लसीकरण वेळापत्रकात थोडासा फरक असू शकतो. तुमच्या डॉक्टरांचे वेळापत्रक तुम्ही पाळा.

बाळ एक वर्षांचे होईपर्यंत बहुतेक सर्व पालक लसीकरण बरोबर करतात आणि त्यानंतर Booster (डोस) देण्याचे विसरून जातात. जर बाळाला मामुली सर्दी-खोकला झाला असेल, तर लसीकरण पुढे ढकलण्याची गरज नाही. बाळ फारच आजारी असेल, तरच लसीकरण पुढे ढकलावे. १-२ महिने पुढे ढकलल्याने काही नुकसान होत नाही आणि सर्व डोस परत देण्याचीही गरज नाही.

एकाच वेळी दोन्ही मांड्यांवर दोन प्रकारच्या लसी देऊ शकता. मात्र

ढुंगणावर इंजेक्शन देऊ नये. तुमच्या बाळाला जर काही अॅलर्जी, आकडी किंवा काही मोठा आजार असल्यास अथवा मागच्यावेळी काही त्रास झाला असल्यास तसे सांगावे.

जर सर्व लसीकरण पूर्ण असेल, तर प्रत्येक जखमेला, धनुर्वाताचे T.T. इंजेक्शन देण्याची गरज नाही. सर्व लसीकरणाची नोंद जपून ठेवा. बाहेरगावी अथवा परदेशी जाताना तो तपशील लागेल. पुढची लसीकरणाची तारीख विचारून ठेवा.

**रेबीज –** पिसाळलेला कुत्रा, मांजर, खारूताई, माकडे, वटवाघूळ चावले, तर रेबीज हा रोग होऊ शकतो.

त्यासाठी पाच इंजेक्शनचा कोर्स पूर्ण करणे आवश्यक आहे. ज्यांच्या घरात पाळीव प्राणी आहेत अथवा प्राण्यांशी संबंध येतो, त्यांनी लसीकरण करून घ्यावे.

Japanes Encephalitis, Yellow Fever, Rotavirus, Meningococcal, Pneumococcal, Chicken PDX, IPV, HIB, HPV इत्यादी नवीन लसी मिळू लागल्या आहेत. त्याबद्दल आपण डॉक्टरांशी चर्चा करा.

**रोगप्रतिबंधक लस टोचून घेण्याची आवश्यकता आणि सूचना :**

१) क्षय (Tuberculosi -TB), घटसर्प (Diptheria), धनुर्वात (Tetanus), डांग्या खोकला (Whooping cough), पोलिओ (Polio), गोवर (Measles), गालगुंड (Mumps), रक्ताची आणि पाण्याची कावीळ (Hepatitis -B & Hepatitis -A), मेंदूज्वर (HIB), कांजण्या (Chicken Pox), टायफॉइड (Typhoid) यांसारख्या संसर्गजन्य रोगांपासून बाळाचे संरक्षण करता येते.

२) पोलिओ (Polio), धनुर्वात (Tetanus), रक्ताची कावीळ (Hepatitis - B) यासारख्या रोगांवर ते झाल्यानंतर तितकीशी परिणामकारक उपाययोजना करता येत नाही.

३) गोवर (Measles) आणि कांजण्या (Chicken Pox) हे विषाणूंच्या संसर्गामुळे होणारे रोग आहेत. तो उष्णतेचा किंवा दैवी प्रकारचा परिणाम नाही. म्हणूनच रोगप्रतिबंधक लस टोचून आपल्या बाळाचे रोगापासून संरक्षण करा आणि अपाय टाळण्यासाठी आपल्या डॉक्टरांचा सल्ला घ्या.

४) कावीळ (Jaundice), हिपॅटाइटिस (Hepatitis) म्हणजे यकृत (लिवर) वर सूज होय. हिपॅटाइटिस (Hepatitis) हा ए, बी, सी, डी, इ आणि जी अशा सहा प्रकारच्या व्हायरसमुळे होतो.

**रक्ताची कावीळ (Hepatitis-B) :** हा यकृत (लिवर)चा रोग जगातील घातक रोगांपैकी एक रोग समजला जातो. हा रोग हिपॅटाइटिस-बी विषांणूमुळे होतो. यकृताचा कर्करोग हा प्रामुख्याने हिपॅटाइटिस-बी च्या विषाणूंमुळे होतो. समाजात रक्ताची कावीळ (Hepatitis- B) हा रोग एड्स (AIDS)च्या एच.आय.व्ही. (HIV) विषाणूपेक्षा शंभरपट भयंकर आहे. हिपॅटाइटिस-बी चे जंतू शरीरामध्ये रक्ताद्वारे, यौनसंबंधाद्वारे आणि लहान मुलांमध्ये आईच्याद्वारे प्रवेश करतात. रक्ताच्या कावीळवर अजूनही प्रभावशाली इलाज उपलब्ध नाही. केवळ रक्ताच्या कावीळची लस ही त्याचे संरक्षण करू शकते. रक्ताच्या कावीळसाठी तीन इंजेक्शनचा कोर्स असतो.

जन्मापासून ते सहा महिन्यांपर्यंत तीन इंजेक्शन द्यावयाची असतात. ज्या मुलांना जन्मानंतर लस दिली नसेल, तर त्वरित द्यावी. ही लस कोणत्याही वयात घेऊ शकता.

**दूषित पाण्याची कावीळ (Hepatitis -A) :** हा रोग हिपॅटाइटिस-ए व्हायरस या जंतूमुळे होतो. या रोगाचा प्रसार मुख्यत: दूषित खाद्यपदार्थ, अर्धवट शिजविलेले अन्न (फळे, कोशिंबीर, भाजीपाला, सागरी आहार इत्यादी.) आणि दूषित पाण्यामुळे होतो. हा रोग लहान मुले, तरुण आणि वयस्कर या सर्वांच्या आरोग्यास घातक आहे. हा रोग कुटुंब, शाळा, लहान मुलांचे पाळणाघर आणि होस्टेलमध्ये राहणाऱ्या मुलांना संसर्ग होण्याची शक्यता असते. या रोगामुळे रोगी काही आठवडे किंवा काही महिन्यांपर्यंत शाळा, कॉलेज आणि कामावर जाऊ शकत नाही. त्यामुळे व्यक्तीचे स्वत:चे आणि कुटुंबाचे आर्थिक, मानसिक आणि शारीरिक नुकसान होते. या सगळ्यांवर उपाय म्हणून हिपॅटाइटिस-ए (Hepatitis-A) लस उपलब्ध आहे. ही लस देऊन आपण आपले संरक्षण करू शकता. ही दोन इंजेक्शने असतात. दुसरे इंजेक्शन पहिले दिल्यानंतर सहा महिन्यांनी दिल्यास त्याचा प्रभाव कमीत कमी वीस वर्षांपर्यंत राहू शकतो.

एक वर्ष वयानंतर ही लस टोचावी.

लसीकरणामुळे हिपॅटाइटिस-ए आणि बी पासून दीर्घकाळ संरक्षण मिळते.

**कांजण्या (Chicken Pox) :** कांजण्या अत्यंत संसर्गजन्य रोग आहे. हा रोग 'वेरिसेला-झोस्टर' नावाच्या व्हायरसमुळे फैलावतो. लहान मुलांत सामान्य आजाराच्या रूपाने ओळखणारा हा रोग, आजकाल तरुण आणि वयस्करांमध्येही आढळून येतो. मोठ्याव्यक्तींना हा रोग जास्त धोकादायक ठरू

शकतो. तोंडावर कांजण्यांचे डाग राहिल्यास चेहरा कुरूप राहतो. तरुण वयात मुलांच्या मनात मानसिक तणाव राहतो. कांजण्या मार्च, एप्रिल महिन्यात येतात. त्यामुळे मुलांना परीक्षेला बसता येत नाही आणि त्यांचे वर्षभराचे नुकसान होते. ही वेळ आपल्या मुलांवर येऊ नये म्हणून मुलांना वेळीच कांजण्याची लस देणे हितावह आहे.

या लसीचा कोर्स दोन इंजेक्शनचा असतो. पहिला डोस एक वर्षानंतर आणि दुसरा डोस बाळ पाच वर्षांचे झाल्यानंतर द्यावा.

**टायफॉइड (Typhoid) :** टायफॉइड एक भयंकर आणि व्यापक रोग आहे. टायफॉइडचे कारण Salmonella typhi चे जिवाणू आहेत. या रोगाचा प्रसार दूषित पाणी आणि अस्वच्छ खाद्यपदार्थांमार्फत होतो. टायफॉइडचे जंतू बर्फ, दूध आणि आइसक्रीममध्ये असू शकतात. टायफॉइड हा साधा ताप नसून भयंकर रोग आहे. आधुनिक टायफॉइडच्या लसीचा एक डोस देऊन, आपण आपले जीवन दीर्घकाळ सुरक्षित ठेवू शकता.

सर्वसाधारण मूल दोन वर्षांचे झाले की, टायफॉइड लसीचे एक इंजेक्शन द्यावे. त्यानंतर प्रत्येक तीन वर्षांनी हे इंजेक्शन द्यावं.

**मेंदूज्वर (HIB) :** 'हिब' हे लहान मुलांच्या मेंदूज्वराचे मुख्य कारण आहे. पाच वर्षांखालील मुलांना हा आजार जास्तीत जास्त सहा महिन्यांपासून अठरा महिन्यांपर्यंत होण्याची शक्यता असते.

'हिब' (HIB) हा रोग लहान मुलांच्या तोंडातील पडणाऱ्या लाळेमुळे हवेमधून पसरतो. यामुळे लहान मुलांचे (कामकरी स्त्रियांच्या मुलांचे) संगोपनालय किंवा मुलांच्या समुदायात असणाऱ्या लहान मुलांना हा रोग होऊ शकतो. या आजारामध्ये काही मुलं दगावतात. काही मुलं मंदबुद्धीही होतात, तर काही मुलांना ऐकण्यास कमी येते आणि इतरही त्रास होतात. यासाठी 'हिब' (HIB Vaccine)ची लस टोचून घेतली पाहिजे. याची तीन इंजेक्शन असतात.

पहिले इंजेक्शन मूल दोन महिन्यांचे झाल्यावर आणि नंतरची दोन इंजेक्शने दोन महिन्यांच्या अंतराने द्यावीत. बूस्टरचे इंजेक्शन मूल दीड वर्षांचे झाल्यावर द्यावे.

जर या वयापर्यंत लस टोचणी केली नसेल, तर पाच वर्षे वयापर्यंत आपल्या मुलास लस टोचून घेऊ शकता.

**रूबेला (German Measles) :** हा एक 'सौम्य' वाटणारा रोग मुळात 'गंभीर' रोग आहे. गर्भावस्थेतील जिवाचा (गर्भाचा) तो नाश करतो

किंवा आयुष्यभर पांगळा करतो. या रोगापासून बाळाचे संरक्षण करण्यासाठी विवाह योग्य मुलींना रूबेलापासून संरक्षण द्यावे.

**रोगप्रतिबंधक लस टोचण्यापूर्वी घ्यावयाची दक्षता :**

१) तुमच्या बाळाला ताप, खोकला, जुलाब होत असल्यास, अंगावर पुरळ येत असल्यास डॉक्टरांकडून औषधे घेऊन त्याला पूर्ण बरे करा आणि मगच आठवड्याची लस टोचा. साधारण सर्दी असल्यास लस देण्यास काहीच हरकत नाही.

२) बाळाला आकडी (झटके, फिटस्) येत असल्यास, हृदय, मूत्रपिंड, मेंदूचा मोठा आजार झाला असल्यास अथवा जन्मत:च बाळ अगदी अशक्त असल्यास डॉक्टरांच्या सल्ल्यानुसार लस टोचा.

३) रोगप्रतिबंधक लस शक्यतो वेळेवर द्यावी. प्रवास आणि घरातील अडचणी वगैरे सबबी पुढे करू नयेत.

एखादा डोस अपरिहार्य कारणामुळे लांबल्यास डॉक्टरांच्या सल्ल्यानुसार पुढील डोस द्या.

**सूचना :**

१) सर्वसाधारणत: जन्माल्यापासून, एक महिन्याच्या आत बी.सी.जी., पोलिओ आणि रक्ताची कावीळ यांचे पहिले डोस द्यावेत. त्यानंतर डॉक्टरांनी दिलेल्या सूचनांनुसार पुढील डोस द्यावेत.

२) पोलिओचे पाजायचे पाच डोस असतात आणि ट्रिपलची ३ इंजेक्शन असतात.

३) रक्ताच्या काविळीचा तीन इंजेक्शनचा कोर्स असतो.

४) आपल्या मुलांच्या आरोग्याकडे दुर्लक्ष करू नका. आपल्या मुलाला वेळच्या वेळी लस देऊन त्याचे भयानक रोगांपासून संरक्षण करा.

५) प्रत्येक लस देते वेळी लसनोंदणी कार्डावर त्याची नोंद करून घ्यावी. हे कार्ड जपून ठेवावे.

या कार्डावर दिलेली रोगप्रतिबंधक लस, आहारविषयक आणि इतर माहिती काळजीपूर्वक वाचा. त्याचे पालन करा आणि इतरांना सांगा.

सर्व लसींवर असलेले निरनिराळ्या प्रकारचे कर काढून टाकून, त्या स्वस्त करण्याची गरज आहे. त्यामुळेच ‘सार्वजनिक आरोग्या’चे उद्दिष्ट साध्य होऊ शकते.

**लसीकरण**

**वेळापत्रक :** ‘इंडियन ॲकॅडमी ऑफ पीडिॲट्रिक्स’ने लसी देण्याचे वेळापत्रक प्रमाणित केले आहे. ते पुढीलप्रमाणे :

| वय | लस |
|---|---|
| जन्मानंतर लगेच | बी.सी.जी.<br>ओ.पी.व्ही. – १ला डोस<br>हिपॅटायटिस-बी – १ला डोस |
| ६ आठवडे | डी.पी.टी. – १ ला डोस<br>ओ.पी.व्ही. – २ रा डोस<br>हिपॅटायटिस-बी – २ रा डोस |
| १० आठवडे | डी.पी.टी. – २ रा डोस<br>ओ.पी.व्ही. – ३ रा डोस |
| १४ आठवडे | डी.पी.टी. – ३ रा डोस<br>ओ.पी.व्ही. – ४ था डोस |
| ६-९ महिने | ओ.पी.व्ही. – ५ वा डोस<br>हिपॅटायटिस-बी – ३ रा डोस |
| ९ महिने | गोवर लस |
| १५-१८ महिने | एम.एम.आर. (गोवर, गालगुंड, रूबेल्ला)<br>डी.पी.टी. – १ ला बूस्टर डोस<br>ओ.पी.व्ही. – १ ला बूस्टर डोस |
| ५ वर्षे | डी.पी.टी. – २ रा बूस्टर डोस<br>ओ.पी.व्ही. – २ रा बूस्टर डोस |
| १० वर्षे | टी.टी. (टिटॅनस टॉक्सॉईड) –३ रा बूस्टर डोस, हिपॅटायटिस-बी – बूस्टर डोस |
| १५-१६ वर्षे | टी.टी. – ४ था बूस्टर डोस |

**रोगप्रतिबंधक लस टोचल्यानंतर घ्यावयाची दक्षता :**

१) बी.सी.जी. (B.C.G.)चे इंजेक्शन दिल्यानंतर त्या जागेवर शेकू नका, तसेच कोणतेही औषध लावू नका. इंजेक्शन दिल्यापासून २ ते ३ आठवड्यांत छोटी गाठ येण्याची आणि त्यामध्ये पू होण्याची शक्यता असते. त्यावर कोणतेही औषध लावू नका. फक्त स्वच्छ निर्जंतुक कापसाने पू टिपून घ्या. इंजेक्शन दिलेल्या ठिकाणी आठवड्यात गाठ आली, अथवा काखेत किंवा गळ्यावर कधीही गाठ आली, तर तत्काळ डॉक्टरांना दाखवा.

२) लस टोचल्यानंतर कदाचित बाळाला थोडासा ताप येऊ लागल्यास तापावरचे औषध डॉक्टरांच्या सल्ल्यानुसार द्या.

३) जर —

- लस दिल्यानंतर दोन दिवसांत ताप उतरला नाही.
- डॉक्टरांनी दिलेले औषध देऊनही बाळ सतत रडत असेल.
- बाळाला आकडी अथवा फिटस् येत असतील.
- दोन दिवसांत इंजेक्शनच्या जागेचा लालसरपणा अथवा गाठ गेली नाहीतर ताबडतोब डॉक्टरांचा सल्ला घ्यावा.
- लस दिल्यानंतर बाळाला सतत खूप ताप, खूप खोकला अथवा जुलाब होत असतील तर, बाळाला आकडी किंवा फिट येत असतील तर, बाळ मंदबुद्धी असेल तर, दीर्घ मुदतीचा रोग असेल तर, मागच्या लसीच्यावेळी त्रास झाला असेल तर, डॉक्टरांचा सल्ला जरूर घ्यावा.

**– डॉ. सुनील बी. शहा**
बालचिकित्सक

# साध्या आजारातील उपचार

**१) ताप :** ताप येण्याची बरीच कारणे असतात. ताप आपला मित्र आहे. कुठलाही जंतुसंसर्ग झाला तर ताप येतो. तापाचे शरीरात महत्त्वाचे काम आहे. शरीराचे तापमान वाढल्याने जिवाणू तयार होण्याचे प्रमाण वाढते. ताप मोजण्यासाठी घरात एक तापमापक ठेवावा आणि योग्य नोंद ठेवावी. तापमापक काखेत ठेवून ताप मोजावा. ताप आल्यावर बाळाला टोपडे, स्वेटर वगैरे घालण्याची पद्धत चुकीची असून, त्यामुळे ताप वाढतो. साधे सुती कपडे घालावेत. खिडक्या उघडाव्यात, पंखा बंद करू नये. तापाचे औषध आणावे. पॅरासिटेमॉल सिरप, मेफेनेमिक ॲसिड अथवा आयबुप्रोफेन ही औषधे योग्य मात्रेमध्ये बाळाला पाजावीत. ॲस्पिरीन, निमुसुलाईड टाळावे. जास्त ताप असेल, तर पाण्याने सर्व अंग पुसत राहावे. पण बर्फाचे पाणी वापरू नये. फक्त डोक्यावर पट्टी ठेवून फारसा काही फायदा होत नाही. या सर्व औषधांचा परिणाम ३-४ तास राहतो. पण तापाच्या कारणांवर जोपर्यंत इलाज होत नाही, तोपर्यंत ताप जाणार नाही, तरी तुमच्या डॉक्टरांना दाखवून इलाज चालू करा. जर प्रतिजैविके (Antibiotics) दिली असतील, तर तो कोर्स पूर्ण करावा, मध्येच बंद करू नये. तापामध्ये भरपूर पाणी पाजा आणि बाळाला नेहमीचा आहार द्या. बाळाचे डोके गरम लागते म्हणून औषध देऊ नका. तापमान बघा. लहान मुलांचे डोके जरासे गरम असते. तापातले बाळ जर सुस्त असेल, एकटक बघत असेल, उलटी करत असेल, धाप लागली असेल अथवा खूप थंडी वाजून ताप आला असेल, तर त्वरित डॉक्टरांचा सल्ला घ्या.

**२) उलटी आणि जुलाब :** बाळाला उलटी आणि जुलाब होण्याचे मुख्य कारण म्हणजे अस्वच्छता, पोटामध्ये विषाणू अथवा जंतू गेल्यानंतर

आपले शरीर ते उलटी आणि जुलाबाद्वारे बाहेर टाकण्याचा प्रयत्न करते. पण त्याबरोबरच पाणी, शरीरातील क्षार (सोडियम, पोटॅशिअम, क्लोराईड इ.) पण निघून जातात आणि त्यामुळे शरीरातील पाणी कमी (डी-हायड्रेशन) होते. मग लघवीचे प्रमाण कमी होऊन लघवीचा रंग गडद होतो. त्यासाठी बाळाला लंगोट बांधू नका, म्हणजे लघवीचे प्रमाण आणि रंग कळेल. पाण्यासारखे पातळ जुलाब ठीक होण्यास ८-१५ दिवस लागतात. लहान मुलांना जुलाब बंद होण्याचे औषध उदा. Loperamide वगैरे देऊ शकत नाही. त्यामुळे धोका होऊ शकतो. तसेच जायफळ उगळून देणे पण चुकीचे आहे. त्याने पोट फुगू शकते आणि आतड्याचे काम बंद पडू शकते. त्यामुळे जिवाला धोका होऊ शकतो. बऱ्याचदा जुलाबांमध्ये antibiotic अथवा antidiarrheal देण्याची गरज नसते. जर जुलाबात आंव, शेम आणि रक्त पडत असेल तर औषधांची जरूरी असते.

जुलाबात मुख्य औषध म्हणजे जलसंजीवनी. ते घरी बनवू शकता. त्याची चव अश्रूच्या चवीची असावी. एकदा बनविलेली जलसंजीवनी १२ तासांच्या वर ठेवू नये. दर १५ मिनिटांनी थोडे थोडे करत प्रमाण वाढवावे. बाळ अगोदरच कमी लघवी करत असेल, बाळाला धाप लागली असेल वा बाळ सुस्त असेल, तर त्याला शिरेवाटे सलाईन लावावे लागते.

बाळाला खालील दिल्याप्रमाणे आहार द्यावा. उपाशी ठेवू नये.

**जुलाब होत असतानाचा आहार :** अंगावरचे दूध चालू ठेवणे. आरारूटची कांजी – भाताची पेज – कोरा चहा-कॉफी – मुगाच्या डाळीची खिचडी – ताजे दही आणि ताक – शिजवून कुस्करलेले सफरचंद – पिकलेले केळे – डाळिंबाचा रस – शहाळ्याचे पाणी – मारी बिस्किटे – अर्धे पाणी घातलेले दूध – उकळून थंड केलेले पाणी – चिकन सूप.

**उलटी, जुलाब होत असताना घ्यावयाची काळजी :**

- फुलझाडांना ज्याप्रमाणे पाण्याची आवश्यकता असते, त्याप्रमाणे आपल्या शरीराला पाण्याची आवश्यकता असते.
- लहान मुलांना बऱ्याचदा उलट्या, जुलाब होतात. एका दिवसात जर २-३ वेळेपेक्षा जास्त वेळा उलटी, जुलाब झाले, तर त्याला 'अतिसार' म्हणतात.
- दातांमुळे मुलांना जुलाब होत नाहीत तर, बाळाची बाटली नीट न उकळल्यामुळे अथवा अन्नपदार्थ आणि पाणी अस्वच्छतेने हाताळल्यामुळे जुलाब होतात.

- बाटली वापरण्यापेक्षा चमचा-वाटीने दूध पाजणे चांगले. चमचा जमिनीवर न ठेवता दुसऱ्या स्वच्छ भांड्यात ठेवावा.
- दूध पाजताना पाणी आणि दूध उकळून घ्यावे.
- बाळ एक वर्षाचे झाल्यावर बाटलीने दूध पाजणे बंद करावे.
- जेवणाअगोदर आणि जेवणानंतर हात साबणाने धुवावे.
- बाहेरचे उघड्यावरील अन्नपदार्थ खाऊ नयेत.
- जर बाळाला सतत उलटी, पाण्यासारखे जुलाब, रक्ताचे जुलाब, लघवीचे प्रमाण कमी होणे, पोट फुगणे, जास्त ताप येणे, बाळ ग्लानीत असणे, सतत अस्वस्थ असणे, टाळू खोल जाणे, जीभ सुकणे, डोळे खोल जाणे, हात-पाय गार पडणे इत्यादी लक्षणे दिसली, तर लगेच हॉस्पिटलमध्ये घेऊन जावे.

**जलसंजीवनी :** उलटी, जुलाब होताना बाळाला मीठ, साखर आणि पाणी पाजा. [मोठा पेला पाणी (२०० मिलीलिटर) उकळून थंड केलेले + एक चमचा साखर + पाव चमचा मीठ + चवीसाठी लिंबू] याप्रमाणे जलसंजीवनी बनवून बारा तासांच्या आत संपविणे. प्रत्येक उलटी, जुलाबानंतर एक वाटी जलसंजीवनी बाळाला पाजणे.

### ३) सर्दी, खोकला :

आजकाल बरेचशे आई-वडील तक्रार करतात की, आमच्या बाळाला नेहमी नेहमी सर्दी, खोकला होतो. जवळजवळ २०० प्रकारच्या विषाणूंमुळे सर्दी-पडसे होऊ शकते. आज एकामुळे तर दुसऱ्या महिन्यात दुसऱ्या विषाणूमुळे सर्दी होऊ शकते. २-३ वर्षांनंतर हा त्रास हळूहळू कमी होतो. शहरात वाढलेली गर्दी, गाड्या, रिक्षा, दुचाकी आणि तोडलेली झाडे, यांच्यामुळे गेल्या १० वर्षांत सर्दी, खोकला, तसेच लहान मुलांना दम लागण्याचे प्रमाण वाढत आहे. त्याचप्रमाणे शीतपेये, आईस्क्रीम, थंड पाणी आणि सटर-फटर खाणे पण वाढले आहे. त्यामुळेही सर्दी-खोकल्याचे प्रमाण वाढले आहे. लहान मुलांचे नाक सर्दीमुळे बंद होते आणि दूध पिण्यास अडचण निर्माण होते. ते मोकळे करण्याची गरज असते.

सर्दी-पडसे जर विषाणूंमुळे (virus) होत असेल, तर ॲन्टिबायोटिक्सची गरज नाही. काही ॲन्टिहिस्टामिनिक औषधे सुरक्षित नसतात. वाहणाऱ्या नाकावाटे विषाणू बाहेर टाकले जातात. ते अनैसर्गिकरीत्या थांबवू नयेत. मोठ्या मुलांना मीठ घातलेल्या गरम पाण्याच्या गुळण्या करायला लावा. नाकातून जर पिवळा शेंबूड वाहत असेल, तर श्वसनाचा वेग ५० पेक्षा जास्त असतो, छातीत सूऽसू आवाज

अथवा घरघर वाटत असेल, कानात दुखत असेल, तर बाळाला लगेच डॉक्टरांना दाखवा.

**१) सर्दी-खोकल्यासोबत एक किंवा अधिक लक्षणे असल्यास डॉक्टरांशी संपर्क साधा :**

- दम लागणे. (श्वासाचा त्रास, भराभर श्वास घेणे, पोट वर-खाली होणे.)
- दूध पिण्यास त्रास होणे.
- खूप ताप येणे.
- दोन आठवड्यांपेक्षा अधिक काळ खोकला येत राहणे.
- बाळ मलूल आणि निरुत्साही असणे.

**२) यापैकी एकही लक्षण नसतानाचा सर्दी-खोकला :** अशा प्रकारच्या साध्या सर्दी-खोकल्यासाठी घरगुती औषधे देण्यास हरकत नाही. उदा. मध, तुळस, हळद, आले इत्यादी. बरेचदा सर्दी-खोकला विषाणूंमुळे (viruses) होतो. साधारणत: ७ दिवसांच्या आत आपोआप बरा होतो.

**३) चोंदलेले नाक साफ करणे :** नाक शेंबडाने भरले असल्यास बाळाला अस्वस्थ वाटते. अशा वेळी मिठाच्या पाण्याने ते साफ करावे.

- उकळून गार केलेल्या एक कप पाण्यात पाव चमचा (टी स्पून) मीठ घालून मिठाचे पाणी तयार करा. हे पाणी २४ तास वापरता येते.
- एका वेळी एक नाकपुडी स्वच्छ करा. त्यानंतर पाच मिनिटांनी दुसरी नाकपुडी साफ करा.
- स्वच्छ ड्रॉपरने एका नाकपुडीत २-३ थेंब मिठाचे पाणी सोडा. नाकपुडी जराशी दाबून ठेवा, जेणेकरून पाणी चटकन तोंडात जाणार नाही.
- नाकाला बाहेरच्या बाजूने थोडे दाबा आणि मालीश करा. पातळ होऊन बाहेर आलेला शेंबूड स्वच्छ फडक्याने पुसून घ्या.
- सुती तलम कापडाची वात करावी. ती मिठाच्या पाण्यात बुडवून पिळावी. म्हणजे त्यातील बरेचसे पाणी निघून जाईल.
- ही वात अलगद नाकात घालून (चेहऱ्याशी काटकोनात) गोल फिरवल्याने नाक आतून साफ होईल.

**दात येताना घ्यायची काळजी :**

बाळ सहा महिन्यांचे झाल्यावर त्याला दात येतात; परंतु काही मुलांना

तीन-चार महिन्यांचे असतानाच दात येतात, तर काहींना एक वर्षाएवढा उशीरही होऊ शकतो. दात बाहेर निघण्यापूर्वी हिरड्या सळसळतात, तेव्हा बाळाला त्रास होतो. त्या सुमारास त्याच्या तोंडातून लाळ झिरपू लागते. त्याला सारखे काहीतरी चावायला लागते आणि तो रिकामे तोंडही चघळू लागतो. बाळाची पीडा कमी करण्यासाठी तुम्ही हे उपाय करावेत –

- तुमच्या करंगळीने बाळाच्या हिरड्या घासा.
- त्याला चावा घेण्यासाठी एखादी ठोस वस्तू द्या. उदा. गाजर, कडक भाकरीचा तुकडा, इत्यादी.
- बाळाला कपाने द्रवपदार्थ पाजा. तोंडाने शोषून घेताना त्याला त्रास होतो.
- थंडगार वाऱ्यामुळे दुखणे वाढते. म्हणून त्याला वाऱ्यावर नेऊ नका.

बाळाचे सर्व दात आल्यावर (बहुतांशी दोन वर्षांपर्यंत) त्याला चावून खाण्याजोगे खूप पदार्थ, ताजी फळे आणि कच्च्या भाज्या द्याव्यात. अशाने त्याच्या जबड्याचे स्नायू बळकट होतील आणि या पदार्थांमध्ये असलेल्या तंतूमुळे (फायबरमुळे) सफाई पण होईल.

दुधाच्या दातांची काळजी घेणेही महत्त्वाचे आहे. तेव्हा बाळाला लहानपणापासूनच ब्रश करण्याची सवय लावा. त्याला मऊ तंतूंचा ब्रश आणून द्यावा आणि दात घासण्याच्या कृतीला एका खेळाचे रूप द्यावे. परिणामी बाळ स्वतःच्या दातांची निगा राखण्याचे आपोआप शिकेल.

बाळाच्या खाण्यात मिठाई, केक, चॉकलेट, बिस्किटं आणि गोड पेय पदार्थ नसतील, तर दात किडण्याला सहज आळा घालता येतो. असल्या पदार्थांऐवजी मुलांना खूप कॅल्शियम आणि व्हिटॅमिन-डी (उदा. नाचणी, सीताफळ व सर्व प्रकारची फळे.) असणारे पदार्थ द्या. कायमच्या निरोगी दंतरचनेसाठी ते आवश्यक आहेत.

**बाळाला आकडी आल्यास प्राथमिक उपचार :**

१) शांत राहावे.

२) बाळाजवळ राहावे, धांदल करू नये.

३) बाळाला पलंगावर झोपवावे. त्याला इजा होणार नाही किंवा तो स्वतःला काही करून घेणार नाही, याची खबरदारी घ्यावी.

४) बाळाचे कपडे सैल करावे.

५) तोंडात काहीही घालू नये.

६) काही पाजू नये.

७) बाळाला एका अंगावर झोपवावे म्हणजे तोंडातील लाळ बाहेर निघेल.

८) आकडी चालू असताना पाणी अथवा औषध पाजू नये.
९) त्वरित डॉक्टरांकडे आणावे.

**अपघातापासून संरक्षण :**

बहुतेक अपघात टाळता येतात. पण त्यासाठी काही काळजी घेणे आवश्यक असते. काही मुले अपघातप्रवण असतात. काहींना आकडी येत असेल, तर अशा बालकांची जास्त काळजी घ्यावी लागते.

१) रस्ता ओलांडतानाचे नियम स्वत: पाळा आणि त्यांना शिकवा. मुलाचा हात पकडा. दुचाकीवर ४-५ जण बसू नका. मांडीवर बाळ घेऊन गाडी चालवू नका. मुलांना गाडीच्या पुढच्या सीटवर बेल्ट न घालता बसू देऊ नका.
२) बाळाला एकटे जिन्यात, गच्चीवर, खिडकीत जाऊ देऊ नका. कपाटात लपू देऊ नका. बाथरूम-संडासची कडी उंचावर बसवा.
३) तीन महिन्यांहून मोठ्या बाळाला खाटेवर एकटे ठेवू नका.
४) लहान मुलांना हाताला लागेल ती वस्तू तोंडात घालण्याची सवय असते. त्यासाठी कीटकनाशके, केरोसीन, औषधे, कासवछाप अगरबत्ती, ॲसिड, लहान बॅटरी सेल वगैरे खाली ठेवू नका.
५) घरातील टब आणि बादलीभर पाण्यातदेखील बाळ बुडू शकते. त्यामुळे बाळाला बाथरूममध्ये एकटे सोडू नका.
६) कुत्रा-मांजर यांना न डिवचण्याचे शिकवावे.
७) धनुष्य-बाण, खेळण्यातल्या बंदुकी, चाकूसुरे, सुई या वस्तू दूर ठेवाव्यात.
८) घरातील दारे अथवा गाडीची दारे यामध्ये मुलांची बोटे, हात अडकणार नाहीत याची काळजी घ्यावी.
९) भाजणे – गरम पाणी, चहा, दूध, तेल आणि इतर द्रवपदार्थ अंगावर पडून भाजण्याचे प्रमाण अधिक असते. पाण्यात बुडवायचे हिटर, जमिनीलगत असलेले विजेचे प्लग धोकादायक असतात. दिवाळीत फटाक्याने भाजण्याचे प्रमाणही जास्त आहे. आपल्या देखरेखीखालीच मुलांना फटाके उडवू द्यावेत. बाळ मांडीवर असताना चहा-कॉफी पिऊ नका.

स्वयंपाकघरात बाळाला एकटे ठेवू नका. टेबलक्लॉथ लांब असतो; तो बाळ ओढतो. सर्व पदार्थ अंगावर पडण्याची भीती असते. आगपेटी बरोबर खेळू देऊ नका. प्लॅस्टिक बॅग व रबरी फुग्याने बाळ गुदमरू शकते. लहान सुटे

भाग असलेली खेळणी देऊ नका. लहान भाग बाळ गिळू शकते. तसेच कित्येक खेळण्याच्या रंगात शिसे असते. ते पोटात गेल्यास त्रास होतो. वॉकरसुद्धा वापरू नये. त्यातून उलटण्याची भीती असते. जर काही अपघात झाला, तर त्वरित जवळच्या हॉस्पिटलमध्ये घेऊन जावे. भाजलेल्या भागावर थंड पाणी टाकावे.

मुलांना सुरक्षिततेचे नियम शिकवा. आपल्या देखरेखीखाली झाडावर चढणे, पोहणे, फटाके फोडणे, पतंग उडवणे वगैरे करू द्यावे.

**– डॉ. सुनील बी. शहा**
बालचिकित्सक

# पालकांना विशेष सूचना

बाळाचे संगोपन करताना विशेष काळजी घ्यावी लागते. त्यासाठी काही गोष्टी आर्वजून कराव्या लागतात, तर काही टाळाव्या लागतात.

१) प्रत्येक बाळाच्या सवयी या वेगळ्या असतात. त्याला कडक वेळापत्रकात अडकवण्याचा प्रयत्न करू नका. प्रत्येक बाळाच्या वाढीचा क्रम वेगळा असतो.

२) नवजात बालकांच्या स्तनांना मालीश करू नये आणि त्यातून दूध पिळून काढू नये.

३) गोड किंवा साखर खाल्ल्याने मुलांना जंत होत नाहीत, ते अस्वच्छतेमुळे होतात अथवा चप्पल न घालता मातीत जाण्यामुळे होतात.

४) आपल्या मुलाची तुलना दुसऱ्या मुलाबरोबर करू नका.

५) औषधे नेहमी बाटली हलवून, वेळच्यावेळी, आवश्यक तितके दिवस मापाच्या चमच्यानेच द्यावीत. पावडरमध्ये पाणी घालून केलेली औषधे आवश्यक तेवढी वापरून झाल्यावर फेकून द्यावीत. ही औषधे पुन्हा वापरण्यायोग्य नसतात.

६) बाळाची नखे नियमितपणे काढा.

७) बाळाला डॉक्टरांच्या सल्ल्याशिवाय कोणतेही औषध देऊ नका.

८) काही गोष्टी बाळाच्या हाताला येणार नाहीत अशारितीने ठेवाव्यात. उदा. औषधे, कीटकनाशके, रॉकेल, संडास-मोरी धुण्याची पावडर, बुटाचे पॉलिश, नाणी, प्लॅस्टिकच्या पिशव्या, काडीपेटी, काचेच्या वस्तू आणि विजेची बटणे, प्लग्ज इत्यादी.

९) बाळाची खेळणी टोकदार पत्र्याची नसावी. खेळण्यांचा रंग पक्का असावा.

१०) वीज, भाजणे, पलंगावरून पडणे, रस्त्यावरील वाहने यांपासून बाळाचे रक्षण करावे.

११) बाळाच्या कानांत आणि नाकात तेल घालू नये.
१२) बाळाला दूध पाजण्यापूर्वी आणि लंगोट बदलल्यानंतर आपले हात साबणाने स्वच्छ धुवा. लंगोट दर वेळी धुवावा आणि अधूनमधून उकळावा.
१३) मुलांना रोगप्रतिबंधक लस नियमितपणे, वेळापत्रकानुसार देणे अत्यावश्यक असते.
१४) बाळाची प्रकृती नियमितपणे डॉक्टरांना दाखवणे आवश्यक आहे.
१५) सर्व औषधे मुलांपासून दूर ठेवा आणि मुलांना सुरक्षिततेचे नियम शिकवा.
१६) बाळाला दात येत असताना, ताप येणे, जुलाब होणे, कानातून पू येणे किंवा आकडी येणे असा कोणताही त्रास होत नाही, असे काही झाल्यास डॉक्टरांचा सल्ला घ्या.
१७) दुधाची बाटली नीट न उकळल्याने आणि अन्नपदार्थ, पाणी अस्वच्छतेने हाताळल्यानेच जुलाब होतात. त्याचा दोष नजर लागणे किंवा दात येण्यास देता येत नाही.
१८) पावडरचे दूध द्यावयाचे असल्यास, डब्यावर सूचित केल्याप्रमाणे दूध तयार करा. इतर कोणाचाही सल्ला मानू नका.
१९) गोवर, कांजण्या येणे याचा उष्णतेशी अथवा देवीशी कसलाही संबंध नाही. संसर्गजन्य जंतूमुळे होणारे हे रोग आहेत.

२०) गोवर, कांजण्या यांपासून होणारे अपाय टाळण्यासाठी आपल्या डॉक्टरांचा सल्ला घ्यावा.

२१) बाळाला पलंगावर, स्वयंपाकघरात, बाथरूममध्ये एकटे ठेवू नका.

२२) दोन मुलांमध्ये योग्य ते अंतर (कमीत कमी २ ते ३ वर्षे) ठेवा.

२३) गरोदरपणी नियमितपणे सकस आहार आणि धनुर्वात प्रतिबंधक लस हे अत्यंत महत्त्वाचे आहे.

२४) बाळाचा जन्म झाल्यानंतर, आपणाकडे गैरसमजुतीमुळे बाळाला पहिले २-३ दिवस आईचे दूध दिले जात नाही. हे फारच चुकीचे असून, बाळाला आईचे दूध ताबडतोब चालू केले पाहिजे. कारण पहिल्या २ ते ३ दिवसांमधील दुधामध्ये अत्यंत महत्त्वाची रोगप्रतिबंधक घटके, जीवनसत्त्वे आणि प्रथिने असतात. ती बाळाच्या निकोप वाढीसाठी मिळालीच पाहिजे.

२५) बाळाच्या बारीकसारीक तक्रारींकडे दुर्लक्ष करू नका.

२६) बिबा घालणे, मुडदूस काढणे, पोट चोळणे असे प्रकार अजिबात करू नका.

२७) कोणत्याही प्रकारचे 'ग्राइप वॉटर' आपल्या बाळाला देऊ नये.

२८) अफूसारखी औषधे देऊ नका. कारण त्यामुळे मुलाच्या मेंदूवर परिणाम होऊ शकतो.

२९) कॅडबरी, चॉकलेटस्, बर्फाच्या कांड्या, बॉबी यासारखे पदार्थ आपल्या मुलांना देऊ नका.

३०) मुलाचे दात स्वच्छ राहण्यासाठी सुरुवातीपासूनच काळजी घ्या.

३१) मुलांना रोज मोकळ्या हवेमध्ये खेळण्यासाठी पाठविलेच पाहिजे.

३२) लहान मुले अनुकरणप्रिय असतात, त्यामुळे त्यांच्यासमोर वाईट गोष्टी किंवा वाईट सवयी यांची चर्चा करू नये.

**धोकादायक लक्षणे**

जर बाळामध्ये खालीलपैकी लक्षणे दिसल्यास त्वरित रुग्णालयात आणावे.

१) सतत उलटी होणे, पाण्यासारखे जुलाब होणे, रक्ताचे जुलाब होणे, लघवीचे प्रमाण कमी होणे, बाळ सतत अस्वस्थ राहाणे, डोळे आणि टाळू खोल जाणे, जीभ सुकणे.

२) जास्त ताप येणे.

३) आकडी अथवा फीटस् येणे.

४) सर्व अंगास सूज येणे.

५) श्वास अथवा धाप लागणे.
६) सतत ग्लानी येणे अथवा बाळ सुस्त राहाणे.
७) लघवी पिवळीधमक अथवा लाल रंगाची होणे.
८) बाळ सतत व जास्त रडणे.
९) बाळाने दूध अथवा अन्न न घेणे.
१०) बाळ काळेनिळे पडणे.

**– डॉ. सुनील बी. शहा**
बालचिकित्सक

# स्त्री विभाग

**डॉ. शशांक एच. शहा**

**शिक्षण** : एम. बी.बी.एस. सेठ जी. एस. मेडिकल कॉलेज, मुंबई.
एम. डी., डी.जी.ओ., डी.एफ.पी.

: गेली ३८ वर्षे स्त्री रोग चिकित्सक म्हणून कार्यरत

: एम. बी. बी. एस., एम.डी., डी.एफ.पी. सुवर्ण पदकासह सर्व प्रथम येण्याचा मान मिळवला.

: डी. वाय. पाटील मेडिकल कॉलेज, नवी मुंबई येथून मानद प्राध्यापक आणि राजावाडी जनरल हॉस्पिटल, मुंबई येथून विभागप्रमुख म्हणून निवृत्त झाले.

: सध्या स्त्रीरोग चिकित्सक म्हणून खाजगी व्यवसाय व समाजकार्य

**फोन नं.** : ०२२-२५२०३८४५

# गरोदरपणातले पहिले तीन महिने

गरोदरपणातले पहिले तीन महिने ही अवस्था शारीरिक आणि मानसिकदृष्ट्या अतिशय नाजूक असते. गर्भाशयामध्ये पेशीजलापासून इंद्रिये आणि संस्था बनत असतात. गर्भाचा योग्य विकास व्हावा म्हणून काळजी घ्यावी लागते. कुठलेही औषध तज्ज्ञांच्या सल्ल्याशिवाय घेतल्यास गर्भाला अपाय होऊ शकतो. त्याचप्रमाणे योग्य खबरदारीशिवाय काढलेले एक्स-रे आणि तत्सम तपासणीही हानिकारक असू शकतात.

वाढत्या गर्भाशयाचा भार मूत्राशयावर पडल्यामुळे लघवी वारंवार होते. स्तनामध्ये आगामी स्तनपानाची तयारी सुरू होते. स्तन मोठे आणि मुलायम होऊ लागतात. क्वचित त्यातून थोडा चिकट स्रावही सुरू होतो. गर्भाची योग्य वाढ होऊन तो टिकावा म्हणून काही हार्मोन्सची रक्तातली पातळी वाढते. त्यामुळे बहुतांश स्त्रियांना मळमळ, उलटी, चक्कर, सुस्ती वाटू लागते. मूड बदलत राहतात. एखाद्या विशिष्ट खाद्यपदार्थाचे आकर्षण, तर दुसऱ्या एखाद्या पदार्थाचा तिरस्कार वाटू लागतो (तथाकथित डोहाळे). गर्भावस्थेमध्ये वाढत जाणाऱ्या शारीरिक आणि मानसिक गरजांमुळे थकवा जाणवू लागतो. अशा परिस्थितीत तज्ज्ञांच्या उपचाराबरोबरच कुटुंबीयांच्या सहानुभूतीची आणि मानसिक आधाराची देखील गरज असते. प्रोजेस्टेरॉन होर्मोनची पातळी वाढते. त्यामुळे अपचन, आम्लपित्त, वात (गॅसेस), बद्धकोष्ठता, छातीमध्ये जळजळ वगैरे संभवतात.

पहिल्या तिमाहीत काही दुष्परिणाम (Complications) होत नाहीत ना यासाठी सतर्क राहावे लागते. उदा. डोहाळ्याचा (उलटी, मळमळ इ.) त्रास अति झाला तर क्षारांचे असंतुलन (Electrolyte Inbalance), वजन घटणे, डीहायड्रेशन वगैरे होऊ शकते. (Hypermesis Gravidarum) किंवा कधी एकाएकी रक्तस्राव सुरू होऊन नैसर्गिक गर्भपात होऊ शकतो. क्वचित

नलिकागर्भ म्हणजे अस्थानी गर्भ (Ectopic Pregnancy) असू शकतो. ओटीपोटात एकाएकी कळ येणे, अंधारी येणे, अशक्तपणा जाणवणे अशी लक्षणे दिसल्यास त्वरित तज्ज्ञांचा सल्ला घ्यावा. काहीवेळा Molar Pregnancy म्हणजे एक प्रकारची Abnormal Pregnancy असू शकते. अशा अवस्थांचे योग्य वेळी निदान होण्यासाठी सुरुवातीपासून तज्ज्ञ डॉक्टरांकडे तपासणी करावी. अशा Molar pregnancy (vesicular mole) मधील काही रुग्णांमध्ये

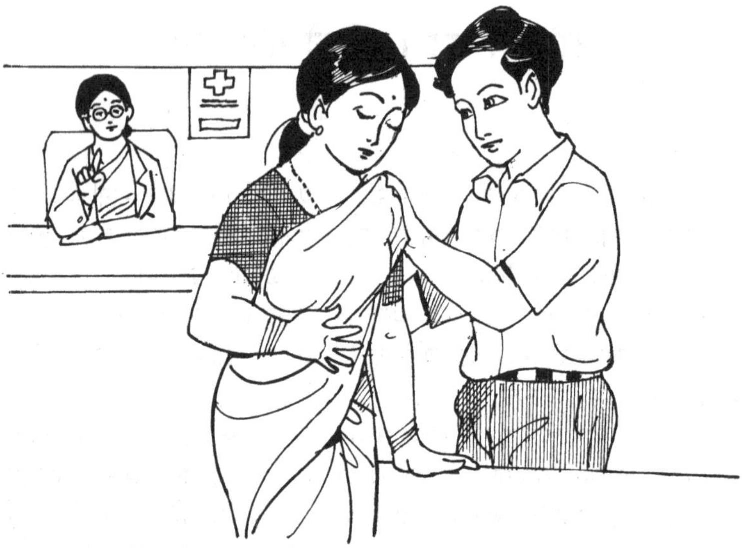

खबरदारी न घेतल्यास Chorio-carcinoma नावाचा दुर्धर कर्करोग होऊ शकतो. पंडुरोग (Anemia), मधुमेह (Gestational Diabetes) अशा Complications चे निदान करण्यासाठी सतर्क राहावे लागते. मासिक पाळी अपेक्षित वेळेपेक्षा एक आठवड्यात आली नाही, तर स्त्रीरोगचिकित्सक डॉक्टरांकडे जाऊन सल्ला घेतल्यास वरील Complications चे निदान वेळेत होऊन, धोका राहणार नाही.

**– डॉ. शशांक शहा**
स्त्रीरोगतज्ज्ञ

# स्तनपानाचे फायदे

आईचे दूध सहा महिन्यापर्यंतच्या बालकासाठी संपूर्ण आणि आदर्श असे अन्न आहे. त्यात सर्व प्रकारच्या अन्नघटकांचे योग्य प्रमाण तर असतेच, शिवाय ते पचायलाही हलके असते. मातेकडून आलेल्या Antibodies त्यात असतात. त्यामधून बालकाला जंतुसंसर्ग होण्याची शक्यता खूप कमी होते आणि एकूणच रोगप्रतिकारक शक्ती (Immunity) वाढते.

**स्तनपानाचे फायदे (Benefits of Breast feeding) याप्रमाणे :**

- प्रत्येक पौष्टिक घटक पचायला हलके आणि योग्य प्रमाणात असतात.
- प्रत्येक वेळी ताजे आणि विषाणूमुक्त पौष्टिक घटक योग्य तापमानात उपलब्ध होतात.
- बनविण्याची आवश्यकता नाही, खर्च नाही. बाटली, चमचा, वाटी उकळण्याचा उपद्व्याप नाही.
- स्निग्धांश कमी, पुरेशी प्रथिने. त्यामुळे बालकाचे स्थूलतेपासून संरक्षण आणि कुपोषण होण्यापासून बचाव होतो.
- मातेच्या दुधामध्ये नैसर्गिक सारक द्रव्य असते. त्यामुळे बालकास बद्धकोष्ठता होत नाही.
- पाण्याचे प्रमाण योग्य असते. सहा महिन्यापर्यंतच्या बालकाची तहान भागविण्याची क्षमता. वेगळे पाणी पाजण्याची आवश्यकता नाही. त्यामुळे प्रदूषित पाणी पाजल्यामुळे अतिसार (Gastro-enteritis) होण्याची भीती नाही.
- मातेचे दूध ओढण्यामुळे बाळाचे दात आणि जबडे मजबूत होतात.

- प्रसूतीनंतर लवकरात लवकर बाळाला स्तन ओढायला दिल्याने गर्भाशय उत्तम आकुंचन पावते आणि प्रसूतीनंतरचा रक्तस्राव कमी होतो. स्तनपानामुळे मातेतील ऑक्सिटॉझिन या होर्मोनची पातळी वाढते आणि गर्भाशयाचे, योनिमार्गाचे योग्य आकुंचन होते. एकूणच गर्भधारणेच्या अगोदरची पूर्वस्थिती येण्यास मदत होते.
- स्तनपानामुळे माता आणि बालक यांच्यामध्ये एक वेगळेच अतूट नाते (Special Bonding) निर्माण होते.
- अंगावर दूध पाजणाऱ्या स्त्रियांमध्ये स्तनाच्या कर्करोगाची शक्यता कमी होते.
- नियमित स्तनपानामुळे प्रसूतिनंतर काही महिने स्त्रीला मासिक पाळी बंद राहते (Lactational Amenorrhoea). मातेला पंडुरोग (Anemia) होण्याची शक्यता कमी होते. काही प्रमाणात पुढील गर्भधारणेपासून संरक्षणही मिळते. कुटुंब नियोजनाचे अथवा पाळणा लांबवण्याचे ईप्सितही साध्य होते.

**– डॉ. शशांक शहा**
स्त्रीरोगतज्ज्ञ

# चाळिशीनंतरचा अनियमित रक्तस्राव

चाळिशीच्या पुढच्या बहुतांश स्त्रियांमध्ये अनियमित रक्तस्राव (Irregular Peri-menopausal and post-menopausal bleeding) हा प्रकार केव्हा ना केव्हा तरी अनुभवास येत असतो. पाळी जायच्या वयात असे होतच असते, असे म्हणून दुर्लक्ष करण्याचीच प्रवृत्ती आपल्या समाजात दिसून येते. बऱ्याचदा याची फार मोठी किंमत चुकवावी लागते.

या लक्षणांकडे दुर्लक्ष करण्याची परिणती गर्भाशयाच्या अंत:त्वचेचा किंवा ग्रीवेच्या (मुखाच्या) कर्करोगाचे निदान उशिरा होण्यात होऊ शकते. म्हणूनच दोन मासिक पाळींच्यामध्ये रक्तस्राव होणे, योनिसंबंधांनंतर रक्तस्राव होणे, शौचास जोर केल्यानंतर योनिमार्गातून रक्तस्राव होणे किंवा रक्ताच्या गाठी पडणे अथवा एकदा रजोनिवृत्ती झाल्यानंतर पुन्हा योनिमार्गातून रक्तस्राव सुरू होणे (Post-menopausal bleeding) अशी काही लक्षणे दिसल्यास त्वरित तज्ज्ञ स्त्रीरोगचिकित्सकाचा सल्ला घ्यावा.

त्यातच मधुमेह, रक्तदाब, स्थूलप्रकृती, जवळच्या कुटुंबीयांमध्ये रक्तसंबंध (Blood Relations) जननेंद्रियाच्या कर्करोगाचा पूर्वेतिहास, एका विशिष्ट जिवाणूचा जंतुसंसर्ग ( Human Paprilloma Virus - HPV), असे काही असल्यास धोका खूपच वाढतो.

अशा परिस्थितीत तज्ज्ञ डॉक्टर Pap Smear, Hysteroscopy, Endometrial Biopsy, Pelvic, Ultrasonography इत्यादी चाचण्या करून निदान होताच त्वरित योग्य उपचार सुरू करतात.

हे अनर्थ टाळण्यासाठी चाळिशीनंतर तज्ज्ञ डॉक्टरांकडून वर्षातून एकदा तपासणी (Clinical examination) करावी. Cancer Screening programme मध्ये सहभागी होणे, म्हणजेच वर्षातून एकदा Pap Smear करून घेणे

आवश्यक आहे. स्त्री जननेंद्रियामध्ये सर्वांत जास्त आढळणारा कर्करोग म्हणजे गर्भाशयाच्या मुखाचा कर्करोग (Carcinoma Cervix) होय. तो टाळण्यासाठी नुकतीच एक लस (Vaccine) उपलब्ध झाली आहे. वयात आलेल्या मुलींनी आपले लैंगिक जीवन सुरू करण्यापूर्वीच जर ती लस घेतली, तर हा विशिष्ट कर्करोग जवळजवळ नामशेष होऊ शकेल.

**– डॉ. शशांक शहा**
स्त्रीरोगतज्ज्ञ

# रजोनिवृत्ती (Menopause)

दुसरे काहीही ठोस कारण अथवा आजार नसताना सतत एक वर्ष मासिक पाळी आली नाही, तर सर्वसाधारणपणे रजोनिवृत्ती (Menopause) झाल्याचे समजावे. वाढत्या वयाबरोबर स्त्रीबीजकोशांचे (Ovary चे) कार्य कमी होते. त्यामुळे रक्तातील इस्ट्रोजेन आणि अन्य काही होर्मोनचे प्रमाण कमी होते. रजोनिवृत्ती सर्वसाधारणपणे ४५ ते ५२ या वयामध्ये होते. रजोनिवृत्ती म्हणजे जननक्षमतेचा कायमस्वरूपी शेवट होय.

रक्तातील इस्ट्रोजेन आणि इतर हार्मोनचे प्रमाण घटल्यामुळे शरीरातील अनेक संस्थांवर विपरीत परिणाम होतात. बऱ्याच स्त्रियांना कानशिले गरम होणे, मधूनच एकाएकी भरपूर घाम येणे, शांत झोप न लागणे अशी लक्षणे दिसतात (Hot flushes - Vasomotor symptoms). योनिमार्ग आणि मूत्रमार्गामध्ये कोरडेपणा येतो. त्यामुळे योनिसंबंध वेदनामय होतो. शरीरातील हाडे पोकळ आणि कमकुवत (Osteoporosis) होतात. त्यामुळे अस्थिभंग (Fractures) होण्याचे प्रमाण वाढते. हृद्यरोगाचे प्रमाण बळावते. चिडचिडेपणा वाढतो. मेंदूची सतर्कता कमी होते. नैराश्य येते. एकाग्रता कमी होते.

हे सर्व जरी असे असले, तरी रजोनिवृत्ती ही स्त्रीच्या जीवनातील फक्त एक स्वाभाविक अशी अवस्थाच आहे. तो काही आजार नाही (Just a physiological phase and not a disease.). म्हणून या अवस्थेला सकारात्मक पद्धतीने सामोरे जाणे आवश्यक आहे. मन शांत करणारी औषधे (Tranquilizers), Hormone Replacement Therapy (HRT), SERMS, Isoflavones, कॅल्शियम बायसल्फोनेटस असे अनेक उपचार उपलब्ध आहेत. व्यायाम, जीवनशैलीत योग्य बदल करणे आवश्यक आहे. परंतु याहूनही महत्त्वाची गोष्ट म्हणजे स्त्री या अवस्थेतून जात असताना कुटुंबातील इतर सभासदांनी तिला समजून घेऊन योग्य

तो आधार दिला पाहिजे.

ज्या वयामध्ये रजोनिवृत्तीचा त्रास स्त्रीला होत असतो, नेमकी त्या वेळीच मुलांची करिअर उभी करणे, मुलांची लग्ने जमविणे आणि पार पाडणे या जबाबदाऱ्या सर्वसाधारणपणे येतात. त्यातच घरातील गृहिणीची प्रकृती आणि मनाची अवस्था साथ देत नाही. तिची फारच ओढाताण होते. परंतु घरातील इतर व्यक्तींची सकारात्मक साथ, वैद्यकीय उपचार आणि जीवनशैलीत बदल यामुळे या अवस्थेवर मात करणे सहज शक्य आहे.

**– डॉ. शशांक शहा**
स्त्रीरोगतज्ज्ञ

# स्तनातील गाठी (Breast Tumours)

जगभर सर्वत्र स्तनाच्या कॅन्सरबद्दल पुष्कळ जागृती झाली आहे. स्तनाचा कॅन्सर हा स्त्रियांमध्ये आढळणारा प्रमुख प्राणघातक आजार आहे. क्वचित प्रसंगी तो पुरुषांनाही होतो, याची मात्र फार लोकांना माहिती नाही.

मुलगी वयात येऊ लागली की, तिच्या स्तनांमध्ये झपाट्याने वाढ होऊ लागते. प्रत्येक मासिक पाळीच्यावेळी स्तनांत थोडीशी भरलेपणाची भावना येते. काही वेळा थोडे दुखते. त्यानंतर गरोदरपणी आणि प्रसूतीनंतर स्तनांची आणखी वाढ आणि अर्भकाच्या दृष्टीने स्तनात योग्य ते बदल घडतात.

हे सर्व बदल वेगवेगळ्या हार्मोन्समुळे घडत असतात. नेमके यामुळेच स्तनाच्या कॅन्सरचे प्रमाण इतर अवयवांच्या कॅन्सरपेक्षा अधिक असते. एखाद्या स्त्रीला स्तनाचा कॅन्सर झाला, तर तिच्या पुढच्या पिढीतील मुलींना तो होण्याची शक्यता थोडी अधिक असते (Milk Factor). तसेच ज्या स्त्रियांना मुले झालेली नाहीत अशा स्त्रियांमध्ये हे प्रमाण थोडे अधिक असते.

स्तनाचा कॅन्सर होऊ नये म्हणून काही उपाय अद्याप सापडले नसले तरी लवकर निदान झाले, तर बरीचशी हानी टाळता येते. लवकर निदान होण्यासाठी प्रत्येक स्त्रीमध्ये या विकाराबद्दल जागरूकता निर्माण करणे, हे डॉक्टरांचे, शिक्षणाचे आणि सर्व माध्यमांचे कर्तव्य ठरते. तसे प्रयत्नही चालू आहेत. यातले महत्त्वाचे पाऊल म्हणून प्रत्येक मुलीने किंवा स्त्रीने स्वत:च्या स्तनाची, स्वत:च नियमित (ठराविक तारखेला) तपासणी करावी.

अंघोळीच्या किंवा सवडीच्यावेळी एकांतात आरशासमोर दोन्ही स्तन उघडे ठेवून उभ्याने त्यांचे निरीक्षण करून सुरुवात करावी.

**निरीक्षणे :**

१) दोन्ही स्तन जवळपास एकसारख्या आकाराचे आहेत का? हे पाहावे.

(थोडा फरक असतो.)

२) स्तनाग्रे (निपल्स) बाहेर डोकावत असले पाहिजेत. काहींचे सुरुवातीपासूनच थोडे आत असू शकतात. पण आधी बाहेर असतील आणि नंतर आत ओढली गेले असतील, तर ही धोक्याची सूचना आहे.

३) एरिओला म्हणजे स्तनाच्या भोवतालचा लालसर-काळा, वर्तुळाकार भाग किंवा स्तनावरची त्वचा आत ओढल्यासारखी आहे का? त्याचे निरिक्षण करावे. (असता कामा नये.)

४) स्तनावरची त्वचा सुजल्यासारखी, लाल किंवा संत्र्याच्या सालीसारखी (खड्डे-उंचवटे) दिसत नाही ना?

५) स्तनाग्रातून पाणी, हिरवट किंवा रक्तासारखा द्राव येत नाही ना?

६) स्तनाग्रे किंवा एरिओला आणि त्वचा यावर जखम झाली नाही ना?

७) एक स्तन दुसऱ्यापेक्षा खूप खाली लोंबत नाही ना?

इत्यादी निरीक्षणे काळजीपूर्वक करावीत.

**परीक्षणे :**

आरशासमोरच स्वत:च्या उजव्या हाताने डावे किंवा डाव्या हाताने उजवे स्तन तपासून पाहावे. हाताच्या तळव्याचा (Flat of hand) वापर करावा. स्तन छातीच्या पिंजऱ्यावर दाबून हात फिरवून पाहावा. बोटे काटकोनात किंवा कोनात रुतवून नाही. हाताच्या मुठीत किंवा चिमटीत स्तन पकडल्यास प्रत्येक स्तनात गाठी असल्याचा भास होतो. तसे करू नये.

हाताच्या तळव्याने छातीवर स्तन दाबून हात फिरवून गाठ लागते, अशी शंका आली तरी त्वरित सर्जनचा सल्ला घ्यावा. त्यानंतर जरूर पडली तर त्यांच्या सल्ल्याने तपासण्या कराव्यात.

याप्रकारे स्तनाचे निरीक्षण आणि परीक्षण करताना एक गोष्ट समजून घेतली पाहिजे. स्तनाचा एक भाग बगलेकडे खोलवर (Axillary tail) असतो.

हे निरीक्षण आणि परीक्षण नीट कसे करावे, हे पहिल्यांदा एखाद्या सर्जनकडून समजून घेणे इष्ट असते. म्हणजे पुस्तकात हात, पाय कसे मारावेत हे वाचून पाण्यात उडी मारल्याचा धोका संभवणार नाही.

स्तनामधील प्रत्येक गाठ म्हणजे कॅन्सर नसतो हे खरे आहे, पण विषाची परीक्षा नको या न्यायाने याबाबतीत जागरूकता पाळणे खरोखरीच हिताचे आहे.

**– डॉ. अनिल गांधी**

सर्जन

# सर्वसाधारण विकार

**डॉ. प्रदीप माणिकचंद गांधी**

**शिक्षण** : एम.डी. मेडिसिन (कायचिकित्सातज्ज्ञ)
एम.बी.बी.एस., पुणे युनिव्हर्सिटी (१९७२)
एम. डी. मेडिसिन, पुणे युनिव्हर्सिटी (१९७५)
: कायचिकित्सक – पूना हॉस्पिटल, सह्याद्री हॉस्पिटल, गांधी हॉस्टिपल
: मानद प्राध्यापक – कायचिकित्सा विभाग डी.एच.एस. मेडिकल कॉलेज, पुणे.

**फोन नं.** : ०२०-२४४५२३५८

**डॉ. शैलेश चौगुले**

**शिक्षण** : एम.डी., मानसोपचार तज्ज्ञ

**फोन नं.** : ०२०-२५४३३४११

# भीतीचा आजार

## (Anxiety Disorder)

भीती एक नैसर्गिक आणि उपजत भावना आहे. सर्व सजीव प्राण्यांमध्ये भीती आढळून येते. असुरक्षिततेच्या भावनेतून भीतीचा उगम होतो. आयुष्यात भीतीचा अनुभव कमीअधिक प्रमाणात प्रत्येक जण घेत असतो. भीतीचा अनुभव प्रत्येकालाच नकोसा असतो; परंतु भीती वाटण्याचे काही अप्रत्यक्ष फायदेसुद्धा दिसतात. उदा. भीतीमुळे सतर्कता वाढते. त्यामुळे प्राणी स्वत:चा शिकारीपासून बचाव करू शकतात. शिक्षा होईल या भीतीने माणसे कायद्याचे पालन करतात. सामान्यत: भीती ही विशिष्ट कारणामुळे निर्माण होते, ती प्रमाणात असते आणि कालमर्यादित असते; परंतु हीच भीती जर प्रमाणाबाहेर निर्माण झाली, टिकून राहिली वा विनाकारण निर्माण झाली, तर आजाराचे रूप धारण करते.

मनुष्यप्राण्यामध्ये भीतीच्या आजाराचे ढोबळमानाने तीन प्रकार आढळतात. या सर्व आजारांमध्ये विनाकारण भीती आणि प्रमाणाबाहेर भीती हेच मूलभूत लक्षण आढळते.

**१. पॅनिक डिसऑर्डर (Panic disorder) :** यामध्ये अचानकपणे भीती वाटून भीतीची शारीरिक लक्षणे सुरू होतात. ही लक्षणे अचानक आणि तीव्र स्वरूपात येतात. उदा. छातीत धडधडणे, जीव घाबरा होणे, श्‍वास घेण्यास अडथळा आल्यासारखे वाटणे, डोके जड होणे, चक्कर येणे, हातापायाला मुंग्या येणे इत्यादी. ही सर्व लक्षणे अचानक सुरू होऊन काही मिनिटांत थांबतात; परंतु यामुळे रुग्ण अस्वस्थ होतो. प्रकृती गंभीर असल्याची त्याची भावना होते आणि तातडीची वैद्यकीय मदत घेतली जाते. वैद्यकीय तपासणीमध्ये गंभीर दोष आढळत नाही. असे प्रकार वारंवार घडल्यामुळे कालांतराने रुग्ण भीतीचा आजार-आजाराची भीती या दुष्टचक्रात आढळतो. सर्व तपासण्या नॉर्मल येत असल्यामुळे आपल्या

त्रासाचे निदान होत नाही, या निराशेतून निरनिराळ्या डॉक्टर आणि तपासण्या यामध्ये गुंतत जातो.

हा त्रास कधीही होत असल्यामुळे रुग्ण काही गोष्टी कटाक्षाने टाळतो. उदाहरणार्थ – एकटे राहणे, एकट्याने प्रवास करणे, अतिगर्दीची ठिकाणे टाळणे, लिफ्टसारख्या बंद जागा.

यामुळे कामाची दैनंदिनी बिघडते आणि एक प्रकारचे परावलंबित्व येते. अशा रुग्णांना सतत कोणीतरी आपल्या सोबत असावे असे वाटते. त्रास झाल्यास त्वरित आपल्या मदतीला कोणीतरी यावे, याच भावनेतून ते एकटे राहणे टाळतात.

**२. भयगंड (Phobia) :** या आजारामध्ये एखादी विशिष्ट वस्तू, प्राणी, जागा अथवा घटना यांची प्रमाणाबाहेर भीती वाटत असते. अशा गोष्टी कटाक्षाने टाळल्या जातात. याबद्दल आपली भीती प्रमाणाबाहेर आहे याची रुग्णाला जाणीव असते; परंतु या गोष्टींना तोंड देण्यास रुग्ण असमर्थ असतो. सामान्यत: चारचौघांत मिसळण्याची भीती, बोलण्याची भीती, लोकांसमोर भाषण देण्याची भीती, उंच जागेची भीती, रक्ताची भीती, सरपटणाऱ्या प्राण्यांची भीती इत्यादी भयगंड आढळून येतात.

अशा गोष्टींच्या कल्पनेनेच रुग्णांना भीती वाटते आणि लक्षणे सुरू होतात. दैनंदिन जीवनातसुद्धा भीती वाटणाऱ्या गोष्टींचे विचार सतत येत असतात.

**३. सतत दडपण वा काळजी वाटणे (Generalised Anxiety Disorder) :** यामध्ये रुग्णाला सतत, परंतु कमी स्वरूपात दडपण जाणवत असते. ही भीती अथवा हे दडपण हे विशिष्ट गोष्टीचे नसून सर्वसामान्य दैनंदिन जीवनात घडणाऱ्या गोष्टींबद्दल सतत काळजी वाटत असते. उदा. बस मिळेल का? वेळेत पोहचू शकू का? काम पूर्ण होईल का? इत्यादी. यामुळे अशा रुग्णांना सतत दडपणाच्या छायेत वावरल्यासारखे होते; परंतु लक्षणे कमी तीव्रतेची असल्यामुळे अशा रुग्णांचे नेहमीचे जीवनकार्य दडपणाखाली का होईना चालू राहते.

या भीतीच्या आजारांवर उत्तम उपचार उपलब्ध आहेत. भीतीची लक्षणे कमी करायची औषधे काही शारीरिक आजारांमध्येसुद्धा आढळून येतात. उदा. रक्तदाब वाढणे, रक्तदाब कमी होणे, रक्तातील साखर कमी होणे, थायरॉईड हॉर्मोन वाढणे इत्यादी. त्यामुळे भीतीच्या आजाराचे निदान करण्यापूर्वी तज्ज्ञांकडून तपासणी करून ही लक्षणे शारीरिक आजाराची नाही ना, याची खात्री करून घेणे जरुरीचे आहे.

**– डॉ. शैलेश चौगुले**

# काही सामान्यपणे होणारे त्रास

**टाच दुखणे :** सहसा प्रौढ व्यक्तींमध्ये हा त्रास जाणवतो. सकाळी झोपेतून जागे होताना हा त्रास विशेष जाणवतो. पहिली काही पावले टाकताना टाच दुखते. बहुतेक वेळा काही पावले चालल्यावर दुखणे शमते. पूर्वी या आजाराला 'Calcanial spur' म्हणत असत. कारण एक्स-रे मध्ये टाचेच्या हाडावर एक भाल्याच्या टोकासारखी वाढ दिसे. आता या विकाराला 'Planter fascitis' म्हणतात. एक प्रकारची झीज या दुखण्याला कारणीभूत असावी. असाच आजार खांद्यांना (Frozen shoulder), कोपरापाशी (Tennis elbow), डाव्या बाजूला छातीत (Costocontritis), पाठीत (Scapulocostal syndrome) आणि अन्यत्र (rheumatic pains) होऊ शकतो. दुखणाऱ्या भागाचे व्यायाम करणे, काही प्रमाणात वेदनाशामक औषध सेवन करणे, बर्फाने शेकणे, गरम पाण्याच्या पिशवीचा वापर यांनी दुखणे ४ ते ६ आठवड्यांत न गेल्यास अस्थिरोगतज्ज्ञांचा सल्ला घ्यावा. टाच दुखणाऱ्या व्यक्तीने चौड्यांवर उभे राहण्याचा व्यायाम करावा आणि पायताणात टाचेत स्पंज रबर बसवून घ्यावे.

**घोट्याजवळ सूज :** पावलांवर सूज येणे, ही एक नेहमी आढळणारी घटना आहे. एकाच पायावर येणारी सूज त्या पायातील रुधिराभिसरणातील दोष सुचविते. उदाहरणार्थ – त्या पायातील नीलांमधून हृदयाकडे रक्त नेण्यात आलेला अडथळा. नीलांमध्ये जागोजागी झडपा असतात. या झडपा कमजोर झाल्या, की घोट्याजवळ सूज येऊ लागते. घोट्यावर बोटाने हलका दाब दिला, की तेथे एक खड्डा पडतो. बराच वेळ पाय खाली सोडून बसले, की सूज अधिक जाणवते. दोन्ही पायांवर येणारी सूज हृदयाच्या, यकृताच्या

आजाराचे किंवा रक्तातील प्रथिनांचे प्रमाण कमी होत असल्याचे लक्षण असू शकते. त्याचप्रमाणे संधिवात, हाडांना झालेली इजा आणि ॲलर्जी यांनीदेखील सूज येणे शक्य असते. सुजेचे कारण समजणे अत्यावश्यक आहे. खरा उपाय कारण कळल्यावरच करता येतो. तात्कालिक उपचार म्हणून विश्रांती, मिठाचे सेवन मर्यादित ठेवणे. आडवे पडून टांचा उंचावून ठेवणे आणि हलका मसाज करणे, याचा वापर करता येईल.

**गुडघे दुखणे :** वाढत्या वयाबरोबर गुडघेदुखीची व्यथा सुरू होते. काही घराण्यांत हा विकार आनुवांशिकतेचा एक भाग म्हणून आढळतो. ज्यांचे वजन जास्त आहे किंवा ज्यांना गुडघ्यांना वेळोवेळी इजा झालेली असते, त्यांनाही गुडघेदुखी होते. जिन्याचा चढउतार तापदायक ठरू लागतो. जमिनीवर बसल्यावर उठणे कष्टदायक होते. भारतीय पद्धतीच्या शौचकुपाचा वापर करणे कठीण होते. गुडघ्याच्या सांध्यातील कूर्चेची झीज होते. काही प्रमाणाबाहेर विकार गेल्यास गुडघे बदलण्याची शस्त्रक्रिया करण्याची पाळी येते. सुरुवातीपासून काळजी घेतली तर शस्त्रक्रियेची पाळी येणार नाही. आपले वजन उंचीच्या मानाने बेताचे ठेवावे. नियमाने गुडघ्यांचे व्यायाम करावेत. वेदनाशामक औषधांचा वापर आपल्या डॉक्टरांच्या सल्ल्यानेच करावा. कारण बहुतेक वेदनाशामक गोळ्यांच्या दीर्घकाळ वापराने अपाय संभवतो. गुडघ्यांचे व्यायाम फिजिओथेरपिस्ट तज्ज्ञांच्या नजरेखाली करावेत.

**मांडीच्या बाह्य भागात बधिरता :** त्वचेतून संवेदना मज्जारज्जूत नेणाऱ्या शिरांना 'पेरिफेरल नर्व्हस' (peripheral nerves) म्हणतात. मांड्यांच्या बाह्य भागात असणाऱ्या त्वचेतून संवेदना नेणाऱ्या शिरांचे नाव 'दि लॅटरल क्युटेनियस नर्व्ह ऑफ दी थाय' (The lateral cutaneous nerve of the thigh.) असे आहे. ही शीर कधीकधी जांघेतून मांडीत येताना दाबली जाते. परिणामी मांडीच्या बाहेरच्या भागातील संवेदना कमी झाल्याची भावना रुग्णाला येते. या भावनेचा आणि पक्षघाताचा (hemiplegia paralysis चा) संबंध नसतो. बहुतेक वेळा मेदपेशींच्या दाबामुळे अशी तक्रार उद्भवते. आपल्याला होणाऱ्या त्रासाचे आणि विकाराच्या कारणाचे निश्चित निदान (meralgia paresthelica) करण्यासाठी मेंदू आणि मज्जारज्जू यांच्या तज्ज्ञ (neurologist) डॉक्टरांचे मत घ्यावे. नुकतेच वजन वाढत असेल, तर योग्य पथ्य आणि व्यायाम करण्याने त्रास जातो.

**रात्री पायांत अस्वस्थता जाणवणे :** अशा व्यक्तींना उभे किंवा बसलेल्या स्थितीत कोणताच त्रास जाणवत नाही. रात्री बिछान्यात गेल्यावर पायात अस्वस्थता जाणवू लागते. मुंग्या येणे, पाय झटकावेसे वाटणे, पाय सारखे हलले जाणे, यामुळे झोप येण्यात व्यत्यय येतो. याला 'रेस्टलेस लेग सिंड्रोम' (restless legs syndrome) म्हणतात. शरीरात लोहाची कमतरता होणे, हे याचे एक कारण समजले जाते. तथापि अनेक रुग्णांत कोणतेच कारण सापडत नाही. बऱ्याच रुग्णांना डोपामिनर्जिक प्रकारच्या औषधांचा फायदा होतो. ही औषधे मज्जासंस्थेच्या तज्ज्ञ डॉक्टरांच्या neurologist नजरेखालीच घ्यावीत. कारण या औषधांना अनेक त्रासदायक, नको असणारे परिणाम (side effects) असतात. हा विकार सहसा प्रौढ वयातील व्यक्तींना होतो. अगदी सुरुवातीच्या काळात डायाझिपाम सारख्या सौम्य औषधाचादेखील फायदा होतो.

**जुलाब :** अपचनाचा एक आविष्कार म्हणजे शौचाला पातळ होणे आणि वारंवार होणे. यालाच जुलाब म्हणतात. बहुतेक वेळा पोट दुखते. कधी पोटात गडगड आवाज येतात. आपल्या आतड्यातील लहान अगर मोठ्या आतड्याच्या आजारांचे जुलाब हे महत्त्वाचे लक्षण असते. मळाबरोबर पांढरा चिकट पदार्थ पडत असला, तर त्याला 'आंव' म्हणतात. अशी आंव पडणे हे सहसा मोठ्या आतड्याच्या अस्तराचा दाह होणे दर्शविते. कधीकधी आंवेबरोबर रक्तही पडते. आंव आणि रक्त शौचावाटे पडणे, पोट दुखणे आणि शौचाला वारंवार जावे लागणे, ही लक्षणे 'डिसेंट्री' या विकाराची असतात. या विकाराची अनेक कारणे असतात. त्यातील काही गंभीर असू शकतात. यास्तव रक्तमिश्रित आंव पडत असल्यास आपल्या डॉक्टरांचा सल्ला लगेच घ्यावा. पाण्यासारखे जुलाबदेखील गंभीर आजाराचे रूप घेऊ शकतात. अशा वेळी पाणी, साखर, मीठ आणि लिंबाचा रस यांचे मिश्रण रुग्णाला द्यावे आणि डॉक्टरांचा सल्ला घ्यावा.

**मलावरोध :** मलावरोध Constipation म्हणजे शौचाला जाण्याची वारंवारिता (frequency) संथावणे आणि मळ खड्यासारखा घट्ट होणे. बहुतेक व्यक्ती दिवसातून १ वेळा शौचास जातात. पण चांगली प्रकृती असूनही रोज २ किंवा ३ वेळा शौचाला जावे लागते आणि बाहेर पडणारा मळ खड्यासारखा घट्ट होऊ लागतो. तेव्हा मलावरोध झाला (constipation) असे निदान होते. मलावरोधाचे कारण शोधून त्यावर उपचार करणे आवश्यक असते. आहारातील

तंतूंचे आणि पाण्याचे प्रमाण कमी पडणे हे मलावरोधाचे महत्त्वाचे कारण असते. पालेभाज्या, शिरांच्या भाज्या, कोशिंबिरी, फळे, मोड आलेली कडधान्ये, काळे मनुके, सुके अंजीर, तीळ, भाजलेले शेंगदाणे यांचे सेवन उपयुक्त ठरते. नियमाने व्यायाम करणे आणि शौचाला रोज सकाळी जाण्याची सवय ठेवणे याचेही महत्त्व लक्षात ठेवले पाहिजे.

**वात सरणे : गॅसेस होणे :** काही प्रमाणात मलविसर्जनाच्यावेळी आणि अन्य काळीसुद्धा वात सरणे, हे निकोप प्रकृतीचे एक अंगच असते. वात वारंवार सरू लागला, त्याला दुर्गंधी सुटत असेल. वात सरताना मोठा आवाज येत असेल किंवा अजिबातच वात सरत नसेल, तर त्याचे कारण शोधणे इष्ट असते. आपल्या आहारातील कर्बोदके जेव्हा मोठ्या आतड्यात जातात तेव्हा तेथील जिवाणूंच्या कार्यामुळे मिथेन आणि कार्बन डायॉक्साईड गॅसेस होतात. त्यांना दुर्गंधी नसते. अशा वेळी आहारातील कर्बोदके (साखर, भात, बटाटा, रताळे, साबूदाणा, गोड फळे इत्यादी.) कमी करावीत. आहारातील प्रथिनांतील सल्फरयुक्त अमायनो आम्ले मोठ्या आतड्यात गेल्यास त्यांच्या विघटनातून हायड्रोजन सल्फाईड हा दुर्गंधीयुक्त वायू तयार होतो. अशा वेळी आहारातील प्रथिनांचे (डाळी, उसळी, मांसाहार, दूध, दाणे इ.) प्रमाण कमी करावे. आतड्यातील जिवाणूंची संख्या, काही प्रतिजैविके (अँटिबायोटिक्स) वापरून आटोक्यात ठेवता येते. याबद्दल आपल्या डॉक्टरांचा सल्ला घ्यावा.

**पोट फुगणे :** पोट फुगण्याची कारणे सांगताना, मेदवृद्धी (Fat), पाणी भरणे – जलोदर (Fluid), गर्भधारणा (foetus), पोटातील गॅसेस (flatus lava) आणि अखेर पोटातील गाठ (Tumer) अशी सांगण्याची प्रथा आहे. पोटातील मेदवृद्धीला 'central obesity' म्हणतात. असे पोट सुटणे हे हृदयविकाराला आमंत्रणच असते. जलोदराची अनेक कारणे संभवतात. त्यात यकृताचा सिऱ्होसिस हा आजार गंभीर आहे. पोटात कॅन्सर किंवा टी.बी. यांनीदेखील जलोदर होतो. गर्भधारणा ३ महिन्यांनंतर पोटावर दिसू लागते. पोटातील गॅसेस यांनी पोट फुगणे, हे विशेषत: आतड्यामध्ये कोणत्याही कारणाने प्रवाहास बंदी झाल्यास (lntestinal obtruction) होते. पोटातील कोणत्याही अवयवाला गाठ होऊ शकते. पोटाचा आकार वाढल्यास डॉक्टरांचा सल्ला घेणे आवश्यक आहे. सोनोग्राफीसारख्या तपासण्यांत महत्त्वाची माहिती मिळते आणि निदान करणे सुलभ होते.

**पोटात दुखणे :** पोटात दुखले नाही अशी व्यक्ती नसेल. पोटात दुखण्याची अनेक कारणे असू शकतात. 'हसून हसून पोटात दुखले', असा वाक्प्रचार आपण वापरतो. खूप हसल्याचा पोटाच्या स्नायूंवर ताण येतो. पोटाच्या स्नायूंपासून पाठीच्या कप्प्यापर्यंत सर्व अवयवांच्या दुखण्यात पोटात दुखणे शक्य आहे. विशेषत: लहान मुलांत, मानसिक तणावांनी देखील पोटात दुखणे शक्य आहे. पोटातील काही आजार गंभीर असू शकतात. आंत्रपुच्छदाह (Acute Appendicitis) हा असाच एक गंभीर आजार आहे. याचे निदान सोपे नसते. अनुभवी सर्जनचे मत महत्त्वाचे असते. अपेंडिक्स फुटणे हा आजार गंभीर आहे. त्यामुळे जिवावर बेतणे शक्य आहे. पित्ताशयातील आणि मूत्रमार्गातील खडे हे पोटदुखीचे नेहमीचे कारण असते. यकृत, स्वादुपिंड आणि पोटातील सर्व अवयवांची काळजीपूर्वक तपासणी करणे, प्रत्येक वेळी आवश्यक असते. पोटदुखीचे कारण न समजणे ही वैद्यकीय व्यवसायातील एक कठीण समस्या आहे.

**तोंड येणे :** आपल्या शरीरात १०० ट्रिलियन (एक लक्ष कोटी, एकावर १४ शून्ये) इतक्या पेशी असतात. या पेशी निर्माण होतात, काही काळ अस्तित्वात राहतात आणि नंतर त्यातील जैविक शक्ती (ज्याला आपण जीव किंवा प्राण म्हणतो.) संपुष्टात येते आणि त्या मृत होतात. निर्मिती, अस्तित्व आणि मृत्यू या स्थित्यांतून प्रत्येक पेशी जात असते. या परिक्रमांकरता त्या पेशींना ऊर्जा लागते. ही ऊर्जा ग्लुकोज शर्करा, प्राणवायू आणि जीवनसत्त्वे यांच्या कार्यभागाने पेशी मिळवतात. काही उती (tissues) आणि पेशी यांच्या या परिक्रमा जलद होतात, त्यांना अधिक ऊर्जा लागते. ओठ, गालांची आतील बाजू, जीभ, आतड्यांचे अस्तर या उतींना स्नायू, त्वचा, हाडे किंवा मेदपेशींपेक्षा ऊर्जा जास्त लागते. ही ऊर्जा कमी पडली तर जीभ, ओठ, गालांचे अस्तर येथील पेशी योग्य त्या वेगाने तयार होऊ शकत नाहीत. तेथे अस्तराला भेगा पडू लागतात. दाह होऊ लागतो. तेथे आता संवेदना अधिक तीक्ष्ण जाणवू लागतात. आंबट, तिखट, खारावलेले मसालेदार पदार्थ सहन होत नाहीत. यालाच आपण 'तोंड येणे' असे म्हणतो.

प्राणवायू किंवा ग्लुकोज शर्करा क्वचितच कमी पडतात. परंतु जीवनसत्त्वे आणि प्राणवायू पोहोचवणारा हिमोग्लोबिनचा रेणू कमी पडण्याचे प्रसंग वारंवार येऊ शकतात. आहारात लोह कमी पडण्याने रक्ताशय होतो. तसेच शरीरातून रक्तस्राव होत राहण्याने रक्तक्षय होतो. रक्तक्षयाचे एक महत्त्वाचे कारण आहारात जीवनसत्त्व-ब-१२ आणि फॉलिक ॲसिड कमी पडणे. आहारात

पालेभाज्या, कोशिंबिरी, खजूर, काळी मनुका, बीटरूट, रंगीत गरांच्या भाज्या आणि फळे यातून लोह मिळते. दुधातून ब-१२ मिळते. रक्तक्षयाचे कारण कोणतेही असो, रक्तक्षय झाल्यास पुरेसा प्राणवायू तोंडाच्या आतील पेशींना पोहोचू शकत नाही आणि तोंड येते.

तोंडातील पेशींना दातांमुळे इजा होणे शक्य असते. गाल चावले जातात, दातांमुळे जिभेला जखमा होतात. धूम्रपान किंवा तंबाखूच्या सेवनामुळे अस्तराला अपाय होतो. फार गरम चहा पिणे, फार तिखट किंवा मसालेदार जेवण घेणे. आपल्या तोंड किंवा लाळ यांच्यातील ॲसिड-अल्कली प्रमाणाला न मानवणारे दंतमंजन वापरणे (unsuitable $P^H$), हिरड्यांमध्ये जिवाणूजन्य दाह होऊन हिरड्यात पू होणे. कवळी नीट न बसणे अशा अनेक कारणांनी तोंडात इजा होत राहते. अशा वेळी झालेल्या जखमांमुळे तोंड येत राहते. शरीरातील काही आजारांचा तोंडाच्या अस्तरावर विशेष दुष्परिणाम होतो. आपल्या शरीरातील प्रतिपिंडे (antibodies) तयार करणाऱ्या यंत्रणेतील काही चुकीमुळे गालाच्या अस्तरातील पेशींविरुद्ध प्रतिपिंडे तयार होऊ लागतात. त्यामुळे गालाच्या अस्तरात व्रण तयार होतात. सब-म्यूकल फायब्रोलिस (submucous fibrosis), तंबाखू, सुपारी, चुना अशा पदार्थांच्या सेवनाने या आजाराला आमंत्रण मिळते. कच्चा कांदा, मिरची, आले, लसूण या पदार्थांत चटकन उडून जाणारी सेंद्रिय सुवासिक आम्ले (Voletile auromatic acid) असतात. तंबाखू किंवा सुपारी या पदार्थांना सुगंधी करण्याकरता काही रसायने वापरली जातात. हे सर्व पदार्थ आपल्या तोंडाच्या आतील पेशींचा दाह करतात, इजा करतात. यांचा वापर बेताने करणेच इष्ट असते.

काही औषधांचे झपाट्याने वाढणे, हे नष्ट होण्याच्या परिक्रमेतील पेशींवर विपरीत परिणाम घडवितात. कॅन्सर विरोधी बऱ्याच औषधांचा असा परिणाम असतो. बऱ्याच प्रतिजैविकांचा हा एक नको असणारा परिणाम असतो. काही (ब्रॉड स्पेक्ट्रम) प्रतिजैविकांच्या वापराने आपल्या आतड्यांतील उपयुक्त जिवाणू-विषाणू-बुरशी यांचे निर्मूलन केले जाते. हे कीटाणू शरीराला जीवनसत्त्वे पुरवीत असतात, ते नष्ट झाल्याने या जीवनसत्त्वांचा अभाव निर्माण होतो. परिणामी काही आजारात प्रतिकारशक्ती खालावते. दीर्घकाळ रेंगाळणाऱ्या बहुतेक सर्व आजारात असे घडते. तोंडातील जिवाणू, विषाणू आणि बुरशी यांना रोखून ठेवण्यात शरीराची शक्ती कमी पडू लागते. तोंड येते, जखमा पडू लागतात. बेशेज डिसीज हा एक आजार आहे. त्यात तोंडाला जखमा होऊ लागतात. कदाचित प्रतिकारशक्तीतील यंत्रणेत झालेल्या बिघाडाचा हा परिणाम असावा. कॉर्टिकोस्टेरॉईड्स सारखी औषधे प्रतिकारशक्ती कमी करतात. ल्युकेमिया

आणि इतर कॅन्सरमध्ये देखील प्रतिकारशक्ती खालावते आणि वारंवार तोंड येऊ लागते.

अफ्थस अल्सर्स (aphthous ulcers) हा एक तोंडात फोड येण्यावजा आजार आहे. याचे निश्चित कारण कळत नाही. तोंडातील अस्तराला (सुपारी, लवंग, चुना, बडीशेप) इजा होत असावी. तोंडातील जिवाणूंमुळे हिरड्यात पू होत असावा अथवा मानसिक तणाव असावेत, याचे नक्की कारण कळत नाही. ओठांच्या आत एक गोलसर वेदनायुक्त पांढरा चट्टा येतो. तिखट सहन होत नाही. १०-१२ दिवसांत तो पूर्ण बरा होतो. बरा झाल्यावर तेथे व्रण राहात नाहीत. हे ॲपथस अल्सर्सचे वैशिष्ट्य असते.

कारण सापडले तर ते दुरुस्त करण्याला पर्याय नाही. दातांच्या डॉक्टरांकडून आपले तोंड नीट तपासून घ्यावे. सुपारी, तंबाखू, पान, मसाले यांच्या सेवनावर बंदी घालावी. थंड दूध प्यावे. अनेकदा जीवनसत्त्व-ब, लोह, ब-१२, फॉलिक ॲसिड दिले जाते. प्रो-बायॉटिक नावाची कॅप्सूल वापरली जाते. या सर्वांचे परिणाम नेमके काय होतात, हे सांगणे कठीण असते.

**– डॉ. ह. वि. सरदेसाई**

**आम्लपित्त :** आजकालच्या धकाधकीचा आणि ताणतणावाचा एक परिणाम मानवी जीवनावर होताना दिसतो, तो आम्लपित्त (Acidity) वाढण्याने होतो.

सर्वसाधारणपणे प्रत्येक व्यक्तीच्या जठरात जे पाचकरस तयार होतात त्यात हायड्रोलिक ॲसिडचा प्रामुख्याने समावेश असतो. या ॲसिडचे स्रवण हे खाललेल्या पदार्थांवर अवलंबून असते. त्याचप्रमाणे ताणतणावांवरही अवलंबून असते. ज्या पदार्थांमुळे जठराच्या अंत:त्वचेवर (Mucosa) दाह होतो. असे पदार्थ म्हणजे खूप तिखट, खूप आंबट, खूप गरम किंवा खूप थंड पेयांचे सेवन आणि स्टिरॉईडस आणि बऱ्याच प्रकारची वेदनाशामक औषधे (NSAID) यांचा आम्लपित्त वाढवण्यात मोठा सहभाग असतो.

आम्लपित्त वाढल्याने छातीत जळजळ होणे, घशाशी आंबट पाणी येणे, बेंबीच्यावर मध्यभागी पोट दुखणे अशा प्रकारचा त्रास होतो. काहींना डोके दुखणे, उलटी होणे असाही त्रास होतो. उलटी झाल्यावर किंवा अन्नाचे सेवन केल्यावर किंवा दूध प्यायल्याने आराम पडतो.

यावर उपाय म्हणजे वर नमूद केलेल्या दाहक पदार्थांचे सेवन टाळणे, ताणतणाव कमी करण्यासाठी विचारसरणीत आणि जीवनशैलीत योग्य ते बदल करणे, नाश्ता, जेवण वेळेवर घेणे इत्यादी उपायांबरोबरच त्रास कमी होण्यासाठी आपल्या डॉक्टरांच्या सल्ल्याने योग्य ते औषधोपचार करावेत.

**करपट ढेकर (अपचन) :** खादाडपणाची शर्यत विशेषत: मिष्टान्न, तेलकट-तुपकट अशा पचनास जड वाटणाऱ्या अन्नपदार्थांचे अधिक प्रमाणात सेवन केले, तर पोट खूप गच्च होते. थोडासा दुखावाही जाणवतो. काही खाण्या पिण्याची इच्छा होत नाही. सतत ढेकर येत राहतात. काही तासांनी त्यांना करपट दुर्गंधीपण येते.

अन्न जठरात ठराविक प्रमाणात पोहोचले, तर त्याचे चर्वण, पचन सुरू होते आणि जास्तीत जास्त ४-५ तासांत जठरातील प्रक्रिया पूर्ण होऊन ते पुढे लहान आतड्यात पुढील पचनक्रियेसाठी पाठविले जाते. पण जठराच्या सर्वसाधारण क्षमतेपेक्षा खूप जास्त अन्न, तेही पचनास जड असे सेवन केले गेले, तर जठराची हालचाल व्यवस्थित होत नाही. पाचक स्राव कमी पडतात, अन्नाचे पुरेसे पचन होत नाही. जठराचे स्नायू मर्यादेपेक्षा अधिक ताणल्याने अन्न वेळेत पुढे पाठविले न जाता अधिक काळ जठरातच राहते, त्यामुळे ते कुजून (फर्मेंटेशन होऊन) दुर्गंधी निर्माण करणारे गॅसेस होतात. त्यामुळे ढेकर किंवा उलटी दुर्गंधीयुक्त होते.

हा अपचनाचा त्रास टाळण्यासाठी अधाशीपणा टाळावा. उलटी झाली तर लवकर बरे वाटते. जोपर्यंत पुन्हा चांगली भूक लागत नाही, तोपर्यंत काही खाद्य-पेये घेऊ नयेत. तेव्हा फक्त पाणी घ्यावे. जशी भूक लागेल तसतसे सरबत घ्यावे आणि सडकून भूक लागल्यावरच अन्नग्रहण करावे.

**– डॉ. अनिल गांधी**
सर्जन

**मळमळणे आणि उलटी :** उलटी आल्याची सतत अस्वस्थ करणारी भावना म्हणजे मळमळ. बऱ्याचवेळा या मागोमाग उलटी होते. गरोदरपणात पहिल्या तीन ते चार महिन्यात होणारी उलटी सर्वश्रुत आहे. अपचन, विषबाधा, विषाणू-जिवाणू यामुळे येणारी जठर, स्वादुपिंड, पित्ताशय, आतडे, आंत्रपुच्छ यांची सूज वा त्यांचे कॅन्सर, मूत्रपिंड वा यकृताचे (कावीळ, कॅन्सर) विकार, धूम्रपान, मद्यपान, प्रतिजैविके (अँटिबायोटिक्स) वा दुखावा कमी करणाऱ्या औषधांचे सेवन, रेडिएशन थेरपी ही मळमळ वा उलटी होण्याची नेहमी आढळणारी कारणे होत.

मधुमेह, विषाणूंचे विकार, शस्त्रक्रिया, भूल औषधे यामुळे मंदावणारी आतड्याची हालचाल किंवा हर्निया, आतड्याला पीळ पडणे, टी. बी., कर्करोगामुळे आतड्याच्या मार्गात येणारा अडथळा यामुळे पोट दुखणे, पोट

फुगणे, मळमळ, उलट्या असा त्रास होतो. डोके दुखणे, चक्कर येणे अशा तक्रारी मळमळ आणि उलटीसोबत असल्यास अर्धशिशी, अंतर्कर्णाचे विकार या व्याधींचा विचार केला जातो, तर प्रवासामुळे (मोशन सिकनेस) काहींना असा त्रास होतो.

क्वचित मधुमेहामुळे रक्तात वाढणारी आम्लता, मेंदूची सूज, त्यातील गाठी, त्यामध्ये रक्तस्राव अशा गंभीर विकारांचे उलटी हे प्रमुख लक्षण असते. तर कधी मानसिक ताणतणाव, असंतुलन उलट्या होण्यास पुरेसे कारण ठरते.

शारीरिक तपासणीतून कारणांचा उलगडा न झाल्यास आवश्यक त्या रक्तचाचण्या, सोनोग्राफी, सीटीस्कॅन करतात. निदान निश्चित करून औषधोपचार केले जातात; परंतु अनेक वेळा आजार सौम्य स्वरूपाचा, अचानक उद्भवलेला आणि आपोआप बरा होणारा असतो. अशा वेळी तात्पुरती उलटी थांबविण्याची औषधे देऊन सूप, शहाळ्याचे पाणी, भाताची पेज, सरबते अशी पेये भरपूर प्रमाणात देतात.

उलट्यांचे प्रमाण जास्त असल्यास वा शरीरातील क्षार, पाणी कमी झाल्यास रुग्णालयात दाखल करून सलाईन-ग्लुकोज दिले जाते. पोट फुगले असल्यास पोटात नाकावाटे नळी टाकून पोट रिकामे करतात. दरम्यान, आजाराचे कारण शोधून त्यावर उपचार करतात.

**उचकी** : उचकी लागली की, 'आपली आठवण कोणी काढली' असा विचार येतो. तोपर्यंत ती गायब होते. काही वेळा मात्र ती वारंवार त्रस्त करते. क्वचित ती एखाद्या गंभीर आजाराचे लक्षण असते.

खाताना हवा गिळणे, शीतपेयांचे प्राशन, अति खाणे यामुळे पोट फुगते आणि उचकी लागते. अचानक बदलणारे तापमान उदा. गरम पाण्यानंतर थंड पाण्याने स्नान किंवा गरम पेया पाठोपाठ शीतपेय घेणे. मद्यपान, मोठ्याने हसणे, अति उत्साहित होणे यांसारखे भावनातिरेक, ताणतणाव अचानक उचकी येण्यास कारणीभूत असतात.

'व्हेगस' वा 'फ्रेनिक' हे मज्जातंतू उद्दीपित झाले की, छाती आणि पोट यामधील स्नायूंचा पडदा आकुंचित पावतो आणि उचकी लागते. थायरॉइड, गळा, अन्ननलिका, पित्ताशय, जठर, यकृत, स्वादुपिंड यामधील गाठी वा त्यावरील सूज, न्यूमोनिया, फुफ्फुसाच्या आवरणात वा छातीच्या पटलाखाली जमलेला पू, हृद्यविकार अशा अनेक विकारांत हा पडदा आकुंचित होऊन उचकी लागते.

क्वचित मेंदूस इजा, त्यातील गाठ किंवा सूज व युरेमिया अशा गंभीर आजारात सतत येणारी उचकी रुग्णास त्रस्त करते.

उचकी सतत येत असेल, तर मूत्रपिंड-यकृत यांची कार्यक्षमता जाणण्यासाठी

आवश्यक रक्तचाचण्या, छातीचा एक्स-रे, पोटाची सोनोग्राफी, एन्डोस्कोपी, मेंदू, छाती, पोट यांचा सीटी स्कॅन यांपैकी आवश्यक तपासण्या करतात. त्यानंतर नेमके निदान करून योग्य उपचार करतात. तोपर्यंत उचकीपासून तात्पुरता आराम देणाऱ्या गोळ्या, इंजेक्शन देतात.

जीभ ओढून धरणे, चमच्याने पडजीभ दाबणे, चमचाभर साखर जिभेवर ठेवून सावकाश खाणे, श्वास रोखून धरणे, तोंडाभोवती पिशवी धरून त्यात भरभर श्वासोच्छ्वास घेणे, कॅरॉटिड मसाज यातील एक वा अधिक उपचाराने साधी उचकी थांबविण्यात यश येते.

**– डॉ. प्रदीप गांधी**

# धाप लागणे

जन्मापासून मृत्यूपर्यंत निरंतर आपला सोबती म्हणजे आपला श्वास. निरोगी अवस्थेत क्वचितच आपल्याला याची जाणीव असते. श्वासाची अस्वास्थ्यकारक जाणीव म्हणजे 'धाप' लागणे, छातीचा भाता चालविणाऱ्या यंत्रणेत बिघाड, फुफ्फुसाच्या स्पंदन क्षमतेची कमजोरी, प्राणवायूची कमतरता वा रक्तातील वाढलेले आम्लाचे प्रमाण अशा एक वा अनेक कारणांनी धाप लागते. क्वचित हे मानसिक तणावाचे लक्षण असते.

दमा, न्यूमोनिया, फुफ्फुसात पाणी होणे, फुफ्फुसांच्या दुपदरी आवरणात हवा वा द्रव्य साठणे, हृदयविकार, फुफ्फुसाच्या रक्तवाहिनीत गुठळी, रक्तातील वाढलेली आम्लता, विषारी वायूंचा संपर्क अशा कारणाने अचानक धाप लागते.

याप्रमाणे क्रॉनिक ब्राँकायटिस, सी.ओ.पी.डी., इंटरस्टिशिल लंग डिसीज, हृदयविकार, रक्तक्षय अशा जीर्ण आजारात दिवसेंदिवस धाप लागण्याचे प्रमाण वाढत जाते.

रोगाचे निदान करण्यासाठी रुग्णाचे धूम्रपान, व्यसन, ॲलर्जी, त्याला होणारे प्रदूषण याची माहिती, तसेच खोकला, ताप, छाती दुखणे, कफ यांसारखी सोबत असणारी लक्षणे उपयोगी पडतात. रुग्णाची रक्ततपासणी, छातीचा एक्स-रे, ई.सी.जी., रक्तातील प्राणवायूंचे प्रमाण, इकोकार्डिओग्राफी, फुफ्फुसाची कार्यक्षमता (पी.एफ.टी.) यांसारख्या चाचण्या करून रोगाचे निदान निश्चित करतात आणि कारणांनुसार उपचार केले जातात. अचानक श्वास लागल्यास वैद्यकीय सल्ल्याने त्वरित औषधोपचार होणे गरजेचे असते.

धूम्रपान टाळणे, श्वसनाचे नियमित व्यायाम (विशेषत: प्राणायामास दिनचर्येचा अविभाज्य भाग बनविणे.) आणि प्रदूषण रोखण्यासाठी वैयक्तिक व सार्वजनिक पातळीवर कसून प्रयत्न करणे, ही त्रिसूत्री भविष्यातील आपला प्रत्येक श्वास स्वास्थ्यकारक आणि प्राणदायक बनवेल यात शंका नाही.

**खोकला :** धूर, धूळ, अन्नाचा कण श्वसनमार्गात गेला, तर ताबडतोब खोकला येतो. श्वसनमार्गात तयार झालेला कफ वा वर निर्देशित आगंतुक कण बाहेर टाकण्यास असा खोकला उपयुक्त ठरतो. पण एरवी तो घशात, छातीत अस्वास्थ्य निर्माण करतो. तसेच संभाषणात, झोपेत व्यत्यय आणतो.

विषाणू, जिवाणू यांच्यामुळे होणारा श्वसनमार्गाचा दाह, सूज (Acute respiratory infection) हे खोकला येण्याचे प्रमुख कारण आहे. यासोबत असणारी ताप, सर्दी, घसा, डोके दुखणे ही लक्षणे याचे निदान सुचवितात. याबरोबरच धाप लागत असेल, तर न्यूमोनिया, दमा यांसारख्या गंभीर आजाराची शक्यता असते. फुफ्फुसाची क्ष-किरण तपासणी केल्याने न्यूमोनियाचे निदान होते. वारंवार, विशेषत: रात्री खोकल्याची ढास-उबळ येत असेल, तर डांग्या खोकल्याची शक्यता पडताळून पाहतात. रक्तदाबावर उपचार म्हणून 'एस इन्हिबिटर' या प्रकारातील औषध चालू असेल, तर काही रुग्णांना सतत ठसका लागतो, विशेषत: आडवे पडल्यावर; तेव्हा हे औषध बदलणे योग्य ठरते.

सर्वमान्य उपचार करूनही खोकला ३ आठवड्यांहून अधिक काळ चालूच राहिला, तर सर्दी नाकातून घशात उतरणे, जठरातून अन्ननलिकेत उलटे येणारे आम्ल (GERD) दमा आणि क्षयरोग अशा कारणांचा विचार केला जातो. वजन कमी होणे, भूक मंदावणे, बारीक ताप अशी लक्षणे खोकल्यासमवेत असतील, तर फुफ्फुसाची क्ष-किरण तपासणी करून क्षयरोगाचे निदान करतात.

वातावरणातील वाढते प्रदूषण आणि धूम्रपान यामुळे होणारे क्रॉनिक ब्राँकायटिस, सीओपीडी, फुफ्फुसाचा कर्करोग यांसारखे रोग दीर्घकाळच्या खोकल्यास कारणीभूत असतात. तसेच कोणत्याही कारणाने झालेला खोकला लवकर बरा न होण्याचे हे प्रमुख कारण असते. यामुळेच प्रतिबंधात्मक उपाय म्हणून धूम्रपान न करणे, मास्क वापरणे याचे महत्त्व वादातीत आहे.

सुरुवातीला मिठाच्या पाण्याने गुळण्या करणे, थंड पेय टाळणे, सुंठ, तुळस, गवती चहा यांचा काढा घेणे, वाफारा घेणे, खोकलाशामक आणि कफ पातळ करणारी औषधे घेणे, यासारखे घरगुती उपाय करावे. खोकला आठवड्यापेक्षा अधिक काळ लांबल्यास वा बरोबर ताप, दम अशी लक्षणे असल्यास वैद्यकीय सल्ला घेणे हिताचे ठरते.

**– डॉ. प्रदीप गांधी**

# रक्तक्षय (Anemia)

शरीरातील निरोगी रक्तपेशी आणि हिमोग्लोबिनचे प्रमाण कमी झाले की, 'रक्तक्षय' झाला असे म्हणतात. हिमोग्लोबिन हे रक्तपेशींमधील लोहयुक्त प्रथिन असून, फुफ्फुसातून ऑक्सिजन घेऊन तो शरीरातील सर्व पेशींना पुरविण्याचे काम ते करते. (रक्ताचा लाल रंग या ऑक्सिहिमोग्लोबिनमुळेच असतो.) हिमोग्लोबिन आणि लाल रक्तपेशी तयार होण्यास अन्नातील लोह, प्रथिने आणि जीवनसत्त्वे यांची गरज असते. हाडांच्या पोकळीत रक्तपेशी कमी प्रमाणात तयार होणे, जास्त पेशींचा शरीरातून विसर्ग होणे किंवा प्रमाणापेक्षा अधिक वेगाने त्या नष्ट होणे, यामुळे रक्तक्षय होतो आणि आपल्याला थकवा येतो.

जगातील १/३ लोकसंख्या या व्याधीने पीडित आहे. लहान मुले, स्त्रिया, विशेषत: गर्भवती स्त्रिया यांच्यात याचे प्रमाण जास्त आहे. कुपोषण विशेषत: लोहजन्य पदार्थांची कमतरता, अधिक रजस्राव, कृमी आणि मलेरियामुळे होणारा रक्तपेशींचा नाश यांचे प्रमाण जास्त असल्याने भारतात रक्तक्षयाचे प्रमाण अधिक आहे. मूळव्याध, भगेंद्र, आतड्याच्या क्षतामधून पाझरणारे रक्त, क्षय, संधिवात, सिऱ्होसिस, मूत्रपिंडाचे आजार यांसारखी चिवट दुखणी, तसे असंतुलित आहार, औषधांचे दुष्परिणाम अशा अनेक कारणांनी रक्तक्षय होतो. परिणामी थकवा, निरुत्साह, चक्कर, अंधारी येणे, भूक न लागणे, डोळ्यांखाली काळी वर्तुळे येणे, चेहरा निस्तेज दिसणे, नखे सपाट होणे वा खोल जाणे, श्वास लागणे असा त्रास होऊ लागतो. थोडक्यात रक्तक्षय हे कोणत्यातरी आजाराचे लक्षण असते.

संतुलित चौरस आहार म्हणजे विशेषत: आहारात गूळ, लोखंडी तव्यावर परतलेल्या पालेभाज्या, फळे, काळी मनुका, खजूर यांचा वापर आणि कारणानुरूप वैद्यकीय सल्ल्याने योग्य औषधोपचार हे रक्तक्षयापासून आपली सुटका करतात.

**– डॉ. प्रदीप गांधी**

# वजन कमी होणे

जाडी कमी करण्यासाठी आणि 'झिरो' फिगर प्राप्त करण्यासाठी व्यायाम आणि आहार क्षेत्रात वैज्ञानिक आणि व्यावसायिक प्रगतीची घोडदौड चालू असताना वजन आपोआप कमी का होते, हे पाहणे उद्‌बोधक ठरेल.

आपले वजन हे आपल्या आहारातील उष्मांक, अन्नाचे पचन, चयापचयाची क्रिया (मेटाबोलीक रेट) आपल्या हालचाली आणि शारीरिक श्रमासाठी खर्ची पडणारे उष्मांक अशा अनेक गोष्टींवर अवलंबून असते. पुरुषाचे वजन किलोमध्ये त्याच्या इंचातल्या उंचीइतके असावे, तर स्त्रियांमध्ये ते त्यापेक्षा ५ ते १० टक्के कमी असणे योग्य असते. वयाच्या पन्नाशीपर्यंत दर दशकास वजन १ ते २ किलो वाढते, तर त्यानंतर दर दशकास वजन १ ते २ किलोने कमी होते. ६ ते १२ महिन्यांत वजन ५ टक्क्यांपेक्षा अधिक 'आपोआप' कमी झाल्यास, ते शारीरिक वा मानसिक आजाराचे लक्षण असते.

क्षय, मधुमेह, पचनाचे विकार, कर्करोग, नैराश्य, स्मृतिभ्रंश ही वजन कमी होण्याची नेहमीची कारणे आहेत. थायरॉईड, अड्रेनल, हायपोथॅलॅमस, पिचुटरी या रसग्रंथींचे असंतुलन (विशेषत: हायपर थायरॉडिझम आणि ॲनॉरेक्सिया नर्व्होसा), एड्स, मूत्रपिंडाचे विकार, दारूचे व्यसन व रेडिएशनचे उपचार अशा अनेक कारणांनी वजन कमी होते. अशा वेळी वजनातील घट, त्याला लागलेला काळ, रुग्णाचे वय, त्याचा आहार, व्यसने, कपड्याच्या मापात झालेला बदल, भूक कमी होणे, ताप येणे, शौचाच्या तक्रारी, रुग्ण घेत असलेली औषधे याविषयी माहिती घेतली जाते. शारीरिक तपासणी करून त्यानुसार आवश्यक रक्तचाचण्या, शौच-लघवी तपासणी, छातीचा एक्स-रे व आतड्याचा बेरियम एक्स-रे करतात. यातून निदान न झाल्यास पचनाचे विकार, फुफ्फुसाशिवाय इतरत्र आढळणारा टी.बी., कर्करोग याविषयी विशेष चाचण्या केल्या जातात आणि निदान निश्चित करून त्यानुसार उपचार करतात.

उपचारात आहाराचे नियोजन महत्त्वाचे असते. दिवसाकाठी २५०० ते ३०००उष्मांक असलेला चौरस आहार दिला जातो. तोंडाने आहार घेणे शक्य नसेल, तर नळीवाटे अथवा शिरेतून पुरेसे उष्मांक, प्रथिने, जीवनसत्त्वे मिळतील याची योजना केली जाते. काही वेळा भूकवाढीसाठी (अपेटायझर), स्नायू आणि हाडांच्या बळकटीसाठी (ॲनॉबोलिक स्टिरॉइडस) योग्य औषधांचा काही काळासाठी वापर हिताचा ठरतो.

आपले फॅमिली डॉक्टर, आहारतज्ज्ञ आणि प्रसंगी मानसोपचार तज्ज्ञ यांचा संयुक्त सल्ला आपल्याला आपले घटलेले वजन परत मिळवून देण्यास मोलाचा ठरतो.

**– डॉ. प्रदीप गांधी**

# थकवा

डॉक्टरांना भेट देणाऱ्या रुग्णांपैकी २ ते ३ टक्के भेटी या केवळ 'थकवा, अशक्तपणा वाटतो' या तक्रारींसाठी असतात. शारीरिक व्याधींपेक्षा मनाची मरगळच बहुतांशी याला कारणीभूत असते.

अशा वेळी रुग्णाची जीवनशैली, कामाच्या सवयी, तेथील वातावरण, सग्यासोयऱ्यांशी त्याचे असलेले संबंध, त्याला असणारी व्यसने याविषयीची

माहिती, कारणांचा शोध घेण्यास आणि अनावश्यक तपासण्या टाळण्यास उपयोगी पडते. तसेच भूक वा वजन कमी होणे, झोपेच्या आणि पचनाच्या तक्रारी, ताप, रुग्ण घेत असलेली औषधे याविषयी सविस्तर चौकशी करतात.

रुग्णाची सर्वंकष शारीरिक तपासणी करून रक्ताची कमरता, क्षय, यकृत, मूत्रपिंड, हृदयविकार, एच.आय.व्ही., संधिवात, कर्करोग, थायरॉईड आणि अड्रेनल ग्रंथी यांचे विकार, यांसारख्या विकारांची लक्षणे दिसतात का, हे पाहिले जाते. आवश्यक तेथे रक्तचाचण्या, एक्स-रे, सोनोग्राफी, सी. टी. स्कॅन अशा तपासण्या करून थकण्यामागे शारीरिक विकार नसल्याची खात्री केली जाते. याचबरोबर नैराश्य, पॅनिक अ‍ॅटॅक अशा अनेक मानसिक विकारांचे थकवा हे एक प्रमुख लक्षण असते. ती शक्यता आढळल्यास मानसरोग तज्ज्ञाच्या सल्ल्याने औषधोपचार करतात.

या कारणांशिवाय सतत ६ महिन्यांपेक्षा अधिक काळ थकवा वाटतच राहिला आणि सोबत घसा दुखणे, अपुरी झोप, स्मरणशक्ती आणि आकलन क्षमतेत बिघाड, लक्ष केंद्रित न होणे, स्नायू आणि सांधेदुखी, डोकेदुखी अशा तक्रारी असतील, तर 'क्रॉनिक फटिग सिन्ड्रोम' असे निदान करतात. रुग्णाच्या तक्रारी सहानुभूतीने ऐकून त्यावर उपाय सुचविणे, प्रसंगी मनोविकार तज्ज्ञाचा सल्ला आणि 'सायकोथेरपी' या रुग्णांना व्याधी-मुक्त करण्यास उपयुक्त ठरते. नियमित व्यायाम, योग्य जीवनशैली अनुसरणे हे उपायच या व्याधीतून बाहेर पडण्याचा मार्ग असतो.

**– डॉ. प्रदीप गांधी**

# छाती दुखणे

'माझ्या छातीत दुखतेय' असे कोणी म्हटले तर, निकटवर्तीयांच्या छातीतही धस्स होते, ते हा 'हार्टअॅटॅक' तर नाही ना या भीतीपोटी! दिवसेंदिवस वाढणारे हार्टअॅटॅकचे प्रमाण, आजकाल तिशीतही आढळणारे रुग्ण, क्वचित यामुळे ओढवणारा अकस्मात मृत्यू अशा अनेक गोष्टी, ही भीती निर्माण करतात.

हृदयाच्या रक्तवाहिनीत अडथळा येऊन हृद्याच्या स्नायूस प्राणवायू व रक्ताची कमतरता झाली की, छातीत दुखते याला 'अन्‌जायना' म्हणतात. छाती दुखण्याचे हे एक गंभीर कारण आहे. तसेच फुफ्फुसाच्या रक्तवाहिनीत अडथळा, न्यूमोनिया, हृदयाच्या आवरणाची सूज या आणखी काही गंभीर; परंतु क्वचित होणाऱ्या व्याधीमुळेही छाती दुखते. छातीच्या स्नायूचा दाह वा सूज, कातडी, स्तन, मज्जातंतू, फासळ्या आणि त्यांचे सांधे यांचे विकार या व्याधीत छाती दुखणे हे प्रमुख लक्षण असते. इतकेच काय पण अॅसिडिटी, अन्ननलिका, जठर, पित्ताशय, यकृत, स्वादूपिंड यांचा दाह वा सूज, तसेच मानेच्या मणक्याचे विकार यामध्येही छाती दुखते (रिफरड्‌ पेन). हार्टअॅटॅकच्या जबरदस्त भीतीमुळे (कार्डिअॅक फोबिया) काही जणांना छाती दुखणे, धडधडणे, घाम फुटणे असा त्रास होतो. यामधील अनेक विकार सौम्य

असून, त्यावर सहजसाध्य उपचार होऊ शकतात. त्यामुळेच छातीत दुखले की, गर्भगळीत न होता हे दुखणे हृदयविकारामुळे नाही ना, याची त्वरित खात्री करणे आवश्यक असते.

छाती दुखण्याचा प्रकार, त्याची तीव्रता आणि ती कमी-जास्त करणारे घटक, सोबत असणारी इतर लक्षणे या सर्वांचे साकल्याने विश्लेषण करून प्राथमिक निदान केले जाते. त्याला अनुसरून इ.सी.जी., एक्स रे, रक्तचाचण्या, एण्डोस्कोपी इत्यादी तपासण्या करतात. एवढ्याने हृदयविकाराचे शंकानिरसन न झाल्यास तज्ज्ञांच्या सल्ल्याने स्ट्रेस टेस्ट, इकोकार्डिओग्राफी, कोरोनरी अंजियोग्राफी यासारख्या तपासण्या करतात. जेणेकरून निदान निश्चित होऊन वेळेत योग्य उपचार करणे शक्य होते.

**– डॉ. प्रदीप गांधी**

# डोकेदुखी

डोकेदुखी अनुभवलीच नाही अशी व्यक्ती भेटणे दुर्मीळच. दैनंदिन जीवनातले ताण-तणाव हे डोकेदुखीचे (Tension headache) प्रमुख कारण. तरुण आणि प्रौढ दोन्ही वयोगटात याचे अधिक प्रमाण आढळते. तणावास कारणीभूत परिस्थिती बदलली नाहीतर ही डोकेदुखी दीर्घकाळ त्रस्त करते. याबरोबरच पाठ, अंग दुखणे, झोप न येणे अशा तक्रारीही सुरू होतात. बऱ्याच वेळा डोकेदुखीमागे नैराश्य हे कारण असते.

वाचन, दूरदर्शन पाहाणे यासारख्या दृष्टीवर ताण देणाऱ्या गोष्टीने सुरू होणारी डोकेदुखी चष्मा लागणार याची सूचना देते. सर्दी विशेषत: 'सायन्सुसायटिक' (sinusitis) डोके हमखास दुखते. डोके वारंवार दुखत असेल, तर ते अर्धशिशीचे लक्षण समजतात. बऱ्याच वेळा जोडीला चक्कर, मळमळ, उलटी अशा तक्रारी

असतात. फार वेळ उपाशी राहणे, जागरण, उन्हात फिरणे, 'टायरामिन' ही प्रथिन घटक असणाऱ्या अन्नपदार्थांचे सेवन या गोष्टी अर्धशिशीचा झटका येण्यास कारणीभूत असतात.

काही वेळा डोकेदुखी ही वाढलेल्या रक्तदाबाची सूचना असते. क्वचित प्रसंगी ती मेंदूच्या आवरणाची सूज, मेंदूत गाठ अशा गंभीर रोगांची निर्देशक असते, तर अचानक सुरू होऊन अतितीव्र होणारी डोकेदुखी म्हणजे मेंदूतील रक्तस्रावासारखे जीवघेणे दुखणे असू शकते.

म्हणूनच डोके दुखणे हे नित्याचेच असले तरी त्याकडे दुर्लक्ष करणे वा वारंवार वेदनाशामक औषध खाणे हिताचे नसते. रुग्णाचे वय, डोकेदुखीचा प्रकार, डोक्याचा कोणता भाग दुखतो, सोबतची इतर लक्षणे, डोकेदुखी तीव्र वा कमी करणारे घटक यांचा शोध घेऊन डोकेदुखीच्या कारणाचे निदान करतात. क्वचित प्रसंगी सीटी स्कॅन, एम.आर.आय. सारख्या तपासण्या करून उपचारांची दिशा निश्चित करतात.

**– डॉ. प्रदीप गांधी**

# मधुमेह

आपल्या शरीरातील प्रत्येक पेशीला जिवंत राहण्यासाठी आणि आपापले काम करण्यासाठी ऊर्जा लागते. ही ऊर्जा बहुतांशी ग्लुकोज शर्करेतून पेशी मिळवतात. ही ग्लुकोज शर्करा पेशीत जाण्याकरता इन्सुलिन हे हार्मोन (संप्रेरक) महत्त्वाचे काम करते. आपल्या पोटातील स्वादुपिंडात 'आयलेट्स ऑफ लँगरहॅन्स' नावाचे पेशींचे पुंजके असतात. या पेशीत वेगवेगळे प्रकार असतात. त्यापैकी 'बीटा पेशी' या नावाने ओळखल्या जाणाऱ्या पेशी इन्सुलिन तयार करतात आणि रक्तात स्रवतात. इन्सुलिनमुळे ग्लुकोज शर्करा पेशीत जाते. इन्सुलिनच्या अभावामुळे ग्लुकोज शर्करा पेशींच्या बाहेर, रक्तात साचू लागते. रक्तशर्करा वाढू लागते. काही प्रमाणापेक्षा (१८० मिलिग्रॅम्स दर डेसिलिटर रक्तात) वाढल्यास ग्लुकोज लघवीतून जाऊ लागते. ग्लुकोजबरोबर पाणी आणि इतर क्षारही बाहेर पडतात. लघवी जास्त आणि वारंवार होऊ लागते. शरीरात पाणी आणि महत्त्वाचे क्षार कमी झाल्याने तहान लागते आणि थकवा येतो. रक्तात साखर वाढलेली असली तरी पेशींना साखरेचा तुटवडा जाणवतो. त्यामुळे भूक जास्त लागू लागते. बाहेर पडणाऱ्या ग्लुकोजमार्फत शरीरातून उष्मांक बाहेर पडू लागतात. आपले वजन या उष्मांकांवर अवलंबून असते. लघवीतून उष्मांक बाहेर टाकले जाऊ लागले की, वजन कमी होते. रक्तातील साखर वाढली की, अधिकाधिक इन्सुलिनची निर्मिती आणि स्रवणे सुरू होते. वाढलेल्या इन्सुलिनमुळे सोडियम शोषला जातो. रक्तदाब वाढतो. त्यामुळे रोहिणीकाठिण्याचा विकार रक्तवाहिन्यांना होतो. शिवाय वाढलेली ग्लुकोज शर्करा प्रथिनांबरोबर संयोग पावते. हे ग्लुकोज आणि प्रथिनांचे संयुक्त रेणू केशवाहिन्यांच्या अस्तरावर जमतात. केशवाहिन्या अरुंद होतात आणि ठिसूळ होतात. केशवाहिन्या फुटू लागतात. डोळ्यासारख्या अवयवात केशवाहिन्या

फुटल्याने नजर कमी होते. अरुंद रक्तवाहिन्यांमुळे पेशींना पुरेसा प्राणवायू मिळत नाही. तो मिळावा म्हणून या भागातील केशवाहिन्या नव्याने तयार होतात, (neovascularization). या नव्या केशवाहिन्या बळकट नसतात. त्या क्षुल्लक कारणाने फुटतात, नजर जाते. मूत्रपिंडातील केशवाहिन्या अकार्यक्षम झाल्याने मूत्रपिंडाचे कार्य नीट होईनासे होते. मूत्रपिंडे निकामी झाली, तर जीवनाला धोका निर्माण होतो. रोहिणीकाठिण्यामुळे शरीराच्या वेगवेगळ्या भागांना रक्ताचा पुरवठा होईनासा होतो. यातून हृद्यविकाराचा झटका (myocardial infarction), पक्षघात (paralysis) किंवा पायांना रक्त न मिळाल्याने गँग्रिन (gangrene) असे घातक विकार होऊ शकतात. रक्तातील वाढलेल्या साखरेमुळे डोळ्यातील भिंगाच्या पेशीत आणि मज्जापेशीत सॉर्बिटॉल नावाची साखर साचू लागते. यामुळे या पेशी अकार्यक्षम होतात. डोळ्यात मोतीबिंदू होतो. हातापायांच्या शिरांचे कार्य नीट न झाल्याने अशक्तपणा येतो. त्यामुळे हातापायांना मुंग्या येतात. हात-पाय बधिर होतात. या बधिर भागांना झालेल्या इजा रुग्णाला समजेनाशा होतात. पायात पायताण न घालता चालल्याने टोकदार दगड, काटे टोचलेले समजत नाहीत. तेथे जखमा होतात, त्यात जिवाणू शिरतात, पू होतो. पाय कापावा लागतो. डोळ्यांच्या बाजूला स्नायू असतात, त्यांच्या शिरांना रक्त पुरविणाऱ्या रक्तवाहिन्या बंद झाल्याने हे स्नायू काम करू शकत नाहीत. डोळा उघडण्यास अडचण (ptosis) येते आणि एका बाजूने दुसरीकडे डोळे हलविता येत नाहीत. तिरळेपणा येतो. रुग्णाला एकाऐवजी दोन वस्तू (double vision) दिसू लागतात. यामुळे चक्कर येते. शरीरातील सर्वच पेशी ग्लुकोज न मिळण्याने पुरेशा क्षमतेने काम करीत नाहीत. त्यामध्ये प्रतिकाराला जबाबदार असणाऱ्या पांढऱ्या रक्तगोलकांचाही भाग असतो. प्रतिकार ढासळतो. ठिकठिकाणी जंतुजन्य दाह होऊ लागतो. त्वचेवर गळवे येतात. स्त्री-पुरुषांच्या जननेंद्रियावरील त्वचा अशा जिवाणूंमुळे आणि एकपेशीय परोपजीवी जिवाणूंमुळे दाह होण्यास अधिक सक्षम (vulnerable) असते. तेथे दाह होतो. कंड सुटू लागते. पुरुषांच्या इंद्रियाला ताठरपणा येण्याकरता तेथे रक्ताचा पुरवठा मोठ्या प्रमाणात व्हावा लागतो आणि ते रक्त तेथेच थोपवून धरण्याची यंत्रणा सक्षम असावी लागते. मधुमेहामुळे या दोन्ही बाबतीत शरीर अपुरे पडते. कर्मी इंद्रियात ताठरता येऊ शकत नाही. स्त्रियांना अंगावर पांढरे-पिवळे स्राव जाऊ लागतात आणि शरीरसंबंध दु:सह (dysparunia) होतो. रक्तातील साखर पेशींना उपलब्ध होत नसल्याने मेदाचे साठे विरघळले जातात. रक्तात मेद घटक वाढतात. मेदाम्ले यकृतात मोठ्या प्रमाणात गेल्यावर यकृतातील पेशी या मेदाम्लांचे चयापचय पुरेशा क्षमतेने करू शकत

नाहीत. अर्धवट चयापचयाने मेदाम्लातून कीटोन बॉडीज (ॲसिटोन आणि ॲसिटो ॲसिटिक ॲसिड) यांची निर्मिती होते. शरीरातील आम्लता (acidimia) वाढते. मेंदूच्या पेशी अकार्यक्षम होतात. झापड येते, मांद्य येते, गुंगी येते, व्यक्ती बेशुद्ध होऊ शकते. डायबेटिक कोमा हा आजार फार गंभीर असतो. सुसज्ज रुग्णालयात तज्ज्ञ डॉक्टरांच्या देखरेखीखाली अहोरात्र उपचार आवश्यक असतात. शरीराचे कोणतेही लक्षण मधुमेहामुळे येऊ शकते. त्याचबरोबर मधुमेहाच्या उपचारात वापरलेल्या औषधांनी रक्तशर्करा कमी होण्याचा धोकाही संभवतो. साखर कमी होण्याकरिता इन्सुलिन अथवा गोळ्या घेतल्यावर वेळेवर खाणे न झाल्यास रक्तशर्करा कमी होऊ लागते. मन गोंधळते, स्मरणशक्ती काम करीत नाही. चालताना तोल जाऊ लागतो, शब्दांचे उच्चार स्पष्ट होत नाहीत, मांद्य येऊ लागते. छातीत धडधड होते, हातपाय कापू लागतात, घाम सुटू लागतो, अस्वास्थ्य जाणवते, स्थिरता जाते. साखर फारच कमी झाल्यास रुग्ण बेशुद्ध (hypoglycaemic coma) होतो. तातडीने तोंडाने अथवा शिरेतून ग्लुकोजचे पाणी देणे आवश्यक असते, अन्यथा जिवाला धोका निर्माण होऊ शकतो.

उपाशीपोटी रक्तशर्करा १४० आणि जेवणानंतर दोन तासाने २०० च्या वर असणे म्हणजे मधुमेहाचे निदान होते. मधुमेहाचे काही प्रकार मानले जातात.

१) टाईप वन : या प्रकारात शरीरात इन्सुलिन तयार होत नाही. या रुग्णांना इन्सुलिन घेण्यावाचून आजतरी पर्याय नाही.

२) टाईप टू : इन्सुलिन तयार होते; परंतु ते परिणामकारक नसते. अशा व्यक्ती स्थूल असतात. पथ्य करून, व्यायाम करून, वजन कमी करून किंवा काही प्रकारच्या गोळ्या घेऊन रक्तातील साखर ताब्यात येऊ शकते.

३) जेस्टेशनल डायबेटिस : गर्भवती स्त्रियांत रक्तशर्करा वाढते. बाळंतपणानंतर ती पूर्ववत होते. ५० टक्के अशा स्त्रियांना पुढच्या आयुष्यात मधुमेह होणे संभवते.

४) याखेरीज काही औषधांच्या वापराने किंवा मानसिक तणावाने होणारा मधुमेह असेही प्रकार असतात. गर्भवती स्त्रियांना आणि टाईप वन मधुमेहींना इन्सुलिन घेण्याला पर्याय नसतो. मधुमेहाच्या प्रत्येक प्रकारात पथ्य आणि व्यायाम यांना महत्त्व असतेच.

मधुमेही रुग्णांचे पथ्य सांभाळणे महत्त्वाचे असते. पथ्याचा हेतू निरामय आरोग्य साधणे हा असतो. टाईप टू मधील रुग्णांचे वजन बहुतेक वेळा जास्त असते. अशा रुग्णांच्या आहारातील उष्मांक कमी करणे इष्ट असते. त्या दृष्टीने आहारातील पिष्टमय पदार्थ (साखर, भात, बटाटा, रताळे, साबुदाणा, आणि

गोड फळे) आणि मधाचे सेवन कमी करावे. या रुग्णांना रोहिणीकाठिण्याचा आजार होण्याचा संभव मोठा असतो म्हणून आहारातील सॅच्युरेटेड फॅट्स (वनस्पती तूप, मटणाबरोबर येणारी चरबी, अंड्यातील पिवळा बलक, खोबरेल तेल इत्यादी) देखील मर्यादित ठेवावेत. मिठाचे सेवन चवीपुरते असावे, कारण जादा मिठामुळे रक्तदाबावर अनिष्ट परिणाम झाला तर रक्तदाब वाढेल. जेव्हा मूत्रपिंडे निकामी होऊ लागतात, तेव्हा प्रथिनेदेखील काळजीपूर्वक सेवावी लागतात. अशा वेळी आहार-तज्ज्ञांच्या नजरेखाली आपल्या आहाराचा तक्ता करून घेणे इष्ट होय.

मूत्रपिंडाचे कार्य नीट होत नसल्यास पिण्याच्या पाण्यावरदेखील मर्यादा घालावी लागते. टाईप वन आणि जेस्टेशनल मधुमेहामध्ये सकस आणि संतुलित आहाराची गरज असते. साखर किंवा साबूदाणा या पदार्थांतून शरीराला फक्त उष्मांक मिळतात. त्यांची गरज इतर अन्नाने भरून काढता येते. दूध, दही, मोड आलेली कडधान्ये, गूळ, शेंगदाणे, डाळी, उसळी, पालेभाज्या आणि काजू, बदाम, पिस्ते (nuts) खाण्यात ठेवावीत. थोडे खावे; परंतु वारंवार खावे. मांसाहारी व्यक्तींनी अंड्यातील पिवळा बलक आणि मासळी (शक्यतो गोड्या पाण्यातील) घ्यावी. मटण किंवा लिव्हर, किडनी, ब्रेन टाळावा. मधुमेहामुळे हातापायाच्या चेताशिरा (peripheral nerves) कमजोर होतात. मद्यामध्ये असणारे इथाईल अल्कोहोल या दृष्टीने अधिक अपाय करते. याकरता मधुमेही रुग्णांनी मद्यपान टाळणेच इष्ट होय. त्याचप्रमाणे मधुमेहामुळे रक्तवाहिन्या अरुंद होतात आणि हाच दुष्परिणाम तंबाखूतील निकोटीन या रेणूचा असतो. तंबाखूचे कोणत्याही प्रकारचे सेवन प्रकृतीला हानिकारकच असते. मधुमेही व्यक्तीने सिगारेट, विडी, तंबाखू यापासून कटाक्षाने दूर राहावे.

पथ्याइतकाच व्यायाम महत्त्वाचा. आपल्या आवडीचा व्यायामाचा प्रकार निवडावा. सुरुवात माफक प्रमाणात करावी. रोज नियमाने करावा. हळूहळू वाढवावा. व्यायामाची सुरुवात करण्यापूर्वी आपला रक्तदाब आणि इतर शारीरिक तपासणी करून घ्यावी. म्हणजे हृदयविकाराचा धोका टळेल. व्यायामाचे चार प्रकार मानले जातात. चल प्रकार, स्थिर प्रकार, तोल सांभाळण्याचे आणि दमछाक होऊ नये म्हणून करण्याचे. या संबंधात माहिती मिळवून आपल्या प्रकृतीला साजेसा आणि आपली गरज भागवेल असा व्यायाम निवडावा.

मधुमेहाच्या उपचारांत औषधे महत्त्वाची कामगिरी बजावतात. इन्सुलिनचा वापर हा मधुमेहावरचा सर्वांत प्रभावी उपचार असतो. सध्यातरी ते इंजेक्शनने घ्यावे लागते. त्यात खूप सुधारणा होत आहे. इन्सुलिन पंप, नाकातील फवारा या प्रकारांनी रोज टोचून घेणे टाळता येते. याची माहिती आपल्या डॉक्टरांकडून

घ्यावी. भविष्यात स्वादुपिंडातील बीटा पेशींचे आरोपण करून घेणे शक्य होईल असे वाटते. असे आरोपण यशस्वी झाल्यास मधुमेह बरा होण्याचा मोठाच संभव आहे.

मधुमेहाकरता काही गोळ्या सध्या वापरात आहेत. सल्फानिल युरिया प्रकारच्या गोळ्यांनी रुग्णाच्या बीटा पेशीतील इन्सुलिन शरीराला उपलब्ध होते. बायग्वायनाईड जातीच्या गोळ्यांनी साखरेचे स्नायूंमधील चयापचय अधिक कार्यक्षमतेने होते. ग्लिटॅझोन्स प्रकारच्या औषधांचा पेशीवरील स्वीकारकांची कार्यक्षमता वाढते. या गोळ्यांच्या योग्य वापराने ४० टक्के मधुमेही रुग्णांना फायदा होतो.

भारतात मधुमेहाचे प्रमाण वाढत चालले आहे, ही चिंताजनक बाब आहे. आहारातील त्रुटी, व्यायामाचा अभाव, जनुकीय परिणाम, मानसिक तणाव, आरामदायक जीवनशैली या साऱ्यांचा विपरीत परिणाम होणे संभवते. ज्यांच्या घराण्यात मधुमेह आहे त्यांनी विशेष काळजी घेतली पाहिजे. लहानपणापासून आपली योग्य जीवनशैली निवडली पाहिजे. आपला आहार आणि विहार, आपले विचार आणि आचार, म्हणजेच आपले सर्व व्यवहार तपासून पाहावेत आणि त्यात योग्य बदल करावेत, म्हणजे मधुमेहाच्या संकटाला टाळता येईल.

**– डॉ. ह. वि. सरदेसाई**

# चक्कर येणे

जेव्हा एखादा रुग्ण डॉक्टरांकडे जातो, तेव्हा त्याला काय त्रास होतो आहे, हे त्याने डॉक्टरांना सांगणे अपेक्षित असते. रुग्णाची भाषा आणि रुग्ण वापरत असणारे शब्द डॉक्टरांना समजणे नितांत गरजेचे असते. रुग्णाची नेमकी तक्रार समजली नाही, तर योग्य निदान होणार नाही आणि उपचार चुकतील. त्याचा रुग्णाला फायदा होणार नाही; कदाचित अपायही होईल. यासाठी आपण जे सांगतो आहोत, त्याचा आपल्याला अभिप्रेत असणाराच अर्थ डॉक्टरांना समजत आहे, याची खात्री रुग्णाने केली पाहिजे. काही शब्दांना एकापेक्षा जास्त अर्थ असू शकतात. अशा वेळी आपण हा शब्द नेमक्या कोणत्या अर्थाने वापरत आहोत, हे रुग्णाने स्पष्ट करणे जरूर असते. डॉक्टरांनी देखील प्रतिप्रश्न करून तक्रारीचे खरे स्वरूप समजून घेणे आवश्यक असते. 'चक्कर येणे' ही एक रुग्णांची नेहमी ऐकू येणारी तक्रार असते. पण 'चक्कर येणे', म्हणजे नेमके काय होते, याचे एकापेक्षा जास्त अर्थ निघू शकतात. अर्थाप्रमाणे निदान बदलते, उपचार बदलतात. जेव्हा रुग्ण 'चक्कर येते' असे म्हणतो, तेव्हा पुढीलपैकी नेमके काय होते हे शोधणे गरजेचे असते.

१) व्हर्टायगो (Vertigo) : या प्रकारात रुग्णाला 'गोल फिरण्याची' भावना येते. आजूबाजूच्या गोष्टी स्वत:भोवती गोल फिरत (Objective Vertigo) आहेत किंवा आपण स्वत: गोल फिरत (Subjective Vertigo) आहोत अशी भावना येते. घड्याळाच्या काट्यांच्या दिशेने (clockwise) किंवा विरुद्ध दिशेने (counter clockwise) असे रुग्णाला सांगता येते. असा व्हर्टइगो कानातील 'लॅबरिंथ' या भागातील किंवा या भागाच्या मेंदूतील केंद्राशी संबंधित पेशींचा आजार दर्शवितो. 'पोझिशनल व्हर्टइगो' यामध्ये व्यक्ती उठून बसताना किंवा आडवे होताना असा त्रास अनुभवते. याचा उगम अनेकदा मानेत असतो. मानेतील

मणक्यांमधील चकत्या सरकण्याने (Cervical spondylosis) असे वारंवार घडते. 'Benign Recurrent Positional Vertigo' काही औषधांमुळे कानातील या संवेदना तीव्र होतात. अॅस्पेरिन, स्ट्रेप्टोमायसिन, अॅमिकॅसिन, जेटामायसिन इत्यादी औषधे वापरताना काळजी घ्यावी लागते. पूर्वी मलेरियासाठी क्विनाईन वापरले जाई, तेव्हा हा त्रास बऱ्याच लोकांना होत असे.

२) सिंकोपी (Syncope) : या प्रकारात मेंदूला क्षणमात्र रक्तपुरवठा कमी पडतो. व्यक्तीचे भान हरपते. उभी राहणारी व्यक्ती खाली पडते. या वेळी नाडी क्षीण झालेली असते, हातपाय गार पडलेले असतात. व्यक्तीला घाम सुटलेला असतो. रक्तदाब कमी झालेला असतो. आडवे पडल्यावर थोड्याच वेळात व्यक्ती शुद्धीवर येते आणि पूर्ववत होते.

३) मायनॉर मोटॉर एपिलेप्सि Minor Motor Epilepsy : हा फिट येण्याचा प्रकार असतो. काहींना पूर्वसूचना मिळते, पोटात कासावीस झाल्याची भावना जाणवते. हातपाय कडक होतात. क्वचित कपड्यात लघवी होऊन जाते. चेहऱ्याला किंवा हातापायावर सूक्ष्म झटके दिसू शकतात. मेंदूच्या विजेच्या आलेखात (ईईजी) काहींच्या आजाराचा सुगावा लागू शकतो.

४) हृदयविकाराच्या झटक्याच्यावेळी एखादा सेकंद जरी मेंदूला रक्ताचा पुरवठा कमी पडला, तरी व्यक्ती क्षणमात्र बेशुद्ध पडते. इलेक्ट्रोकार्डिओग्रॅममध्ये याचा अंदाज येऊ शकतो.

५) रक्तात साखर कमी झाल्यास व्यक्तीला एकाएकी अशक्तपणा आल्याचे जाणवते. धाप लागते, चालताना तोल जातो. मन गोंधळते. साखर दिल्यास लगेच बरेही वाटते.

६) रक्तातील पोटॅशियम क्षार कमी होणे (hypokalemia) : या विकाराची कारणे यकृताच्या कार्याशी आणि खाण्यात कर्बोदकांचा अतिरेक असण्याशी असू शकतो. एकाएकी आलेल्या अशक्तपणाच्या वेळेला रक्ताची तपासणी केली तर कळू शकते.

७) 'चक्कर' येण्याचे सर्वांत महत्त्वाचे कारण मानसिक ताणतणाव हे असते. मानसिक चिंतेमुळे व्यक्ती श्वास भरभर घेऊ लागते. परिणामी

रक्तातील कार्बन डायऑक्साईडचे प्रमाण कमी होते. त्यामुळे मेंदूला होणाऱ्या रक्तपुरवठ्यात घट होते. शिवाय हातापायांना मुंग्या येतात (alkalosis). हातापायांची बोटे वेडीवाकडी होतात (Tetany). यामुळे मन गोंधळते. रुग्ण बेशुद्ध होत नाही. त्याला गोल फिरण्याची भावना होत नाही. हा त्रास कित्येक मिनिटे टिकू शकतो.

चक्कर येते म्हणजे नेमके काय होत आहे, हे जाणवल्याखेरीज निदान करता येणार नाही. निदानाखेरीज योग्य उपचार होणार नाहीत. आपल्याला होणारा त्रास हा स्पष्ट अर्थ असणारे शब्द वापरूनच डॉक्टरांना सांगणे आवश्यक असते.

**– डॉ. ह. वि. सरदेसाई**

# वाढलेला रक्तदाब (हायपरटेन्शन)

जन्मल्यापासून, किंबहुना जन्मापूर्वीपासून ते आपले देहावसान होईपर्यंत हृदयाचे स्पंदन आणि रुधिराभिसरण चालू असते. रुधिराभिसरणामुळे शरीराच्या सर्व अवयवांना, उतींना आणि पेशींना प्राणवायू, ग्लुकोज शर्करा, आवश्यक प्रथिने, मेदाम्ले, क्षार आणि जीवनसत्त्वे पुरवली जातात. या रक्ताच्या प्रवाहाचा दाब आतल्या बाजूने रक्तवाहिन्यांच्या भिंतीवर पडत असतो. त्याला 'रक्तदाब' (ब्लडप्रेशर) म्हणतात. सर्वसाधारणपणे पूर्ण वाढ झालेल्या व्यक्तीचा रक्तदाब १२०/८० मिलिमिटर्स मर्क्युरी एवढा असतो. यातला १२० हा आकडा हृदयाच्या स्पंदनामुळे असलेला (वाढलेला) दाब दर्शवतो, तर ८० हा आकडा रक्तवाहिन्यांच्या आकुंचित स्थितीचा निदर्शक असतो. रक्तदाब वाढणे आणि उतरणे या घटना अहोरात्र चालू असतात. एखाद्या व्यक्तीचा रक्तदाब सातत्याने १३५/८५ किंवा जास्त राहू लागला तर त्या व्यक्तीचा रक्तदाब वाढलेला आहे, असे मानले जाते. अशा व्यक्तीला आपला रक्तदाब वाढलेला आहे, हे समजेलच असे नाही.

बहुतेक वेळा रक्तदाब वाढल्यामुळे व्यक्तीला कोणताही त्रास जाणवत नाही. वाढलेल्या रक्तदाबाचे खास असे लक्षण असत नाही. तथापि, वाढलेल्या दाबाचे दुष्परिणाम रक्तवाहिन्यांच्या अस्तरावर होऊ लागतात. हे परिणाम हळूहळू तीव्र होत जातात. या परिणामांपैकी महत्त्वाचा परिणाम म्हणजे – रोहिणी-काठिण्य हा रोग. वाढलेल्या रक्तदाबाच्या बरोबरीने रक्तातील मेद घटकांचे प्रमाण विसकटणे, धूम्रपान, आनुवांशिकता, आहारातील दोष, व्यायामाचा अभाव, मानसिक ताण-तणाव इत्यादी अनेक घटकही रोहिणी-काठिण्य घडण्यास हातभार लावतात. रोहिणीकाठिण्यामुळे रक्तवाहिन्या अरुंद होतात. रक्तवाहिन्यांच्या भिंती कमजोर होऊ लागतात. अरुंद रक्तवाहिन्यांतून विविध अवयवांना रक्ताचा पुरवठा कमी होऊ लागतो. परिणामी त्या त्या अवयवांचे कार्य नीट होईनासे होते. ठिसूळ

रक्तवाहिन्या फुगतात, फुटतात. फुटलेल्या रक्तवाहिन्यांतून रक्तस्राव होतो. असा रक्तस्राव मेंदूत होणे धोक्याचे ठरू शकते. प्राणघातक होऊ शकते. अरुंद रक्तवाहिन्यांतील अस्तराला इजा झाल्यास रक्त चटकन गोठते आणि रक्तवाहिनी बंद पडते. हृदयाला रक्त नेणाऱ्या 'करोनरी' या रोहिणीत असे घडले, तर हृदयविकाराचा झटका येतो. मूत्रपिंडांना जाणाऱ्या रक्तवाहिन्यांवर झालेल्या परिणामामुळे मूत्रपिंडे अकार्यक्षम बनतात. अशा व्यक्तींना डायलिसिस करावे लागते किंवा मूत्रपिंडाचे प्रत्यारोपण (renal transplant) करण्याची पाळी येते. इतके सगळे रोहिणी-काठिण्यामुळे झाले तरी त्याचे कारण वाढलेला रक्तदाब आहे हे रुग्णाला कळत नाही. म्हणून वाढलेल्या रक्तदाबाला 'चोरपावलाने येणारा घातक शत्रू' (The Silent Killer) असे म्हणतात.

रक्तदाब मोजून पाहिल्याखेरीज तो असावा तेवढा (normal) आहे का, वाढलेला आहे हे कळण्याला मार्ग नसतो. कोणत्याही वयात १३५/८५ पेक्षा जास्त रक्तदाब (सातत्याने वाढलेला) आढळला, तर ती स्थिती दखलपात्र आहे.

पहिली पायरी म्हणजे या वाढलेल्या रक्तदाबाला काही कारण आहे का, हे शोधणे. असे कारण अनेकदा सापडत नाही. परंतु सापडले तरच वाढलेल्या रक्तदाबावर कायमचा बरा होईल, असा उपाय करता येतो. कारण सापडत नाही अशा (बहुतेक सर्वांना) व्यक्तींना जीवनशैलीत बदल करणे आवश्यक आहे. आपला आहार आणि आपले विहार, आपले विचार आणि आपले आचार. थोडक्यात आपले सारे व्यवहार आपली जीवनशैली ठरवितात. मिठाचे सेवन कमी करावे. वजन जास्त असल्यास उष्मांकांचे सेवन कमी करून वजन आटोक्यात आणावे. त्याला नियमाने पायी चालण्याचीही मदत होईल. आपले मानसिक तणाव जाणून घ्यावेत आणि मन नेहमी प्रसन्न ठेवण्याचा प्रयत्न करावा. मनाची प्रसन्नता आणि श्रद्धा या आपल्या अंतर्गत असणाऱ्या मोठ्या शक्ती आहेत. आपली विचारसरणी पारखून घ्यावी. आपण अवास्तव आणि राक्षसी महत्त्वाकांक्षेला पाचारत नाही ना, हे पाहावे. जागरूक राहून मोहाचे क्षण टाळावेत, नाही तर पश्चात्तापाची पाळी येईल. वाढलेल्या रक्तदाबाचे कारण शोधूनही न सापडल्यास आणि जीवनशैलीत यथायोग्य बदल करूनही रक्तदाब १३५/८५ पेक्षा खाली उतरत नसल्यास औषधे घ्यावी लागतात. औषधांना नको असणारे परिणाम असू शकतात. औषधे तज्ज्ञ डॉक्टरांच्या नजरेखालीच घ्यावीत. औषधात किंवा त्यांच्या मात्रेत (डोसमध्ये) आपणहून बदल करू नयेत. रक्तदाब वारंवार तपासून घेऊन आपण घेत असणारे औषध आणि त्याची मात्रा योग्य असल्याचे आपल्या डॉक्टरांना ठरवू द्यावे. रक्तदाब मोजणे सोपे असते. बिनखर्चाचे असते. डॉक्टरांकडे जाऊन रक्तदाब तपासून घेण्याची माफक गैरसोय सोडली, तर रक्तदाब मोजण्याला कोणतीच आडकाठी येऊ नये. रक्तदाब

नियंत्रणात आणण्याकरता आता पुष्कळ औषधे उपलब्ध आहेत; ती प्रभावी आहेत. बहुतेक सर्वांचा रक्तदाब ताब्यात ठेवणे आता सहज शक्य आहे. हृदयविकाराचा झटका (heart attack), पक्षघात (paralytic stroke) मेंदूत रक्तस्राव (Brain haemorrhge) किंवा मूत्रपिंड निकामी होणे (chronic renal failure) असे गंभीर आजार टाळणे, हे आता आपल्या हातात आहे. आपला रक्तदाब मोजावा आणि योग्य कार्यवाही लगेच करावी.

**– डॉ. ह. वि. सरदेसाई**

# कमी रक्तदाब

सामान्यत: पूर्ण वाढ झालेल्या माणसाचा रक्तदाब १२०/८० 'मिलिमीटर्स ऑफ मर्क्युरी' एवढा असावा. हे निरोगीपणाचे एक लक्षण मानले जाते. कधीकधी तो रक्तदाब कमी असतो. तो जास्त असल्यास १३५/८५ पेक्षा सातत्याने जास्त असल्यास त्या स्थितीला 'हाय ब्लडप्रेशर' किंवा 'हायपरटेंशन' असे म्हटले जाते. तो किती कमी असल्यास त्याला 'लो ब्लडप्रेशर' म्हणावे याबद्दल एक निश्चित पातळी सांगणे कठीण आहे. महत्त्वाचा मुद्दा असा आहे की, ब्लडप्रेशर कमी आढळल्यास ही स्थिती प्रकृतीच्या दृष्टीने दुरुस्त करण्याजोगी आहे किंवा कसे. रक्तदाबाचा संबंध शरीरातील सर्व पेशींना पुरेसा रक्ताचा पुरवठा होण्याशी आहे. जर रक्ताचा पुरवठा कमी होत आहे असे आढळले, तर या स्थितीचे कारण शोधून ते कारण दुरुस्त करण्याचा प्रयत्न करणे आवश्यक असते. जेव्हा शरीराला रक्तपुरवठा कमी पडतो तेव्हा रक्तदाब उतरलेला असतो. नाडीची गती वाढलेली असते. हात-पाय थंड पडलेले असतात. हातापायाची नखे निळसर दिसतात. अनेकदा अंगाला दरदरून घाम सुटलेला असतो. व्यक्तीच्या मेंदूचे कार्य नीट होत नसल्याची लक्षणे दिसू लागतात, मन गोंधळते. जवळच्या नातेवाइकांना व्यक्ती ओळखू शकत नाही. आपण कोठे आहोत हे समजेनासे होते. आता दिवस आहे का रात्र, सकाळ का संध्याकाळ, तारीख, वार कोणता हे आठवेनासे होते. मूत्रपिंडाचे कार्य नीट होत नाही (लघवी होण्याचे प्रमाण घटते). अशा स्थितीला 'शॉक'ची स्थिती (state of shock) असे म्हणतात. ही एक गंभीर स्थिती असते. मोठ्या प्रमाणात रक्तस्राव झाला, उलट्या-जुलाबांमुळे शरीरातील पाणी घटले म्हणजे डी-हायड्रेशन (De-hydration) झाले, अकस्मात रक्तवाहिन्या रुंदावल्या (ॲनॅफिलॅक्सिस – तीव्र ॲलर्जी), हृदयविकाराचा झटका आला, आतडे फुटले अशा वेळी असा 'शॉक'ची स्थिती येण्याचा संभव असतो. यांपैकी कोणतीही

लक्षणे नसताना हिंडत्या-फिरत्या माणसाचे ब्लडप्रेशर कमी असणे, हे सहसा गंभीर आजाराचे लक्षण नसते. सुप्रारीनल ग्रंथीच्या आजारात (ॲडिसनस् डिसीज) असे आढळू शकते. कधीकधी दीर्घकाळ आजारी असणाऱ्या व्यक्तीमध्येसुद्धा असे आढळते; परंतु या वेळी रुग्णाची प्रकृती निश्चितच निरामय नसते. अन्यथा निरामय व्यक्तीचा रक्तदाब १००/७० किंवा थोडाफार कमीही असणे, हे आजाराचे लक्षण नसते. त्यावर उपायांची गरजही नसते. पॉश्चरल हायपोटेंशन (postural hypotension) नावाच्या स्थितीत व्यक्ती पडून राहिलेली असताना रक्तदाब नेहमीप्रमाणेच असतो किंवा जास्तही असू शकतो; परंतु उभे राहिले की रक्तदाब उतरतो. अशी व्यक्ती चटकन उठून उभी राहिल्यास मेंदूला रक्ताचा पुरवठा कमी पडतो. व्यक्तीला उभे राहणे किंवा चालणे कष्टप्रद होते. एखादे वेळी व्यक्ती क्षणमात्र बेभान होते. उच्चदाब कमी करण्याकरता वापरण्यात येणाऱ्या औषधांचा असा परिणाम होणे शक्य असते. हृदयविकाराच्या झटक्यातदेखील शॉक स्थिती येण्यापूर्वी अशी स्थिती येऊ शकते.

चालत्याबोलत्या व्यक्तीमध्ये रक्तदाब कमी असणे, हे थकवा येण्याचे कारण नसते. लो-ब्लडप्रेशर असा विकार नसतो. थकवा येण्याचे कारण शोधून त्यावर उपचार करणे आवश्यक असते. शरीरातील पाणी कमी झाल्याने जुलाब, उलट्या, रक्तस्राव इत्यादी त्रास होतात. रक्तदाब कमी झाला असला, तर तात्कालिक तातडीचा उपाय म्हणजे सलाईन देणे असे केले जाते. अशी पार्श्वभूमी नसताना केवळ थकवा जाणवतो म्हणून सलाईन घेण्याची आवश्यकता नाही.

**– डॉ. ह. वि. सरदेसाई**

# घोरणे आणि झोपेत गुदमरणे

नाका-तोंडावाटे होत असणारी हवेची हालचाल (श्वासोच्छ्वास) झोपेत अधून-मधून बंद पडणे याला 'स्लीप एप्निया' म्हणतात. असा श्वसनातील व्यत्यय दहा सेकंद टिकतो. दिवसा अतिरेकी झापड येत राहण्याचे, हे प्रमुख कारण होय. शिवाय अशा 'स्लीप एप्निया'मुळे हृदय आणि रक्ताभिसरण संस्थेत मोठे विकार होतात. सामान्यपणे चाळीशीनंतर २ टक्के स्त्रियांना तर ४ टक्के पुरुषांना असा विकार जडतो. याचे दोन प्रकार असतात. पहिल्या प्रकारात हवेच्या आत-बाहेर जाण्याला तोंड व घसा येथे अडथळा निर्माण होतो. यास 'ऑबस्ट्रक्टिव्ह स्लीप एप्निया' म्हणतात. दुसऱ्या प्रकारात श्वसनात भाग घेणाऱ्या स्नायूंचे कार्य मज्जासंस्थेतील काही दोषांमुळे अधूनमधून थांबते. या प्रकाराला 'सेंट्रल स्लीप एप्निया' म्हणतात.

या दोन्ही प्रकारात रुग्णांना अनिवार्य झोप येत राहते आणि झोपताना घोरण्यात अकस्मात व्यत्यय येत राहतो. आपली झोप आपल्या जाणिवेच्या स्थितींपैकी एक आवश्यक स्थिती असते. या स्थितीमध्ये मेंदूतील काही पेशीसमूह विशिष्ट काळाने कमी-जास्त कार्य करीत राहतात. एका विशिष्ट कार्यकारी स्थितीत घशाचे स्नायू शिथिल होतात आणि श्वसन जलद व दीर्घ होते. स्थूल पुरुषांत चाळीशीनंतर आधीच ह्या भागातील मार्ग अरुंद झालेला असतो. त्यातून सैल झालेल्या पडजिभेमुळे या भागात अडथळा येतो. श्वास आत घेताना या अडथळ्यामुळे कंपने निर्माण होतात. यामुळे निर्माण झालेल्या आवाजाला 'घोरणे' म्हणतात. श्वासोच्छ्वास बंद पडला, तर ही कंपने तात्काळ थांबतात व घोरणे लगेच बंद पडते. सामान्यपणे घोरण्यात येणारा आरोह-अवरोहाचा काळ सोडून मोठ्याने घोरता-घोरता क्षणार्धात घोरणे तात्काळ बंद पडते. श्वास बंद झाल्याने मेंदूला प्राणवायू कमी पडतो. व्यक्तीची झोप मोडते. दहा सेकंदात श्वास पुन्हा सुरू झाल्यास परत झोप लागते. हा व्यत्यय इतका अल्पकाळ असतो की या जागेपणाची स्मृती राहत नाही, परंतु वारंवार झोपमोड होत राहण्यामुळे झोप पुरी होत नाही. मेंदूवर निद्रानाशाचे कर्ज (Sleep debt) होते. परिणामी जागेपणी सारखी झोप येऊ लागते. नेहमी घोरण्याची सवय असणाऱ्या व्यक्तीने मद्यपान केल्यास हा वारंवार होणारा झोपमोड व्यत्यय हमखास होऊ लागतो. अशी अनिवार्य झोप कोठेही लागू शकते. अशी झोप वाहन चालकाला गाडी चालवतानाच लागली, तर निर्माण होणाऱ्या धोक्याची कल्पनादेखील त्रासदायक आहे. अशा दिवसा अतिरेकी झोप लागणाऱ्यांपैकी एक तृतीयांश व्यक्तींनाच आपण रात्री जागे होत असल्याचे स्मरते. शैया सोबत करणाऱ्या व्यक्तीला, रुग्णाला शांत व गाढ झोप लागत नसल्याचे समजते. रुग्ण मोठ्याने घोरताना मध्येच घोरणे थांबते, हे ही लक्षात येऊ शकते. श्वसनात येणाऱ्या अडथळ्यांमुळे प्राणवायूचा पुरवठा कमी पडतो. परिणामी नखे निळसर पडतात (Cyanosis). फुप्फुसातील रोहिण्यांमधील रक्तदाब वाढू लागतो (Pulmonary hypertension). रुधिराभिसरणातली उजव्या भागावर ताण वाढू लागतो. अखेर हृदयक्रिया अकार्यक्षम (Right sided failure) होते. एखादी स्थूल प्रौढ व्यक्ती (सहसा पुरुष) दिवसा झापड येते अशी तक्रार करते, तेव्हा झोपेत व्यत्यय येतो किंवा कसे हे समजणे महत्त्वाचे ठरते. अशा व्यक्तीच्या मानेचा परीघ वाढलेला असल्यास व रक्तदाबही वाढलेला दिसल्यास 'ऑबस्ट्रक्टिव स्लीप एप्निया'ची शंका घ्यावयास हवी.

अनेक मोठ्या रुग्णालयात 'झोपेचा अभ्यास करणाऱ्या प्रयोगशाळा' (Sleep laboratories) असतात. तेथे रात्रभर रुग्णाची विविध प्रकारची निरीक्षणे करून नोंदतात. शिवाय कान-नाक-घसा विकारांच्या तज्ज्ञांकडून घसा व सभोवतालच्या

भागाची तपासणी केली जाते. एकदा निदान निश्चित केल्यानंतर परिणामकारक उपाययोजना करता येते. उपायांमध्ये सातत्याने श्वसन मार्गात घनदाब निर्माण करणारी यंत्रणा वापरली जाते. (Continuous positive airway pressure) याकरता सहज हालविता येण्याजोग्या एका यंत्राचा उपयोग करतात. काहींना घशातील पडजिभेवर शस्त्रक्रियेची गरज असते. (Uvulo-pharyngo-plasty)

**– डॉ. ह. वि. सरदेसाई**

# मुतखडा

खूप प्राचीन काळापासून मनुष्य मुतखड्यांपासून पीडित आहे. त्यामुळे पोटात असह्य वेदना होणे, कधीकधी मूत्रपिंड खराब होणे आणि क्वचित प्रसंगी मूत्रपिंड निकामी होऊन त्यामुळे मृत्यू ओढवणे संभवते.

मुतखडा कोठे आणि का होतो? मूत्रपिंड (किडनी), मूत्रवाहक नलिका (ureter) किंवा मूत्राशय (urinary bladder) येथे आढळतो. हा तयार होण्याची प्रक्रिया बव्हंशी मूत्रपिंडात आणि क्वचित मूत्रनलिका, मूत्राशय किंवा पुरुषांमध्ये प्रोस्टेटमध्येही सुरू होते.

आपल्या रक्तात पुष्कळ प्रकारची द्रव्ये विरघळलेल्या अवस्थेत असतात. ती मूत्रपिंडातून गाळून (Filtration) किंवा Active Exeration ने लघवीत येतात आणि नको ती द्रव्ये लघवीवाटे बाहेर टाकली जातात. ती बव्हंशी लघवीत विरघळलेलीच असतात आणि बिनबोभाट बाहेर निघून जातात. क्वचित प्रसंगी द्रव आणि द्रावण (विरघळलेले क्षार) यांच्या संपृक्ततेच्या पातळीपेक्षा अधिक क्षार असतील किंवा लघवीच्या मार्गात अडथळा येऊन लघवी काही प्रमाणात तुंबलेली (stasis) राहिली किंवा एखादी रक्ताची छोटी गुठळी, बॅक्टेरिया यांच्यासारख्या गोष्टींवर हे द्रावणाचे क्षार जमले, तर सूक्ष्म मुतखडा तयार होतो.

तुंबलेपण (stasis) किंवा इन्फेक्शन अधिक काळ राहिले, तर हे कण वृद्धिंगत होतात. त्यालाच आपण 'मुतखडा' असे म्हणतो. साधारणपणे ८०-९० टक्के मुतखडे लहान असताना नैसर्गिकरीत्या लघवीतून बिनबोभाट पडून जातात. जे थोडे मोठे असतात ते मात्र अरुंद मूत्रमार्ग, विशेषत: मूत्रवाहक नलिकेमध्ये असताना प्रचंड यातनेस (पोटदुखीस) कारणीभूत ठरतात. रुग्ण अगदी गडबडा लोळतात. प्रसंगी निसर्गाच्या प्रयत्नाने प्रसूती होऊन, प्रसूती वेदना थांबतात.

जे खडे अडकून किंवा रुतून बसतात त्यामुळे मूत्रपिंड, मूत्रनलिका किंवा

मुत्राशयात वरचेवर इन्फेक्शन होणे, लघवीतून रक्त जाणे आणि क्वचित मूत्रपिंड खराब होऊन निष्क्रिय होणे शक्य असते.

खडा मोठा असेल, वरचेवर इन्फेक्शन, रक्तस्राव होत असेल, तर त्वरित युरॉलॉजिस्टचा सल्ला घ्यावा.

ज्यांना वरचेवर हा त्रास होतो त्यांनी आळू, पालक, टोमॅटो, कांदा, लसूण असे Oxalate Rich पदार्थ शक्यतो टाळावेत. भरपूर पाणी प्यावे. योग्य वेळी डॉक्टरांचा सल्ला घ्यावा.

अमुक डॉक्टरांच्या औषधाने खडा विरघळतो किंवा पडून जातो यावर माझा तरी विश्वास नाही. 'कावळा बसायला आणि फांदी तुटायला' असा योगायोग होऊ शकतो. ८०-९० टक्के खडे लहान असताना नुसते पाणी पिऊन पडतात, हे खरे! मग त्या वेळी बिअर पिणे, कोणाचे औषध घेणे किंवा नवस, मंत्र-तंत्र सर्वांनाच पडलेल्या खड्याचे श्रेय निष्कारण मिळते.

**– डॉ. अनिल गांधी**
सर्जन

# मूळव्याध

संडासचे जागी (गुदद्वार) अनेक व्याधी होऊ शकतात, पण रुग्णाच्या लेखी या सर्वांनाच 'मूळव्याध' असे संबोधन असते.

शौचाचे वेळी रक्त पडणे, वेदना होणे, चिकट पदार्थ (शेम), पू येणे, मोड असणे, अंग बाहेर येणे यांपैकी काहीही तक्रारी असतील, तर डॉक्टर मला मूळव्याध आहे असे रुग्ण सांगतो. संकोचामुळे सहजासहजी कपडे काढून किंवा कपडे खाली करून दाखविण्याची रुग्णाची मानसिकता नसते. तसेच फॅमिली डॉक्टरच्या दवाखान्यात तपासण्यासाठी बरेचदा पुरेशी प्रायव्हसी असलेली जागा नसते; साधने आणि सततच्या गर्दीमुळे तपासणीसाठी लागणारा पुरेसा वेळही नसतो. यामुळे डॉक्टरची तशी मानसिकताही नसते. परिणामी रुग्ण सांगतो तेवढ्यावरूनच जमेल ते निदान आणि त्यावरूनच उपचार केला जातो. त्याने बरे न वाटल्यास सर्जनकडे जाण्याचा सल्ला दिला जातो.

नको रे, बाबा ऑपरेशन! अशी निदान सर्वसाधारण रुग्णाची प्राथमिक विचारसरणी असते. त्यात गैरसमजांची आणखी भर पडते. 'कोंब पुन्हा वाढतात. मग डॉक्टर, मूळव्याधीचे ऑपरेशन परत परत करावे लागते ना? संडासवरचा ताबा नाहीसा होतो ना?' अशा सर्वसाधारण शंका असतात. तसेच मूळव्याधीच्या ऑपरेशननंतर लैंगिक क्षमता कमी होते, असाही गैरसमज क्वचित प्रसंगी ऐकायला मिळतो.

पोटात दुखण्याचे एक कारण ॲपेंडिसायटिस असते. त्याचे ऑपरेशन झाल्यानंतर मुतखडा, अल्सर, पित्ताशयात खडा, जंत, आतड्याचा पीळ, स्वादुपिंडाचा आजार किंवा इतर कारणांनी पोट दुखले, तर परत ॲपेंडिक्स झाले असे म्हणणे जितके चुकीचे तितकेच परत मूळव्याध झाली म्हणणे चुकीचे आहे.

या गैरसमजाचे मुख्य कारण गुदद्वाराशी होणाऱ्या वेगवेगळ्या व्याधींचे अज्ञान होय.

या ठिकाणी मूळव्याध (हिमऱ्हॉइडस), जखम (फिशर), अंग बाहेर येणे

(प्रोलॅप्स), बेंड (ॲबसेस), भगेंद्र (फिश्चुला), गुदाशय (रेक्टम), ट्यूमर-पॅपिलोमा, पोलिप आणि क्वचित प्रसंगी विशेषत: उतारवयात कर्करोग (कॅन्सर) हे आणि असे अनेक आजार संभवतात. पण रुग्णाच्या लेखी या सर्वांना एकच नामाभिधान असते ते म्हणजे 'मूळव्याध' यातील एका व्याधीचे औषधोपचार असोत किंवा ऑपरेशन होवो, नंतर दुसरा आजार झाला, तर पुन्हा मूळव्याध झाली हा गैरसमज होतो.

या आणि अशा गैरसमजांमुळे आणि भीतीमुळे डॉक्टर नसलेल्या काही महाभागांचे फावते. यात 'डॉ. राव' नावाचे खूप लोक महाराष्ट्रात तरी आढळतात; हे लोक डॉक्टर नसतात. क्वचित प्रसंगी किरकोळ पैसे मोजून यू. पी., बिहारमधून कसले तरी सर्टिफिकेट पैदा केलेले असते. काही वेळा तेही नसते. अशा लोकांचीही खूप चलती आहे. ती या व्याधींबद्दलच्या गैरसमजांमुळे!

मनात किंतु न बाळगता सर्जनकडून तपासणी करून घ्यावी आणि त्यांच्या सल्ल्याप्रमाणे उपचार करून घ्यावेत हेच हिताचे असते.

नियमितपणे पालेभाज्या, गाजर, मुळा असे पदार्थ भोजनात असल्यास बद्धकोष्ठता टळते आणि असे आजार होण्याचे प्रमाण खूप खूप कमी होते. शिवाय जीवनसत्त्वे, लोह यामुळे आरोग्य सुधारते ते वेगळेच!

**– डॉ. अनिल गांधी**
सर्जन

# हर्निया

हल्ली 'हर्निया' हा पेशंट व इतर सर्वांनाच परिचित असा शब्द आहे. पोटाच्या भिंतीतील नैसर्गिक गॅपमुळे (Defective Weakness) 'पेरिटोनियम'बाहेरील फॅटचा भाग, पोटातील आवरण (पेरिटोनियम) किंवा पोटातील आतडे, फॅटचे पटल (ओमेंटम), बीजांडकोश, बीजवाहक नलिका आणि मूत्राशयाचा भाग असे निरनिराळे अवयव आपल्या सीमा ओलांडून स्नायू व त्वचा यांच्या आवरणाखाली डोकावू लागतात. त्याला ढोबळमानाने 'हर्निया' म्हणता येईल.

येथे फक्त बाह्य हर्नियाचा विचार करू या. जांघेतील (Inguinal) हर्नियाचे प्रमाण पुरुषात अधिक असते. त्यामानाने स्त्रियांमध्ये जांघेखालील मांडीच्या भागावर (Femoral) हर्नियाचे प्रमाण अधिक असते. सर्वच नवजात अर्भकांमध्ये बेंबीतून किंवा बेंबीजवळ (Umbilical & Paraumbilical) हर्नियाचे अगदी लहान ते पुष्कळ मोठा असे हर्नियाचे प्रकार असू शकतात.

पोटाच्या मध्य रेषेत 'Epigastric' या छोट्या हर्नियाचे, तर कधी-कधी पूर्वी झालेल्या ऑपरेशच्या व्रणातून 'Incisional' हर्नियाचे लहान वा मोठे प्रकार आढळून येतात.

'हर्निया' ज्या गॅपमधून बाहेर येतो, ती जेवढी लहान तेवढे तेथे दुखण्याचे प्रमाण अधिक असते. अन्यथा सर्वसाधारणपणे बऱ्याच वेळा हर्नियामुळे दुखत नाही. त्यामुळे तिकडे पेशंटचे लक्ष जात नाही किंवा गेले तरी डॉक्टरकडे जाणे किंवा ऑपरेशनला 'हो' म्हणण्याची मानसिकता लवकर तयार होत नाही. जोपर्यंत दुखत नाही किंवा हर्नियातला भाग अडकत (Obstruction) नाही, तोपर्यंत तिकडे सामान्यपणे दुर्लक्ष केले जाते.

हर्निया 'मेकॅनिकल डिफेक्ट'मुळे होत असल्याने कुठल्याही पॅथीने तो दोष दुरुस्त होत नाही. मात्र 'ऑबस्ट्रक्शन' झाले तर पोट दुखण्याच्या, फुगण्याच्या,

उलट्या होण्याच्या त्रासाचे वेळी त्वरित (Emergency) शस्त्रक्रिया करावी लागते. अशा वेळी पेशंट प्रवासात किंवा दुर्गम भागात, परदेशात कुठेही असेल तरी अशा शस्त्रक्रियेला सामोरे जाण्याची वेळ येऊ शकते. हे टाळण्यासाठी त्याआधीच शस्त्रक्रिया करून घेणे श्रेयस्कर ठरते.

ही शस्त्रक्रिया साधी, कमी त्रासाची असते. यात ओपन सर्जरी, दुर्बिणीतून करावयाची सर्जरी, जाळी (Mesa) वापरून करावयाची सर्जरी असे अनेक प्रकार आहेत. ज्या त्या पेशंटच्या सोईनुसार व सर्जनचे नैपुण्य; यानुसार योग्य त्या पद्धतीचा वापर करता येतो. अलीकडे जाळी (Mesa) वापरण्याची सर्रास फॅशन आली आहे. शरीरात कोणतीही बाह्य गोष्ट (Foreign Body) घालणे शास्त्रीयदृष्ट्या टाळता येणे शक्य असेल व शरीराचेच स्नायू (Anatomical Repair) वापरून शस्त्रक्रिया करणे शक्य असेल, तर ते अधिक श्रेयस्कर. पण गॅप खूप मोठी असेल तर 'मेश' वापरणे योग्य. असा सारासार परिस्थितीजन्य विचार प्रत्येक पेशंटच्या गरजेप्रमाणे करायला व्हावा. तो फक्त, जाळी (Mesa) विकणाऱ्या कंपनीच्या जाहिरातीमुळे किंवा इतर कारणांसाठी नसावा.

**– डॉ. अनिल गांधी**
सर्जन

# थायरॉईड

प्रत्येक मनुष्याच्या शरीरात अनेक प्रकारच्या ग्रंथी निरनिराळे उपयुक्त स्राव निर्माण करीत असतात.

गळ्यावर पुढच्या भागात त्वचेखाली स्नायूंच्यामागे पण श्वासनलिकेसमोर व बाजूला 'थायरॉईड' नावाची ग्रंथी असते. ज्या ग्रंथीचे स्राव सरळ रक्तातूनच शरीरात वितरित होत असतात. 'Endocrine Gland' या महत्त्वाच्या ग्रंथी समूहातील 'थायरॉईड' ही एक प्रमुख ग्रंथी आहे. शरीरातील काही रासायनिक क्रियांवर (Metabolism) नियंत्रण ठेवण्यात या थायरॉईड होर्मोनचा उपयोग होतो. थायरॉईड ग्रंथीतून स्रवणाऱ्या 'थायरॉक्सिन' या होर्मोनचे प्रमाण वाढले, (Thyrotoxicosis) तर भूक खूप लागली तरी वजन कमी होणे, अंग सतत गरम वाटणे, छातीतील धडधड वाढणे व त्याची जाणीव होणे, जुलाब होणे, स्त्रियांना रज:स्राव अधिक प्रमाणात होणे, स्वभाव चिडचिडा होणे, झोप कमी होणे, हातांना (बोटांना) कंप

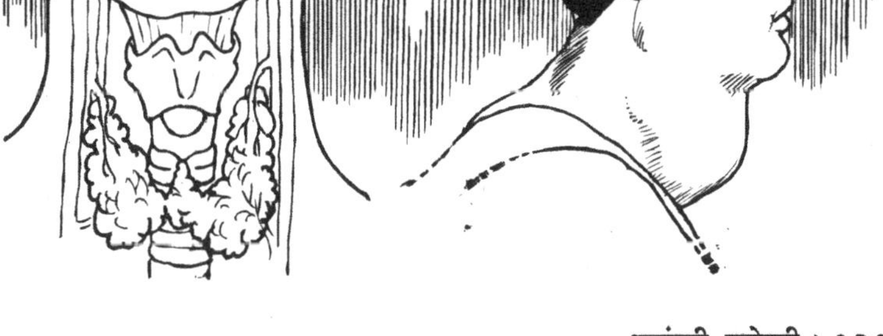

सुटणे, नंतर-नंतर डोळे बाहेर येणे, (Exopthalmus) वटारल्यासारखे सतत दिसणे, अशी लक्षणे दिसून येतात. याउलट या होर्मोनचे शरीरातले प्रमाण कमी झाले तर वजन वाढणे, ह्दयाची गती मंदावणे, भूक कमी लागणे, उत्साह न वाटणे, अशी लक्षणे दिसतात.

गॉइटर (Goiter)मुळे गळ्यावर फुगवटा वाढतो, तो दोन प्रकारे – एक स्मूथ व दुसरा गाठीचा (Nodular Goiter) या दोन्ही प्रकारात दुखत नसते म्हणून त्याकडे दुर्लक्ष करण्याची वृत्ती असते. पण अशा गाठीत रक्तस्त्राव होऊन अचानक श्वासास त्रास होणे किंवा अशा गाठींमध्ये कॅन्सर असणे किंवा नंतर होणे, हे ही शक्य असते.

ही लक्षणे दिसून आल्यास किंवा थायरॉईड ग्रंथी मोठी दिसू लागल्यास त्रास असो वा नसो, घरगुती उपचारात वेळ वाया न घालवता शक्य तेवढ्या लवकर आपल्या फॅमिली डॉक्टरकडे जाऊन ते सांगतील त्याप्रमाणे तपासण्या व उपचार करणे अगत्याचे असते. यात बरेच वेळा शस्त्रक्रिया करणेही आवश्यक असते.

**– डॉ. अनिल गांधी**
सर्जन

# डोळे

**कर्नल, डॉ. मदन देशपांडे**

**शिक्षण** : एम. एस., नेत्र तज्ज्ञ (१९७२),

: आर्मड फोर्स मेडिकल कॉलेज – नेत्र विभाग, पुणे. विशिष्ट सेवा पदक – भारत सरकार विश्वस्त, संचालक, एच. व्ही. देसाई नेत्र रुग्णालय, पुणे.

**फोन नं.** : ०२०-२६९७०१४४, २६९७००४३

# डोळा येणे (Conjunctivits)

**डोळ्याचे संसर्गजन्य आजार :**

जंतूच्या प्रादुर्भावामुळे डोळे येतात आणि काळजी न घेतल्यास डोळा निकामीही होऊ शकतो. डोळे आल्यामुळे डोळे लाल होतात. चिकट चिपडे येते आणि डोळे दुखतात. अशा वेळी डोळ्यांना वारंवार हात लावू नये. डोळ्यात दिवसातून साधारणत: ४/५ वेळा अ‍ॅन्टिबायोटिक ड्रॉप घालावे आणि नेत्रतज्ज्ञांचा सल्ला घ्यावा. लहान मुलांना हा विकार बराच होतो. कधीकधी नवजात मुलांतही होऊ शकतो. काहीच न मिळाल्यास मातेचे दूध डोळ्यात घातल्यास फरक पडतो. पण लवकरच नेत्रतज्ज्ञाचा सल्ला घ्यावा.

फॅक्टरीत काम करताना डोळ्यांना इजा होऊ शकते अथवा डोळ्यास मार लागू शकतो. फॅक्टरीत काम करताना एखादा द्रवपदार्थ डोळ्यात गेल्यास डोळा न चोळता पाण्याने धुऊन काढावा आणि त्वरित नेत्रतज्ज्ञांचा सल्ला घ्यावा. एखादी वस्तू डोळ्यात जाऊन इजा होऊ शकते. उदा. लोखंडाचे बार, काटा, कडबा, गाईचे शेपूट, उसाचे अथवा गव्हाचे पाते. यामुळे होणाऱ्या सर्व जखमा वेळीच योग्य उपचार न केल्यास डोळा निकामी करू शकतात.

**कमी दिसणे (दृष्टिदोष) :**

कमी दिसणे हा दृष्टिदोष कुठल्याही वयात येऊ शकतो. तो जवळच्या अथवा दूरच्या दिसण्यासाठी अथवा दोन्हीसाठी असू शकतो. लहान बालकांना साधारणपणे 'अ' जीवनसत्त्वाच्या कमतरतेमुळे रात्री कमी दिसते. तसेच डोळ्यात कोरडेपणा अथवा त्रिकोणाकृती पांढरट पिवळसर डाग डोळ्याच्या कडेला दिसतो. रातांधळेपणा अशा बऱ्याच कारणांमुळे होतो. त्यात प्रामुख्याने 'रेटिनायटीस पिगमेंटोजा' नावाचा नेत्रपटलाच्या आजारामुळे होतो. त्याची तपासणी नेत्रतज्ज्ञच

करू शकतात.

कमी दिसण्याची बरीच कारणे आहेत. त्यात प्रामुख्याने चष्मा नंबर असणे तो दीर्घदृष्टी अथवा ऱ्हस्वदृष्टी (प्लस अथवा मायनस) तसेच लो-व्हीजन म्हणजे ज्यांना चांगल्या डोळ्यात ६/१८च्या खाली दिसते. साधारण चाळिसाव्या वर्षी सर्वांनाच जवळचे कमी दिसू लागते. त्याला आपण 'चाळिशी' म्हणतो. कमी दिसणे हे डोळ्यांतील आजाराचे लक्षण असू शकते. पुष्कळदा आपणाला एका डोळ्याने कमी दिसते अथवा दिसतच नाही, याची जाणीवदेखील नसते. त्यामुळे कधीकधी एक डोळा झाकून पाहणे उचित. कमी दिसण्याचे मुख्य कारण चष्मा असणे, मोती बिंदू, काच बिंदू, मार लागणे, डोळ्याच्या काचेवर (कॉर्नियावर) पडणारा पांढरा डाग अथवा त्याला होणारा संसर्ग. मधुमेह किंवा इतर अनेक कारणांमुळे पडद्यावर (रेटिना) होणारे विकार.

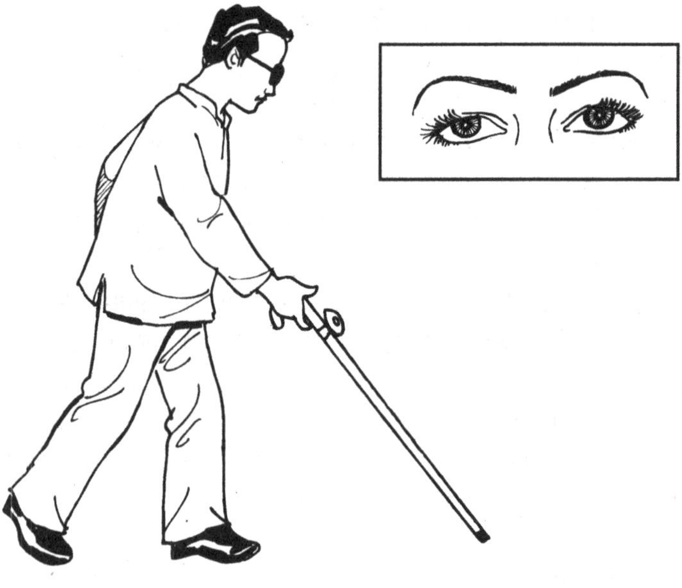

पुढील काही वर्षांत आपल्या देशात मधुमेही लोकांची संख्या प्रचंड प्रमाणात वाढणार आहे, त्यामुळे कमी दिसण्याचे प्रमाणही वाढणार आहे. तसेच रेटिनल डीटॅचमेंट, मुख्य नर्वचा आजार (optic atrophy) इत्यादी अनेक कारणांमुळे दृष्टिदोष निर्माण होतो.

महत्त्वाचे म्हणजे असा दृष्टिदोष निर्माण झाल्यास नेत्रतज्ज्ञांकडून तपासणी करून त्यावर उपाय करणे . नंबर घालवण्यासाठी चष्मा वापरणे. पुष्कळदा चष्माचा

नंबर घालवण्यासाठी काही विशिष्ट प्रकारचे डोळ्यांचे व्यायाम काही जण उपयोगी मानतात. मात्र त्याला कुठलाही शास्त्रीय आधार नाही. लेझर तंत्रज्ञानाचा वापर वयाच्या १८ वर्षानंतर उपयोगी होऊ शकतो.

**तिरळेपणा :**

तिरळेपणा हा एक असा विकार आहे, ज्यात दोन्ही डोळे सरळ न बघता वेगवेगळ्या दिशांमध्ये बघताना दिसतात. एक डोळा सरळ आणि दुसरा आत किंवा बाहेर अथवा वर किंवा खाली बघताना आढळतो. असा तिरळेपणा सतत किंवा अधूनमधून असू शकतो. सहसा तिरळेपणा लहान मुलांमध्ये बऱ्याच वेळा आढळतो. साधारण भाषेत त्याला 'आळशी डोळा' (Lazy eye) म्हणतात.

लहान बालकामध्ये साधारण सहा महिन्यापर्यंत डोळ्यांच्या हालचाली पूर्ण विकसित न झाल्यामुळे बऱ्याचदा मूल तिरळे पाहाते. सहा महिन्यांनंतर जर तिरळेपणा आढळला, तर तपासणी आवश्यक असते. त्यात दृष्टिदोष हे मुख्य कारण आहे. जास्त प्लस नंबर असणे किंवा दोन्ही डोळ्याच्या नंबरमध्ये बरीच तफावत असणे. अशा प्रकारचा तिरळेपणा जास्त जवळ धरून वाचल्याने अथवा जवळ बसून टीव्ही बघितल्याने वाढतो. दुसऱ्या प्रकारचा तिरळेपणा हा केंद्राभिमुख असतो. एखाद्या नर्वमुळेही (paralytic squint), सहसा जास्त ताप येऊन अथवा मोठा आजार झाल्यानंतर अशा प्रकारचा तिरळेपणा होऊ शकतो.

**तिरळेपणावर उपचार :**

पालकांना पुष्कळदा वाईट वाटते ते की, आपल्या गोजिरवाण्या लहान मुलांना एवढ्या लहान वयात चष्मा लावणं पटत नाही. पण सतत चष्मा वापरण्याने नंबरमुळे होणारा तिरळेपणा कमी होऊ शकतो. चष्मा लवकरात लवकर लावणे श्रेयस्कर आहे. डोळा आळशी बनून निकामी होऊ शकतो. तसेच तिरळेपणा ज्यात असेल आणि सहा महिने चष्मा वापरून फरक पडत नसेल, तर शस्त्रक्रिया करणे श्रेयस्कर. ही शस्त्रक्रिया अत्यंत सोपी असून, त्याविषयी भय बाळगू नये. कधीकधी तिरळेपणा आजूबाजू आणि वरखाली असेल किंवा प्रमाणात असेल, तर तिरळेपणावर शस्त्रक्रिया पुन्हा (repeat) करावी लागते. शस्त्रक्रियेनंतर नेत्रतज्ज्ञाच्या सल्ल्याने चष्मा लावणे अथवा डोळ्यावर Patch लावावा लागतो.

मोठ्या माणसांना तिरळेपणा साधारण Paralysis मुळे होतो. लहानपणी उपचार न केल्यामुळे अथवा उपचारात हेळसांड झाल्यामुळे तिरळेपणा राहू शकतो. अशा तिरळेपणात शस्त्रक्रियेने अचूक उपचार होऊ शकतो, पण बऱ्याचवेळा ५/६ वर्षांनी पुन्हा तिरळेपणा येऊ शकतो.

**अंधत्व निवारण :**

अंधत्व निवारण ही आपणा सर्वांची सामाजिक आणि नैतिक जबाबदारी आहे. आपल्या देशात किमान १.२ कोटी लोक अंध आहे. पण सुदैव एवढेच की, यापैकी ६० टक्के अंधत्व दूर करण्याजोगे आहे आणि ते दूर करणे आवश्यक आहे. अन्यथा वर्ष २०२० मध्ये ही संख्या ३ कोटीपर्यंत पोहचू शकते. आता आपण दूर करता येण्याजोगी (Avoidable) अंधत्वाची महत्त्वाची कारणे पाहू – सर्वप्रथम मोती बिंदू (Cataract), त्याचे प्रमाण ६० टक्के आहे. नंतर चष्मा नंबर असण्याचे (Refractive ervn) प्रमाण, त्यानंतर येते ते लहान मुलांचे अंधत्व. याचे प्रमाण कमी असले, तरी त्यांच्या अंध आयुष्याची वर्षे पाहिली, तर ते जास्तच आहे. आता वाढू लागलेले नेत्ररोग म्हणजे काचबिंदू. तसेच येत्या ५/६ वर्षांत आपला देश मधुमेहात (Diabetis) जगाची राजधानी होणार, असे सांगितले जात आहे. अर्थात सर्वांत जास्त मधुमेही रुग्ण आपल्या देशात असतील. त्यामुळे मधुमेहामुळे येणारे अंधत्व हेही जास्त प्रमाणात असेल. या सर्व प्रकारचे अंधत्व टाळता येण्यासारखे आहे. त्यात आणखी एक प्रकारचे अंधत्व म्हणजे, अल्पदृष्टी (Low vision). ते प्रयत्नांती दूर होण्याजोगे आहे.

ज्या व्यक्तींना अल्पदृष्टी असते (Low vision) त्यांची दृष्टी काही उपकरण वापरून वाढवता येते आणि त्यांचे जीवन सुसह्य होते. आणखी महत्त्वाचे एक कारण म्हणजे बुबुळावर येणारी पांढरट टिक फूल (Corneal Blindness). त्यावर नेत्रदान आणि नेत्ररोपण हा उपाय आहे. आपल्या देशात ३ लाख लोकांना नेत्ररोपणाची आवश्यकता आहे, मात्र दर वर्षी फक्त २५-३० हजार नेत्र दानाद्वारे मिळतात. नेत्रदानाविषयी जनजागृती होणे आवश्यक आहे. आपल्या देशात अंधत्व निवारणाविषयी जागरूकता आहे. 'नॅशनल प्रोग्राम फॉर प्रीव्हेंशन ऑफ ब्लाईंडनेस' (NPCB) आणि आता 'Vision 2020 -The Right To Sight India' या संस्था मार्गदर्शक म्हणून काम करतात. याचप्रमाणे जिल्हास्तरावर DBCS कार्य करते. सामाजिक NGO हॉस्पिटलचा यात सिंहाचा वाटा आहे.

**मोतीबिंदू (कॅटरॅक्ट) :**

मोतीबिंदू हा सर्वांना परिचितच आहे. सर्वसाधारणपणे तो वृद्ध लोकांना होतो, पण मोतीबिंदूची अनेक कारणे आहेत आणि तो लहान बालकांपासून वृद्ध माणसांपर्यंत कोणालाही होऊ शकतो.

आपला डोळा एक अत्यंत उत्कृष्ट कॅमेरा आहे. त्यात एक भिंग असते. ते जेव्हा वयोमानामुळे आणि इतर कारणांमुळे अपारदर्शक होऊ लागते, त्या प्रक्रियेस 'मोतीबिंदू' म्हणतात. हा होण्याचं नेमकं कारण कोणतं हे माहीत नाही, पण काही

कारणांमुळे ते होण्यास चालना मिळते. प्रखर सूर्यप्रकाश (Radiation), प्रथिनांची कमतरता, काही टॉक्सिन आणि इजा होणे, स्टिरॉइडसारखी औषधे. मोतीबिंदू झाल्यावर काही लोकांना सूर्यप्रकाशात कमी दिसते, तर काहींना रात्री कमी दिसते. गाडी चालवताना पुढून येणाऱ्या गाडीच्या दिव्याचा प्रकाश सहन होत नाही. तसेच कमी दिसू लागते. कधीकधी चष्म्याचा नंबर झपाट्याने वाढतो. पुष्कळदा असं सांगितलं जातं की, मोतीबिंदूची शस्त्रक्रिया त्वरीत न केल्यास कदाचित तो फुगून डोळा निकामी होतो. अंशत: हे जरी बरोबर असले, तरी सर्वच मोतीबिंदू या अवस्थेला जात नाहीत (उदा. भिंगामुळे होणारा काचबिंदू.). साधारण वयाच्या ५० ते ६० वर्षी मोतीबिंदूची सुरुवात होते. कमी दिसू लागल्यास, प्रथम डोळ्यांच्या डॉक्टरांकडे नेत्र तपासणी करून घ्यावी. मोतीबिंदूचे ऑपरेशन केव्हा करावे, हा एक यक्षप्रश्न सर्वांसमोर असतो. सारासार विचार आणि डॉक्टरांचा सल्ला आणि आपली गरज हे महत्त्वाचे घटक आहेत. आजकाल मोतीबिंदू शस्त्रक्रिया कृत्रिमभिंग रोपण (लेन्स इन्प्लांट) करून केली जाते. त्यातही बिनघडीचे, घडीचे, देशी-विदेशी अशी अनेक प्रकारची लेन्स असतात. आपल्याला परवडेल ते घ्यावे. तसेच

टाक्याचे, बिनटाक्याचे, फेको पद्धती अशा प्रकारच्या शस्त्रक्रिया उपलब्ध आहेत. टाक्यांची सोडून सर्व प्रकारच्या शस्त्रक्रिया परिणामकारक आहेत. पण महत्त्वाचे म्हणजे शस्त्रक्रियेपूर्वी शारीरिक तपासणी महत्त्वाची आहे. रक्तदाब, मधुमेह इतर सांसर्गिक आजार, शरीरावर एखादी जखम, लघवीत असलेला संसर्ग याचं निराकरण महत्त्वाचं आहे. तसेच लेन्स जरी घातले गेले, तरी जवळचा अथवा दूरचा चष्मा घालावाच लागतो. आजकाल Multifocal lens घालूनही शस्त्रक्रिया होऊ शकते.

**काचबिंदू :**

काचबिंदू हा डोळ्यांत असणारा दाब वाढल्यामुळे निर्माण होतो. या दाबामुळे सर्वांत नाजूक ज्ञानतंतू (Optic disc) नष्ट होऊन कायमस्वरूपी दृष्टिदोष निर्माण होतो. त्यामुळे हा दृष्टिदोष होऊ नये, यासाठी डोळ्यांत असणारा जास्त दाब योग्य वेळी शोधून त्यावर उपचार करणे, हाच एक उपाय आहे. साधारण डोळ्यांमध्ये दाब १६ मी.मी. असतो. त्याच्या पुढे-मागे अधिक-उणे ५ ( $\pm$५) दाब चालू शकतो. पण हा दाब २०च्यावर अथवा दोन्ही डोळ्यांच्या दाबामध्ये ७ चा फरक असेल, तर तपासणी आवश्यक आहे.

काचबिंदूचे मुख्य दोन प्रकार आहेत – उघडा कोन (Open angle) काचबिंदू आणि बंद कोन (Closed angle) काचबिंदू .

उघडा कोन (Open angle) काचबिंदू : यामध्ये फारशा तक्रारी नसतात

त्यामुळे दृष्टिदोष निर्माण झाल्यावरच ते रुग्णाला कळते. हे टाळण्यासाठी स्वत:ची व घरातील सर्वांची काचबिंदूसाठी तपासणी करून घ्यावी लागते. तसेच उजेडातून सावलीत आल्यास दिसण्यास लागणारा वेळ, वारंवार काही कारण नसताना चष्माचा नंबर बदलणे, असे असेल तर त्वरित नेत्रतज्ज्ञांचा सल्ला घ्यावा. यासाठी खालील टेस्ट करून उपचार सुरू करावेत.

काचबिंदूचे निदान करण्यासाठी आवश्यक –

१) डोळ्यातील दाब

२) फंडस तपासणी (Disc chaque)

३) फिल्ड तपासणी, Auto-Perimetry कोन तपासणी (Gonioscopy).

४) आजकाल नवीन यंत्र तपासणीमध्ये HRT-II व ओसीटीद्वारे ऑप्टिक नर्व तपासणी केली जाते.

OCT च्या तंत्रज्ञानामुळे काचबिंदूची सुरुवात झालेली लगोलग समजू शकते. त्यामुळे कमी कोन (Narrow Angle) काचबिंदूमध्ये समोरून येणाऱ्या लाइटमध्ये रंगीत इंद्रधनुष्य दिसणे, डोळ्यावर दाब येणे, डोळा लाल होऊन दुखणे. तसेच उलट्या होणे, इत्यादी होऊ शकतात.

ह्यावर इलाज म्हणजे सर्वांत आधी कोन तपासणी करून निदान केल्यावर लेसरने बाहुलीला (iris) भोक पाडणे.

नेत्रतज्ज्ञांच्या सल्ल्याने काचबिंदूसाठी डोळ्यात नियमित औषध टाकावे. तसेच कधीकधी पोटात घ्यावयाची औषधेही आवश्यक असतात. जर रुग्ण वेळेवर औषध घेत नसेल आणि औषधाने लाभ न होत आजार वाढला असेल, तर शस्त्रक्रिया करणे हेच श्रेयस्कर होय. ही शस्त्रक्रिया कधीकधी मोतीबिंदू शस्त्रक्रियेलाही करावी लागते.

एक मोठा गैरसमज हा आहे, की काचबिंदू शस्त्रक्रियेनंतर दृष्टी सुधारते. काचबिंदू शस्त्रक्रियेनंतर दृष्टी आहे तेवढीच राहू शकते. कारण काचबिंदूने कायमचा दृष्टिदोष निर्माण होतो. लहान बालकांतही काचबिंदू होऊ शकतो आणि नियमित डोळ्यांत औषध आणि योग्य शस्त्रक्रिया आवश्यक असते.

### मधुमेह आणि नेत्राचे आरोग्य :

### भारतातील मधुमेह आणि मधुमेहामुळे होणारे डोळ्यांच्या पडद्याचे आजार :

मधुमेहाचे वाढते प्रमाण, हे भारतातील आरोग्यविषयक काळजींमधील मोठे कारण बनले आहे. त्यामुळेच मधुमेहाचे नेत्रपटलावर परिणाम (Diabetic Retinopathy)

होऊन अंधत्व निर्माण होणाऱ्यांचे प्रमाणही वाढत आहे. २० वर्षांपूर्वी भारतामध्ये अंधत्व निर्माण होणाऱ्या कारणांमध्ये, हे कारण १७ व्या नंबरावर होते. त्यामध्ये वाढ होऊन ते आता ६ व्या नंबरचे कारण झाले आहे. या गोष्टीला मदत करणारे घटक –

१. वंशपरंपरागत

२. अव्यवस्थित खानपान ज्याच्यात चरबी (fats) आणि कर्बोदके (Carbonydreates) यांचे प्रमाण जास्त असणे.

३. बसून राहून खानपान करणारे जीवनमान (व्यायामाचा अभाव).

४. लठ्ठपणा (Obesity)

मधुमेह तरुण आणि वयस्कर दोघांनाही होतो. वयस्कर लोकांत मधुमेहाचा कोणताही प्रकार असला, तरी त्यामुळे डोळ्यांच्या पटलावर (retina) दुष्परिणाम होतो. त्यालाच 'डायबेटिक रेटिनोपॅथी' असे म्हणतात. त्यामुळे नेत्रपटलाला रक्तपुरवठा करणाऱ्या रक्तवाहिन्यांमध्ये बिघाड होऊन अंधत्व येते.

**डायबेटिक रेटिनोपॅथीचे परिणाम :**

१. पडद्याला सूज येणे.

२. डोळ्यांच्या गाभ्यामध्ये रक्तस्राव होणे.

३. डोळ्याचा पडदा डोळ्यापासून विलग होणे. (Retinal detachment).

जर हा विकार योग्य वेळेत लक्षात आलातर, पुढे उद्भवणाऱ्या नजर कमी होण्याच्या धोक्याला उपचारामुळे प्रतिबंध करता येतो आणि आहे ती नजर टिकवून ठेवतो येते. हा आजार खूप वाढला तरच त्याची लक्षणे दिसतात. एकदम नजर कमी होते, त्यामुळे नेत्ररोगतज्ज्ञच याचे लवकरात लवकर निदान करू शकतात. म्हणून मधुमेही रुग्णांनी वर्षातून एकदा तज्ज्ञांकडून नेत्रतपासणी करून घ्यावी.

**मधुमेहाचा डोळ्यांवर कशाप्रमाणे परिणाम होतो?**

मधुमेहामुळे रक्तवाहिन्या अधू होतात. डोळ्यातल्या नाजूक छोट्या सूक्ष्म रक्तवाहिन्यांमध्ये हा बदल पटकन घडून येतो. रक्तवाहिन्यांतील दोषांमुळे नेत्रपटलामध्ये बदल होऊन जे दोष उत्पन्न होतात, त्यालाच 'डायबेटिक रेटिनोपॅथी' असे म्हणतात. हा विकार हळूहळू सुरू होतो. मधुमेह तुम्हाला किती दिवसांपासून आहे आणि रक्तातील साखरेचे प्रमाण किती आहे, यावर परिणाम अवलंबून असतो. या विकाराची सुरुवात आणि त्याची होणारी वाढ ही पुढील गोष्टींमुळे प्रभावित होते. जसे रक्तातील साखरेचे प्रमाण खूपच जास्त असणे, उच्च

रक्तदाब असणे. गुणसुत्रांमुळे या विकाराचे दोन प्रकारांत वर्गीकरण होते.

१. प्राथमिक अवस्था (Non Proliferative) : जेव्हा रक्तवाहिन्यांतून स्राव स्रवणे चालू होते, तेव्हा दृष्टिमध्याला (Macular Edema) सूज येते, ज्यामुळे नजर कमी व्हायला लागते.

२. गंभीर अवस्था (Proliferative) : जेव्हा नवीन रक्तवाहिन्या तयार होतात, वाढतात तेव्हा नेत्राच्या गाभ्यामध्ये रक्तस्राव होऊन दृष्टी (Vitreous Haemorrhage) एकदम कमी होते.

**या विकारामध्ये नेत्रतपासणी कधी करावी?**

प्रत्येक मधुमेही रुग्णाला हा विकार होण्याचा संभव असतो. या विकारामध्ये सुरुवातीस रुग्ण लक्षणविरहित असतो. म्हणून मधुमेही रुग्णांनी नियमित ठराविक अंतराने बाहुली मोठी करून मागच्या पडद्याची तपासणी करून घ्यावी. हाच या विकारावर सुरुवातीच्या अवस्थेत निदान होण्यासाठी उपाय आहे. त्यामुळे पुढे होणारे दृष्टिमांद्य टाळता येऊ शकते.

**निदान :**

निदानासाठी वापरली जाणारी काही उपकरणे – स्लिट लॅम्प, डोळ्यांची सोनोग्राफी (B-Scan), एफ.एफ.ए. (Fluorescein Angiography), ऑफथॅल्मोस्कोप, इनडायरेक्ट ऑफथॅल्मोस्कोप इत्यादी.

**एफ. एफ. ए. (डोळ्यांची ॲन्जिओग्राफी) :**

रक्तवाहिन्यांतून इंजेक्शनद्वारे एक रंगीत द्रव्य (Fluorescein) सोडून नेत्रपटलाचे फोटो काढले जातात. त्याद्वारे रक्तवाहिन्यांच्या विकाराचे निदान होते आणि त्यावरून पुढच्या उपचार पद्धती ठरवतात.

**उपचार :**

१. लेसर किरणांचा (P.R.P.) उपयोग प्राथमिक अवस्थेत केला जातो. खूप ऊर्जा असलेल्या लेसर किरणांचा वापर करून रक्तवाहिन्यांमधून होणारा रक्तस्राव वा नवीन निर्माण होणाऱ्या रक्तवाहिन्या थांबवल्या जातात. यामुळे नजर वाढते वा आहे ती नजर स्थिर राहू शकते.

**लेसर उपचार पद्धती कशी करतात?**

ही उपचार पद्धती बाह्य रुग्ण विभागात केली जाते. यासाठी रुग्णालयात भरती

व्हावे लागत नाही. रुग्णाचा डोळा थेंब टाकून बधिर केला जातो (Topical Anaesthesia). यामुळे लेसर किरणांचा त्रास होत नाही. नंतर रुग्णाला स्लिट लॅम्प ज्यामध्ये लेसरचा अंतर्भाव असतो, त्या समोर बसवले जाते. नेत्ररोगतज्ज्ञ लेसर किरणांना पडद्यावर अपेक्षित जागी नियंत्रित करतात. यासाठी विशिष्ट भिंग वापरले जाते. ज्या ठिकाणी लेसर किरण नियंत्रित केले जातात, तेथे शोषण होऊन त्या भागातील पेशी संकुचित होतात वा त्यातून होणारा रक्तस्राव बंद होतो. या लेसर उपचारात रुग्णांच्या व्याधीच्या अवस्थेनुरूप १,२ ते ४ वेळापर्यंत शेक द्यावे लागतात.

**लेसरचे दुष्परिणाम :**

काही रुग्णांमध्ये पुढील दुष्परिणाम जाणवू शकतात. हे तात्पुरते असतात. डोळ्यांतून पाणी येणे, डोके दुखणे, दोन-दोन वस्तू दिसणे (Double Vision), चमकणारे आभास (Glare) वा अंधूक दिसणे. जर अचानक एकदम नजर कमी झाल्यास नेत्ररोगतज्ज्ञांशी लगेच संपर्क साधावा.

**नेत्रगाभ्यावरील शस्त्रक्रिया (Vitrectomy) :**

काही रुग्णांमध्ये डोळ्यांच्या गाभ्यामध्ये रक्तस्राव (Vitreous laemorrhage) होतो. कधीकधी नेत्रगाभा (Vitreous) नेत्रपटल ओढण्याची (tractional bands) शक्यता असते. नेत्रपटल विलग होणे (Retinal datachment) यामुळे नजर एकदम कमी होऊन अंधत्व येते. अशा वेळेला नेत्रगाभ्यावर शस्त्रक्रिया करतात (Vitrectomy). यामध्ये नेत्रगाभा काढून टाकून त्याऐवजी कृत्रिम द्राव त्या जागेत भरला जातो. बाकीच्या उपचारांमुळे काहीच फायदा होत नाही, असे लक्षात आल्यावरच ही शस्त्रक्रिया केली जाते.

मधूमेहामुळे उद्‌भवणारी डोळ्यांची वाढती समस्या लक्षात घेऊन, 'ऑरबिस' (ORBIS) ही आंतरराष्ट्रीय संस्था आणि एच. व्ही. देसाई नेत्र रुग्णालय यांच्यावतीने संयुक्तरीत्या Diabetic Retinopathy साठी 'Save Your Sight' नावाच्या नवीन उपक्रमास प्रारंभ झाला आहे. या उपक्रमांतर्गत डायबेटिक रेटिनोपॅथीच्या तपासणी आणि उपचारासाठी स्वतंत्र विभाग सुरू केला आहे.

**या विभागाची वैशिष्ट्ये :**

- अद्ययावत सोयींनी युक्त लेसर (किरणोपचार) केंद्र आणि अत्याधुनिक यंत्रसामग्री असलेले शस्त्रक्रियागार (ऑपरेशन थिएटर).
- नामवंत, अनुभवी, प्रशिक्षित रेटिना स्पेशालिस्ट आणि रेटिना सर्जन.

- प्रशिक्षित कौन्सिलर आणि नर्स.
- डायबेटिक रेटिनोपॅथीसाठी सर्व प्रकारचे उपचार व किरणोपचार, शस्त्रक्रिया आणि लो-व्हिजन (Low vision) क्लिनिक सवलतीच्या दरात उपलब्ध.

**नेत्रदान :**

आज भारतात दीड कोटी लोक अंध आहेत. त्यात दरवर्षी दोन लाखांची भर पडते. एवढी मोठी गरज असून, फक्त २० हजार शस्त्रक्रियाच देशभरात होऊ शकतात. आधुनिक शास्त्रामुळे मृत्यूनंतरही अत्यंत मोलाचे दान करण्याची संधी दात्याला मिळते आणि अंध व्यक्तीला दृष्टी मिळू शकते. एका व्यक्तीच्या दोन्ही डोळ्यांच्या दानामुळे साधारणतः दोन लोकांना दृष्टिलाभ होऊ शकतो. आधुनिक शल्य तंत्राने सहा लोकांना पण होऊ शकतो (Deep Lameller). हे दान फक्त मृत्यूनंतरच होऊ शकते. नेत्रदानासाठी वयाची अट नाही. मृत्यूनंतर नातेवाईक संमती देऊ शकतात. पण १८ वर्षांखालील नेत्रदाता असेल, तर पालकाची संमती आवश्यक आहे. सर्वधर्म आणि धर्मगुरूंनी दानाला मान्यता दिली आहे. मृत्यू झाल्यावर, प्रथम मृत व्यक्तीच्या डोळ्यांच्या पापण्या बंद करून, त्यावर ओल्या कापसाचा बोळा ठेवावा. बुबुळ उघडे राहू देऊ नये. पंखा बंद करावा, तसेच नजीकच्या नेत्रपेढीस कळवावे. त्यांचे नंबर सहज उपलब्ध होण्यासारखे असतात, (उदा. ९८५०१००२००). अर्ध्या तासात बुबुळावरील पटल काढण्यासाठी नेत्रपेढीतून तज्ज्ञ पोहोचतात. यासाठी मृत्यूचा दाखला आवश्यक आहे. तसेच दाता कावीळ, एड्स अथवा संसर्ग रोगापासून मुक्त असावा. त्यासाठी मृत व्यक्तीचे रक्त काढून घेतले जाते, याला साधारण १५ मिनिटे लागतात. कुठलीही विद्रूपता अथवा व्यंग येत नाही. कारण फक्त बुबुळाची काच काढली जाते. पूर्वी सबंध डोळा काढत असत. नेत्रपेढी ही 'ना नफा' तत्त्वावर चालते. कायद्यानुसार मानवी अवयव विकणे अथवा खरेदी करणे गुन्हा आहे.

नेत्रदान करणे एक परमकर्तव्य आहे. अनेक अंध लोक प्रकाशात येण्याची वाट पाहत आहेत. ग्रामीण भागात नेत्रदान चळवळ पसरणे आवश्यक आहे.

**– कर्नल, डॉ. मदन देशपांडे**

# कान – नाक – घसा

**डॉ. सुरेश घैसास**

**शिक्षण** : एम.बी.बी.एस. पुणे, एम.एस., डी. ओ. आर. एल. मुंबई.
: गेली ४२ वर्षे पुण्यात कान, नाक, घसा तज्ज्ञ म्हणून कार्यरत, अनेक शोधनिबंध सादर,
: अध्यक्ष – नाक, कान, घसा असोसिएशन, पुणे
: २५ वर्षे कमला नेहरू हॉस्पिटल – कान, नाक, घसा तज्ज्ञ.
: संस्थापक, संचालक आणि डीन – माईर्स, एम.आय.टी. मेडिकल कॉलेज, तळेगाव.

**फोन नं.** : ०२०-२५५३२९८६

# कान दुखणे

**कानाचे विविध भाग आहेत –**

१) बाह्यकर्ण

२) मध्यकर्ण

३) आंतरकर्ण

बाह्यकर्ण आणि मध्यकर्ण यांना सूज आल्यास कान दुखतो. कानाला वेगवेगळ्या कारणांनी सूज येऊ शकते. काही वेळा कानामध्ये काहीही दोष नसताना कान दुखतो. अशा वेळी दाढ किडलेली असणे, घशामध्ये जंतुसंसर्ग असणे, यामुळे कान दुखू शकतो.

आपल्याकडे नवीन अर्भकाला अंघोळ घालताना त्याच्या कानात तेल सोडण्याची प्रथा आहे, असे करू नये. कान दुखणे, पाणी किंवा पू येणे अशा कारणांसाठीसुद्धा कानात तेल घालू नये; परंतु एखाद्या व्यक्तीचा कान फार कोरडा पडतो अशी सतत तक्रार असेल, तर उकळून थंड केलेले शुद्ध तेल आठवड्यातून एकदा १-२ थेंब कानात सोडण्यास हरकत नाही.

तेल शुद्ध आणि गरम करून निर्जंतुक केलेले नसेल, तर कानात बुरशी होते. काही वेळा बाह्यनलिकेत बुरशी होऊन कान दुखतो. अशा वेळी बुरशीप्रतिबंधक औषधाने बुरशीची वाढ थांबते.

कानाच्या बाह्यनलिकेतील कडक मळामुळे कान दुखत असल्यास मळ मऊ होण्याचे औषध टाकून तज्ज्ञांकडून मळ काढून घ्यावा.

टोकदार वस्तू कानात घातल्यास बाह्यनलिकेला सूज येते. काही वेळा फोड (furuncle) येऊन कान दुखतो.

सर्दी झाल्यास नाक खूप जोरात शिंकरू नये. तसेच सर्दी मागे ओढू नये. नाकाची एक बाजू बंद करावी आणि दुसरी बाजू सावकाश साफ करावी. तसेच

दुसरी बाजूही याच पद्धतीने सावकाश साफ करावी आणि सर्दीवर औषधोपचार घ्यावा.

लहान मुलांमध्ये सर्दीमुळे कान दुखण्याचे प्रमाण जास्त असते. याचे कारण म्हणजे कान, नाक, घसा यांना जोडणारी नलिका (युस्ट्यॅशियन नलिका) ही लहान असते. त्यामुळे पटकन जंतुसंसर्ग कानात जातो.

कानाला मार, फटका बसल्यास, तसेच मोठ्या आवाजाने, उदा. बॉम्बस्फोट, फटाके, इत्यादींमुळे पडद्याला इजा होऊन कान दुखतो.

विमानप्रवासात लँडिंग आणि टेकऑफच्यावेळी (विमान वर जाताना आणि खाली येताना) होणाऱ्या वातावरणातील दाबाच्या बदलामुळे कानाला दडा बसून कान दुखू शकतो. हे टाळण्यासाठी दोन्ही वेळा तोंडात चॉकलेट अथवा गोळी ठेवून ती चघळावी. यामुळे युस्ट्यॅशियन नलिका उघडबंद होऊन कानाला दडा बसत नाही.

अर्धप्रशिक्षित (वैदू) व्यक्तींकडून कान साफ केल्यास कानाच्या पडद्याला इजा होण्याचा धोका संभवतो.

कानाचा पडदा आणि आतील हाडांची साखळी अतिशय नाजूक असते. त्यामुळे कानाची कोणतीही तक्रार असल्यास कान, नाक, घसा तज्ज्ञांकडून तपासून घेणे हितावह ठरते.

**बहिरेपणा – कारणे आणि उपाय :**

'सुसंगती सदा घडो,
सुजन वाक्य कानी पडो'

कान हे आपले श्रवणेंद्रिय आहे. शरीराचा तोल सांभाळण्याचे कामसुद्धा कान करतात. ऐकू येण्याच्या क्रियेमध्ये कानाची बाह्यनलिका, कानाचा पडदा, हाडांची साखळी, कानाची नस आणि मेंदू यांचा सहभाग असतो.

लहान मुलांमध्ये जन्मत: ऐकू येते की नाही, हे बघण्यासाठी काही हॉस्पिटल्समध्ये विशिष्ट तपासणीची सोय असते. त्याला (Otoacoustic emissions) म्हणतात. लहान बाळ जर आजूबाजूच्या आवाजांना प्रतिसाद देत नसेल, घरात मोठा आवाज उदा. भांड्यांचा आवाज झाल्यावर दचकत नसेल, तर लवकरात लवकर कान-नाक, घसा तज्ज्ञांना दाखववे.

कानाच्या बाह्यनलिकेत मळ, बुरशी झाल्यास कमी ऐकू येते. कानातील मळ, बुरशी घरी काढू नये. तसे केल्यास कानाच्या पडद्याला इजा होऊ शकते. मळ मऊ होण्यासाठी कानात औषध टाकून नंतर तज्ज्ञांकडून मळ काढून घ्यावा.

वारंवार सर्दीचा ज्यांना त्रास असतो, अशा व्यक्तींमध्ये सर्दी कानात जाऊन कान फुटतो. नाक, कान, घसा यांना जोडणाऱ्या नलिकेतून जंतुसंसर्ग नाकातून

कानात जातो. अशा वेळी वेळेत औषधोपचार सुरू करावा. त्याचप्रमाणे वारंवार सर्दी होत असल्यास सर्दीवर औषधोपचार घ्यावा.

लहान मुलांमध्ये नाकाच्या पाठीमागे टॉन्सिलसारख्या गाठी असतात. त्यांना ॲडेनॉईड्स (Adenoids) म्हणतात. त्या जर प्रमाणापेक्षा जास्त वाढल्या, तर लहान मुलांना कमी ऐकू येते. त्यामुळे मुलांचे अभ्यासातील लक्ष कमी होते. अशा वेळी तज्ज्ञांच्या सल्ल्याने ॲडेनॉईड्सवर उपचार घ्यावा. कानाच्या पडद्याला भोक (छिद्र) असल्यास कमी ऐकू येणे, कानातून पाणी, पू येणे अशा तक्रारी संभवतात. अशा वेळी औषधोपचाराने भोक भरून न आल्यास शस्त्रक्रिया करून भोक बंद करता येते.

कानाला मार, फटका बसल्यास, तसेच मोठ्या आवाजाने उदा. बॉम्बस्फोट, फटाके, इत्यादींमुळे कानाचा पडदा, हाडांची साखळी, कानाची नस यांना इजा होऊन बहिरेपणा येऊ शकतो.

वयोमानानुसार कानाची नस कमजोर होऊन कमी ऐकू येते. अशा वेळी 'ऑडियोमेट्री' नावाची तपासणी करून कानाच्या मशीनची (Hearing Aid) गरज आहे अथवा नाही हे ठरविता येते. कानाची योग्यप्रकारे काळजी घेतल्यास बहिरेपणा टाळता येतो.

**हे करू नका : कानात टाचणी, पिन, काडी, टोकदार वस्तू घालणे, अप्रशिक्षित व्यक्तीकडून कान साफ करून घेणे.**

काही वेळा स्त्रियांमध्ये बाळंतपणानंतर ऐकू कमी येण्याची समस्या उद्भवते. अशा वेळी कानातील हाडांच्या साखळीची हालचाल कमी होते किंवा होत नाही. (otosclerosis) त्यामुळे ऐकू कमी येते. या परिस्थितीत कान, नाक, घसा तज्ज्ञांचा सल्ला घ्यावा.

आपण आपल्या कानांची योग्यप्रकारे काळजी घेतल्यास दैनंदिन आयुष्यातील संगीत, संवाद, संभाषण इत्यादी गोष्टींचा भरभरून आनंद घेऊ शकतो आणि स्वावलंबी आयुष्य जगू शकतो.

**– डॉ. सुरेश घैसास**

# कान - नाक - घसा

**घोळणा फुटणे**

नाकातून रक्त येणे, हा सानथोरांना येणारा एक नित्याचा अनुभव. यावर घरगुती उपाय म्हणून डोक्यावर पाणी मारणे, कांदा हुंगणे किंवा इतर गोष्टी केल्या जातात. नाकाचे दोन भागांत विभाजन करणारा पडदा असतो. त्याच्या अगदी शेंड्याजवळील भागाच्या एका भागास 'लिटलस एरिआ' असे नाव आहे. या भागात रक्तवाहिन्यांचे दाट जाळे असते. त्यावर एक नाजूक आवरण असते. सफाईसाठी नाकात बोटे घालणे किंवा जोरात नाक शिंकरण्याने, विशेषत: नाकात वाळलेल्या खपल्या (मेकुड) असतात. तेव्हा या पातळ आवरणाला इजा होऊन रक्तवाहिन्यांच्या जाळीतून रक्तस्राव सुरू होतो.

यावर अगदी साधा, पण खात्रीलायक उपाय आहे, तो म्हणजे हाताची दोन बोटे आणि अंगठा यामध्ये नाकाचा शेंडा चिमटीत घट्ट पकडणे आणि पडद्याच्या खालच्या भागावर सतत ७ मिनिटे दाब देणे. हे करताना सात मिनिटे (घड्याळात

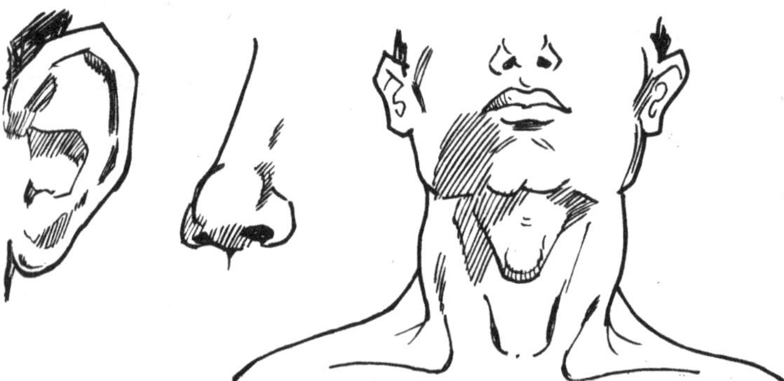

पाहूनच) तोंडाने श्वास घेणे.

हा रामबाण उपाय आहे. हे सुरू केल्यापासून एकही रक्ताचा थेंब येत नाही. यासाठी पाणी, कांदा किंवा डॉक्टर कोणाचीच गरज पडत नाही.

रक्त थांबल्यानंतर थोडेसे रक्त आत असेल, तर त्याची वाळलेली खपली परत काढू नये किंवा नाक जोरात शिंकरू नये. वाळलेल्या खपल्या असतील तर साधे खोबरेल तेल किंवा तूप २-३ वेळा नाकात सोडावे. नंतर नाकाने थोडे पाणी ओढून घ्यावे आणि सावकाश नाक शिंकरावे, असे केल्याने पुन:पुन्हा रक्त येणार नाही.

नाकाचे इन्फेक्शन, खूप जास्त रक्तदाब आणि काही औषधांचे सेवन विशेषत: रक्त गोठण्याची प्रक्रिया कमी करणारी औषधे, यामुळे नाकातून होणारा रक्तस्त्राव या उपायाने थांबण्याची शक्यता कमी आहे. अशा वेळी नाक-कान-घशाच्या डॉक्टरांचा सल्ला घेणे योग्य.

### टॉन्सिलचे ऑपरेशन करावे? न करावे?

टॉन्सिल्स हे घशामध्ये दोन्ही बाजूस किंवा ॲडेनॉइडस हे पडजिभेमागे घशाच्या मागच्या बाजूस असलेल्या संरक्षक पेशींची केंद्रे (Lymphoid tissue) असतात. हवा, पाणी, अन्न यांच्या माध्यमातून सूक्ष्म बॅक्टेरिया अन्ननलिकेतून पोटात किंवा श्वासाबरोबर फुफ्फुसात जाऊन शरीरास इजा होऊ नये, म्हणून हे द्वारपाल (रक्षक) निसर्गाने दिलेले आहेत. यांचा खूपच उपयोग आहे. त्यामुळे टॉन्सिल्स आहेत, मोठे दिसतात म्हणजे काढले पाहिजेत म्हणणे अगदी चूक आहे.

'डॉक्टर, मुलाची-मुलीची वाढ नीट होत नाही. जरा टॉन्सिल्स् असतील तर काढा,' असे म्हणणारे पालक पुष्कळ असतात आणि त्याला तत्परता दाखवून ऑपरेशनचा सल्ला देणारे डॉक्टरही मुबलक आढळतात. मुलास सर्दी खोकला होत असेल, तर मग या विचारास अधिक चालना मिळते. घसा दुखणे, सर्दी होणे असे वर्षातून २-३ वेळा होत असेल तरी असा विचार करू नये. पण मुल सतत आजारी पडत असेल. घसा, नाक वाहणे, दिवसा आणि रात्री झोपेत तोंड उघडे राहणे, टॉन्सिल्स्च्या मानेच्या दोन्ही बाजूला सतत अवधान (Lymphnode Enlanrgenent) असेल, तर ऑपरेशनचा विचार करणे ठीक आहे. टॉन्सिल्स्च्या मागे पू होणे, घटसर्प, फॉलिक्युलर टॉन्सिलायटिस, गंडमाळा, टॉन्सिलचा कॅन्सर अशा प्रकारच्या विकारांमुळे टॉन्सिल्स्चे ऑपरेशन करणे योग्य आहे.

जर 'टॉन्सिल' हे द्वारपाल आहेत, तर मग आता का काढायचे? अशा वेळी मी टॉन्सिल्स्ना युद्धातील जखमी शिपायाची उपमा देतो.

देशाच्या रक्षणार्थ लढणे हे जवानाचे काम आहे. ते त्याने पार पाडावे, पण

तो जेरबंद झाला आणि शत्रूच्या ताब्यात गेला तर तो देशाचे रक्षण तर करू शकत नाहीच, पण शत्रू त्याचा छळ करून देशाचे नुकसान करू शकतो. तद्वतच जर टॉन्सिल इन्फेक्शनचे किंवा कॅन्सरचे केंद्र बनले, तर शरीराची अपरिमित हानी करू शकतो, अशा वेळी ऑपरेशन करून ते काढणेच इष्ट.

**– डॉ. अनिल गांधी**
सर्जन

# दंत विभाग

**डॉ. सुचित केळकर**

**शिक्षण** : बी. डी. एस. (दंत चिकित्सक)

: दंत चिकित्सक व दंत रोपण (इंप्लांट) दंतरोपणाची नवीन पद्धत विकसित केली. या संशोधनाचे पेटंट मिळाले आहे.

**फोन नं.** : ०२०-२४४५८४०३, ६५२२०११२

# दातांचे आरोग्य, समस्या, निगा, उपचार

सहा वर्षांच्या पप्पूचा वाढदिवस यावर्षीपण उत्साहात साजरा झाला. ''पप्पू नाच नहीं सकता'' या गाण्यावर मोठ्यांनीसुद्धा धमाल नाच करून दाखविला. पप्पूच्या आईने वाढदिवसानिमित्त बेतही सर्वांच्या आवडीचा केला होता. केक, चॉकलेट, बिस्किटे, चिवडा, वेफर्स, सॉफ्ट-ड्रिंक, आइसक्रीम वगैरे. सर्व मित्रमंडळींनी ताव मारला.

नंतर फोटोसेशनच्यावेळी मात्र एक गोष्ट लक्षात आली, पप्पू आणि त्याच्या मित्रांचे दात काळे दिसत होते, तर पप्पूच्या वडिलांचे लाल. पप्पूच्या वडिलांनी गुटख्याच्या सवयीने तिखट खाताना गालाच्या होणाऱ्या आगीमुळे बरेच पदार्थ खाणे टाळले, तर आजी-आजोबांनी फक्त मऊ पदार्थच खाणे पसंत केले. पप्पूच्या आईने गोड आणि थंड खाताना दातांतून होणाऱ्या वेदनेच्या आठवणीनेच बरेच पदार्थ खाणे टाळले.

थोड्या दिवसांनी सर्व कुटुंबीयांना वेळोवेळी दातांच्या होणाऱ्या वेदनेमुळे योग्य ते उपचार घ्यावे लागले. तेव्हा दंतवैद्याचा एक हात पप्पू आणि कंपनीच्या तोंडात, तर दुसरा पप्पूच्या वडिलांच्या खिशात असा एक विनोदी प्रसंग नजरे समोर उभा राहिला.

पप्पू आणि कुटुंबीयांच्या आहाराच्या, दातांच्या आरोग्याची निगा घेण्याच्या सवयी एकत्रितपणे निर्माण झालेल्या विकारांसाठी जबाबदार होत्या. दंतवैद्याने सर्व कुटुंबीयांना दाताच्या विकाराविषयी आणि घेण्यात येणाऱ्या काळजीविषयी मार्गदर्शन केले.

दातांच्या काळजीविषयी बरेच गैरसमज आपणात आहेत. आपण योग्य माहितीचा उपयोग दैनंदिन जीवनात करत नाही. झपाट्याने बदललेल्या आहारात, गतिमान जीवनात दातांच्या आरोग्यासाठी आपणाकडे वेळच नसतो. कित्येक वर्षे केलेल्या दुर्लक्षामुळे आपण शेवटी दातांचे विविध विकार ओढवून घेतो.

या सर्वांवर एकच उपाय आहे तो म्हणजे योग्य माहिती मिळवणे. आपल्या जीवनशैलीत आणि विचारात बदल करणे आणि दातांचे आरोग्य जास्तीत जास्त, अगदी आयुष्यभरसुद्धा टिकवणे.

आता आपण दातांचे विविध विकार आणि निगा, काळजीविषयी थोडक्यात माहिती घेऊ.

**दुधाचे दात**

बाळाच्या वयाच्या ६ ते १० महिन्यांपासून २ ते ३ वर्षांपर्यंत येणारे दुधाचे दातसुद्धा फार महत्त्वाचे असतात. कधी ना कधी पडणारच आहेत म्हणून निष्काळजीपणा केल्यास नंतर त्या जागी येणाऱ्या पक्क्या दातांच्या रचनेवर आणि आरोग्यावर विपरीत परिणाम होऊ शकतो.

बाळ लहान असताना मातेने आपल्या बोटावर स्वच्छ रुमाल बांधून हलक्या हाताने दातांवर फिरवून ते साफ करणे जरुरीचे असते. मूल नंतर थुंकायला शिकल्यावर ब्रशने आणि योग्य त्या पेस्टने दिवसातून दोन वेळा ब्रश करणे आवश्यक असते.

बऱ्याच वेळा बाटलीने दूध पिणाऱ्या मुलांमध्ये सर्व दात एकत्र किडण्याचा विकार आढळून येतो. बाटलीच्या दुधातील जास्त साखरेच्या प्रमाणामुळे, झोपताना तोंडात साठलेल्या दुधावर होणाऱ्या किडीचा हा प्रादुर्भाव असतो. हा विकार टाळण्यासाठी एकतर बाटलीने दूध पाजणे टाळावे. यासाठी साखरेविना दूध पिण्याची सवय लावावी आणि नंतर दात साफ करणे टाळू नये.

कित्येकदा गोळ्या, बिस्किटे, चॉकलेट, 'मिल्क ड्रिंक' अशा गोड, चिकट पदार्थांच्या सवयी पालकांतर्फेच मुलांना लावल्या जातात. नातेवाईक, मित्रमंडळी, जाहिराती आपापले योगदान करून हातभार लावतात. या सर्वांचा दुष्परिणाम

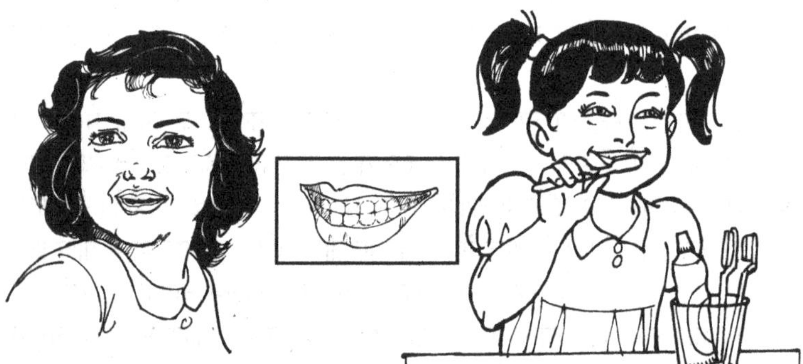

म्हणजे मुलांचे बरेचसे दात लहान वयातच किडतात. आहाराच्या लागलेल्या चुकीच्या सवयीसुद्धा सुटता सुटत नाहीत.

मुलांना लहानपणापासूनच पालकांनी विविध जाहिरातींना बळी न पडता योग्य तो सकस आहारच द्यावा. आहारात मुलांच्या वयानुसार तंतुमय पदार्थयुक्त फळे, पालेभाज्या, प्रथिनेयुक्त कडधान्ये, अंडी, मांसाहार, कॅल्शियमयुक्त दूध, चीज यांचा समावेश असावा. पिष्टमय आणि गोड पदार्थांचे सेवन टाळावे अथवा ते जेवताना करावे. दोन जेवणांमध्ये सतत खाण्याच्या सवयीने दातांना कीड लागण्याच्या प्रमाणात मोठी वाढ होते.

दात किडण्याच्या विविध अवस्थांमध्ये दात दुखणे बऱ्याच उशिराने होत असल्याने कित्येकदा किडलेल्या दातांचे निदान पालक योग्य वेळी करू शकत नाहीत आणि रोग बळावतो. उपचार खर्चिक होतात, उपचारांची उपयुक्तता कमी होते. हे टाळण्यासाठी दर सहा महिन्यांनी दंतवैद्यांकडे तपासणी करणे उपयुक्त ठरते.

लहान मुलांच्या दातांचे विकार टाळण्यासाठी दोन महत्त्वाच्या गोष्टींचा अवलंब आपण करू शकतो. 'गोड खाल्ल्यावर त्वरित ब्रश करणे' तसेच 'दिवाळी आणि उन्हाळ्याच्या सुट्टीत मुलांच्या दातांची दंतवैद्याकडून तपासणी करणे'.

### पक्के दात

मुलाच्या वयाच्या सहाव्या वर्षांपासून पक्के दात येण्यास सुरुवात होते. सर्व दुधाच्या दाढांच्या मागे सर्वप्रथम पहिली पक्की दाढ उगवते. या वेळी कोणताही दुधाचा दात पडत नाही. यामुळे बरेचसे पालक या दाढेला दुधाची दाढ समजून उपचार घेण्यात विनाकारण निष्काळजीपणा करतात आणि दाढ लहान वयातच किडते. वय वाढण्याबरोबर क्रमाक्रमाने पुढील पटाशीचे पक्के दात नंतर उपदाढा, दाढा, सुळे आणि सरतेशेवटी अक्कलदाढा या वयाच्या १८ ते २५ वर्षांपर्यंत तोंडात हजेरी लावतात.

पक्क्या दातांच्या बाबतीत मुख्यत्वेकरून दात किडणे, दातांना आधार देणाऱ्या हिरड्या कमकुवत होणे, अक्कलदाढेचे विकार, दातांच्या रचनेसंबंधी विकार आढळून येतात.

दात किडण्याचा आजार मुख्यत्वेकरून आपला आहार, दातांची निगा यावर अवलंबून असून, योग्य ते प्रतिबंधात्मक उपाय केल्यास प्रादुर्भाव रोखणे सहज शक्य असते. दात किडल्यास त्वरित सिमेंट, चांदी, दाताच्या रंगाचे कॉम्पोसिट सिमेंट, रुट कॅनॉल उपचार, कॅप बसविणे असे विविध उपचार आवश्यकतेनुसार करून दाताचे आयुष्य वाढवता येते.

दातांवर सतत साठणाऱ्या अन्नकण, किरण, प्लाकवर वेळीच ब्रश न केल्यास

त्यात जंतुसंसर्ग होऊन हिरड्यांचे विकार बळावतात. यात हिरड्यांना सूज येणे, ब्रश करताना अथवा आपोआप हिरड्यांतून रक्तस्राव होणे, हिरड्या लालभडक दिसणे, त्यात पू होणे, तोंडाला दुर्गंधी येणे, सरतेशेवटी दाताला आधार देणाऱ्या हाडांची झीज झाल्यामुळे दात हलायला लागणे आणि दुखणे असे क्रमाक्रमाने बदल होऊन शेवटी दात काढण्याची वेळ येते.

दात बोटाने साफ करणे, दिवसातून एकदाच ब्रश करणे, पान, सुपारी, गुटखा, सिगारेट सेवन, मिश्रीचा वापर अशा विविध सवयी हिरड्या कमकुवत करण्यास मोलाचा हातभार लावतात.

हिरड्यांच्या आजारातसुद्धा विशेष वेदना प्राथमिक अवस्थेत उत्पन्न होत नसल्याने, रुग्ण निष्काळजी राहातो. रोग बळावतो. उपचारांची उपयुक्तता कमी होते. वेळोवेळी तज्ज्ञांकडून तपासणी आणि आवश्यकतेनुसार दात साफ करणे, हिरड्यांच्या आतून साफ करण्याच्या शस्त्रक्रिया करून घेतल्याने दातांचे आयुष्य वाढविता येते.

याव्यतिरिक्त काढलेल्या दातांच्या जागी कृत्रिम दात वेळीच बसविणे, झिजलेल्या दातांचे योग्य ते उपचार, हाडातच अडकलेल्या अक्कलदाढेवर उपचार आणि इतर अनेक प्रकारचे दंतोपचार वेळोवेळी, गरजेनुसार केल्यास सर्व दातांचे आरोग्य सुस्थितीत राहाते आणि चर्वणक्षमतेवर विपरीत परिणाम होत नाही.

वाढत्या वयानुसार होणाऱ्या मधुमेह, उच्च रक्तदाब इत्यादी आजारांमध्ये दातावर विपरीत परिणाम होण्याची शक्यता असते. तेव्हा अशा रुग्णांकडून दातांची जास्त निगा, काळजी घेणे गरजेचे असते.

### दात ब्रश करणे, निगा, काळजी, समज, गैरसमज

१) दात साफ करण्यासाठी नेहमी ब्रश आणि टूथपेस्टचाच वापर करावा. प्रत्येक वेळी किमान दोन मिनिटांचा वेळ दात ब्रश करण्यासाठी आवश्यक असतो.

२) दिवसातून किमान दोन वेळा म्हणजे सकाळी आणि रात्री झोपण्यापूर्वी दात ब्रशने साफ करणे आवश्यक असते.

३) नेहमी मऊ, आकार फार मोठा नसलेला टूथब्रश वापरावा. जेणेकरून ब्रश तोंडात सहजपणे दातांवर फिरवता येऊ शकेल आणि शेवटच्या दाढेपर्यंत पोहचू शकेल.

४) दर दोन ते तीन महिन्यांनी अथवा ब्रशचे धागे वाकडेतिकडे झाल्यास ब्रश बदलावा.

५) दर वेळी नवनवीन कंपनीचा टूथब्रश आणि टूथपेस्ट वापरणे टाळावे. जाहिरातींना बळी पडू नये.

६) टूथब्रश आणि टूथपेस्टची निवड करताना आपल्या दंतवैद्याचा सल्ला

जरूर घ्यावा.

७) दात किडण्यास प्रतिरोध करणाऱ्या फ्लोराईडयुक्त टूथपेस्टचा वापर करणे उत्तम.

८) दातांना ब्रश करण्याची योग्य पद्धत आपल्या दातांच्या डॉक्टरांकडून शिकून घ्यावी.

९) दात साफ करण्याच्या अन्य साधनांचा (उदा. डेंटल फ्लॉस, माऊथवॉश) वापर दंतवैद्यांना विचारून करावा.

१०) आपल्या आहार, वय, दात आणि इतर आरोग्य या सर्वांनुसार दातांची निगा, काळजी कमी-अधिक प्रमाणात घेणे आवश्यक असते. दंतवैद्याकडून यासंबंधी मार्गदर्शन निश्चितच उपयुक्त ठरते.

**– डॉ. सुचित केळकर**

# अस्थिरोग

**डॉ. मिलिंद अनिल गांधी**

**शिक्षण** : एम.बी.बी.एस. (१९८८) ,एम. एस.ऑर्थो (१९९२),
डी.एन.बी. ऑर्थो (१९९३),
: स्वित्झर्लंड व इंग्लंडमध्ये मणक्याचे शल्यचिकीत्सा कार्यशाळा,
: जपानमध्ये दुर्बिणीतून मणक्याचे शस्त्रक्रिया प्रशिक्षण
: संजीवन हॉस्पिटल – संचालक व अस्थिरूग्ण विभाग प्रमुख
प्राध्यापक, पदव्युत्तर शिक्षक – एम.एस. पुणे विद्यापीठ २० वर्षे.
: अस्थिरोग विभाग प्रमुख – यशवंतराव चव्हाण हॉस्पिटल, पिंपरी.,
कमला नेहरू हॉस्पिटल, पुणे म.न.पा – मानद अस्थिशल्य चिकित्सक
: स्पाईन सर्जन (मणक्याच्या आजारावरील तज्ज्ञ)

**फोन नं.** : ०२०-२४४९७८६८, २४४५९९३०

**ई-मेल** : spinecareclinic@gmail.com

# अस्थिरोग

वैद्यकीय विज्ञानाच्या गरुडझेपेत अग्रेसर असणारी शाखा म्हणजे 'ऑर्थोपेडिक्स.' अस्थी व्यंगोपचार शास्त्रामुळे काल सर्वस्वी अशक्य असणाऱ्या आजार, व्यंगावर आधुनिक तंत्राच्या साहाय्याने उपचार करून विकलांग अवस्थेतला गंभीर रुग्ण आज कमीत कमी कालावधीत स्वावलंबी अवस्थेत येऊ शकतो. ज्यामुळे पूर्वी या उपचाराविना महिनोन्महिने खितपत पडून राहून शारीरिक आणि आर्थिक नुकसानही होत असे. सर्वसामान्यांच्या दृष्टीने ऑर्थोपेडिक्सच्या अत्याधुनिक तंत्रज्ञानाच्या उपशाखा माहीत असणे, ही आता काळाची गरज आहे. जेणेकरून अज्ञानापोटी योग्य उपचार न करून घेण्यामुळे होणारे अपरिमित नुकसान टाळता येईल.

आता आपण ऑर्थोपेडिक्सच्या विविध उपशाखांची त्यांच्या उपयोगासह थोडक्यात माहिती या लेखात करून घेऊ या.

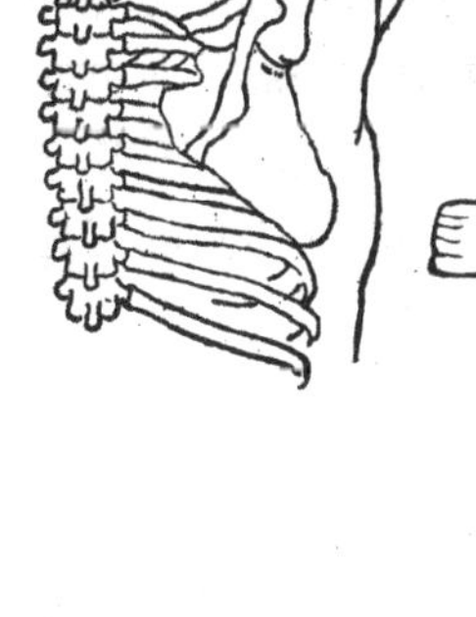

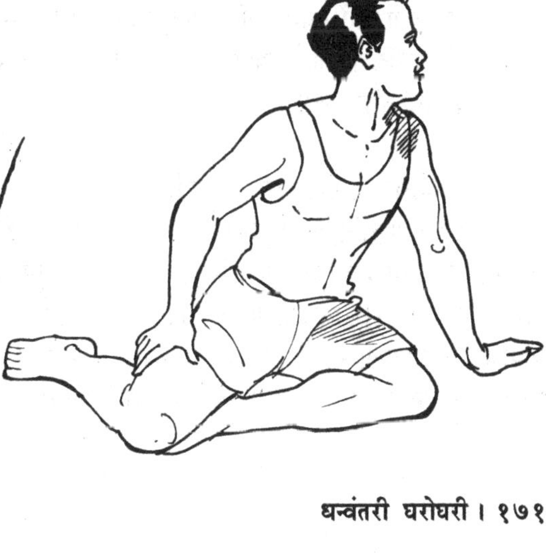

**१) इजा उपचार शास्त्र :**

अपघातामुळे विविध सांधे निखळणे, फ्रॅक्चर म्हणजे अस्थिभंग होणे, ही आजच्या जेट युगात नित्याचीच बाब झाली आहे. विशेषत: आपल्या देशातील आधुनिकीकरण आणि स्वयंचलित वाहनांच्या संख्या विस्फोटामुळे वेगवान वाहने आणि कारखान्यात होणाऱ्या अपघातांच्या प्रमाणात लक्षणीय वाढ झाली आहे. उपचारासाठी विविध प्रकारच्या धातूंचे पिंजरे, सळ्या, खिळे, पट्ट्या, फायबर, ग्लास, प्लॅस्टर इत्यादीमुळे क्रांतिकारक वेगाने उपचाराचा एकूण वेळ, वेदना, खर्च यात बचत होऊ शकते.

**२) दुर्बिणीतून सांध्याची बिनटाक्याची शस्त्रक्रिया :**

पेन्सिलहून बारीक अत्याधुनिक दुर्बीण आणि फायबर ऑप्टिक लाईटमुळे ज्या कारणासाठी पूर्वी मोठे ऑपरेशन करून सांधा उघडावा लागत असे, त्या आजारावर आता या दुर्बिणीतून पाहून रोगनिदान आणि उपचार केले जातात, त्यामुळे रुग्णाला फार काळ रुग्णालयात राहावे लागत नाही. तो काही तासांतच पूर्ण बरा होऊन घरी जाऊ शकतो. गुडघा, खुबा, खांदा, मनगट, घोटा इत्यादी सांध्यांवर हा उपचार होऊ शकतो.

**३) सांधे पूर्णपणे बदलणे (सांधेरोपण) :**

संधिवात, वयाचा वात (आरथ्रायटीस), खुब्याचा गोळयाच्या फ्रॅक्चरमुळे किंवा दारूमुळे सांधे खराब होतात. यासाठी पूर्वी, फक्त खराब सांधा काढून वेल्डिंगप्रमाणे एकमेकांशी जोडून टाकला जात असे. ज्यामुळे पुढील आयुष्यात सांध्याची हालचाल पूर्ण बंद होत असे. आता फक्त सांध्यातील हाडांवरील कुर्चा काढून, त्या जागी टिटॅनियम आणि अति उच्च प्रतिचे प्लॅस्टिक यांपासून बनवलेला कृत्रिम सांधा बसविला जातो. याद्वारे सांध्याच्या हालचाली कायम ठेवून वेदनेपासून पूर्ण सुटका मिळविता येते.

**४) रशियन इलिझारोव्ह पद्धती :**

आखूड पाय लांब करणे, जन्मजात खुजा व्यक्तीची उंची वाढविणे, अपघातात निकामी झालेल्या हाडांची रोपणाशिवाय लांबी वाढवून पूर्ववत करणे. जन्मजात व्यंग, अपघात, सेप्टीक आणि पोलिओने आखडलेले सांधे सरळ करणे. या स्वप्नवत वाटणाऱ्या गोष्टी, आता धातूच्या बारीक तारा हाडांतून आरपार घालून शरीराला बाहेरून जोडलेल्या धातूच्या रिंगांमुळे शक्य आहेत.

**५) पाठीचे मणके आणि मज्जारज्जू :**

हालचालींमुळे, अति झीज झाल्यामुळे किंवा अपघाताने दोन मणक्यांमधली चकती सरकून दबलेला मज्जारज्जू वा नसा मोकळ्या करणे, झिजलेले वा तुटलेले मणके एकमेकांशी खिळे, पट्ट्या, रॉड आणि अस्थिरोपणाच्या साहाय्याने पूर्ववत जागेवर आणून एकमेकांशी सांधणे, कुबड असलेली पाठ सरळ करणे. या अत्यंत गुंतागुंतीच्या आणि नाजूक अशा नसांच्या शस्त्रक्रिया आता अधिक सुरळीत झाल्या आहेत.

**६) स्पोर्टस् मेडिसीन :**

स्केटिंग सर्फिंग, फुटबॉल इत्यादी वेगवान व्यावसायिक खेळांमध्ये अतिताण, वेड्यावाकड्या हालचालींमुळे कुर्चा, सांधे, स्नायुबंध, स्नायू दुखावणे, तुटणे यावर प्रतिबंधात्मक उपचार करणे. तसेच विशिष्ट खेळांसाठी आवश्यक स्नायूंची योग्य वाढ आणि समतोल त्यासाठीचे प्रशिक्षण आणि व्यायाम प्रणाली नेमून देणे, इत्यादी गोष्टी यात अंतर्भूत आहेत.

**७) लहान मुलांचे अस्थिरोगतज्ज्ञ :**

लहान मुलांमध्ये जीवनसत्त्वांच्या कमतरतेमुळे, जन्मजात व्यंगामुळे, अथवा पोलिओमुळे अवयवाला वाकडेपणा येणे अथवा त्यांची वाढ खुंटणे इत्यादी आजार उद्भवतात. तसेच हल्ली लहान मुलांच्या लवचिक हाडांमधील विशिष्ट प्रकारच्या दुखापतींवर उपचार करण्यासाठीही अस्थिरोगतज्ज्ञ असतात.

**८) भौतिकोपचार (फिजिओथेरपी) :**

प्लॅस्टर वा ऑपरेशन यामुळे आलेला ताठरपणा घालवून सांधे मोकळे करून त्यांची पूर्ववत, सुलभ आणि पूर्ण हालचाल होण्यासाठी सांध्यांवर उपचार केले जातात. तसेच वापरात नसल्यामुळे सांध्यांची कमी झालेली ताकद भरून काढण्याच्या विशिष्ट व्यायामांसाठी उपचारशास्त्र, विविध व्यायामयंत्रे, विद्युत प्रवाहाचे लहान झटके इत्यादींचा उपयोग केला जातो.

**९) व्यवसायोपचार शास्त्र (रिहॅबिलिटेशन) :**

अपघात, आजार यांमुळे कधी तात्पुरते, तर कधी कायमस्वरूपी शारीरिक व्यंग निर्माण होते. यामुळे पूर्वीच्या कामात वा व्यवसायात आवश्यक बदल घडवून नव्या शरीर परिस्थितीशी जुळवून घेण्यासाठी रुग्णाला तयार करावे लागते. जेणेकरून ती व्यक्ती परावलंबी न राहता जगण्यासाठी, कामासाठी आणि अर्थार्जनासाठीही

स्वयंपूर्ण बनू शकेल असे प्रशिक्षण देणे. उदा.– अपघातामुळे पाय कापून टाकलेल्या ड्रायव्हरला टेलिफोन वा मशीन ऑपरेटर सारख्या पर्यायी कामाची तजवीज करून देणे आवश्यक आहे.

या आणि अशा इतर वैद्यकीय शाखांचा एकमेकांत मेळ घालून रुग्णांचे आयुष्य पूर्वपदाला येणे, हे उद्दिष्ट पूर्ण करण्यासाठी आपण सर्व समाजाने आणि अस्थिव्यंगोपचार तज्ज्ञांनी मिळून प्रयत्न करू या.

**अपघातग्रस्त व्यक्तीस देण्याचे प्रथमोपचार :**

एक सामान्य माणूस डॉक्टर नसतानाही योग्य प्रथमोपचार करून अपघातग्रस्त व्यक्तीचा त्रास कमी करू शकतो वा जीवही वाचवू शकतो.

१. रक्तस्राव – जखमेतून रक्त वाहत असल्यास स्वच्छ रुमालाने ५-१० मिनिटे त्यावर दाबून धरावे.

२. सूज, दुखावा, वाकडेपणा आलेल्या भागावर फूटपट्टी, बांबू वा कोणताही आधार लावून दुपट्टा वा बँडेजने बांधल्यास, फ्रॅक्चरचे दुखणे, दुष्परिणाम (complications) पुष्कळ प्रमाणात कमी होऊ शकते.

३. डोक्याला मार लागलेल्या, अर्धवट वा पूर्ण शुद्धित असलेल्या माणसाला पाणी पाजण्याचा वा खाऊ घालण्याचा प्रयत्न अजिबात करू नये. ते श्वासमार्गात गेल्यास जिवाला धोका होऊ शकतो. भूल देण्यास अडथळा होऊ शकतो.

४. श्वास घेण्यास त्रास होत असल्यास तोंडातली लाळ, घाण पुसून एका कुशीवर झोपवून रुग्णाला लवकरात लवकर जवळच्या हॉस्पिटलमध्ये घेऊन जावे.

५. मणक्याला, मानेला, पाठीला इजा झाली असल्यास हात-पाय लुळे पडू शकतात. अशा व्यक्तीला बसवण्याचा वा उभे करण्याचा प्रयत्न करू नये. झोपलेल्या अवस्थेत ताबडतोब डॉक्टरांकडे न्यावे.

**– डॉ. मिलिंद गांधी**

# मानदुखी

मानदुखी हा सर्वसाधारणपणे होणारा आजार आहे. यामध्ये योग्य ती काळजी घेऊन, त्याला व्यायामाची जोड दिल्यास ती टाळता येऊ शकते.

१) मानदुखी टाळण्यासाठी वा बरी होण्यासाठी स्वत:ला बरे वाटेल इतक्या जाडीची कापसाची कडक उशी जरूर घ्यावी. पण उशीमुळे त्रास होत असल्यास मानेखाली टॉवेलची गुंडाळी घेऊन झोपावे. मानदुखीत उशी वापरूच नये, हा समज चुकीचा आहे.

२) सतत मान व पाठ वाकून लिहिणाऱ्यांना आणि कॉम्प्युटरवर काम करणाऱ्यांना तसेच सतत ड्रायव्हिंग करणाऱ्यांना अतिताणामुळे, स्नायू थकून मणक्याचे दुखणे होते. बसण्याच्या अवस्थेत दर अर्ध्या तासाने विरूद्ध दिशेने ताण (stretching) दिल्यास हे टाळता येते.

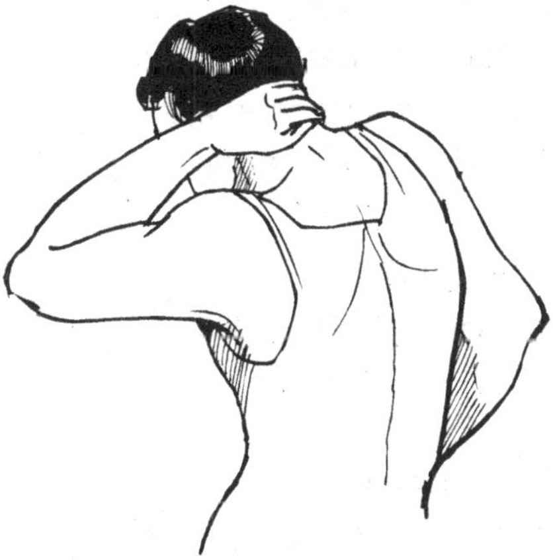

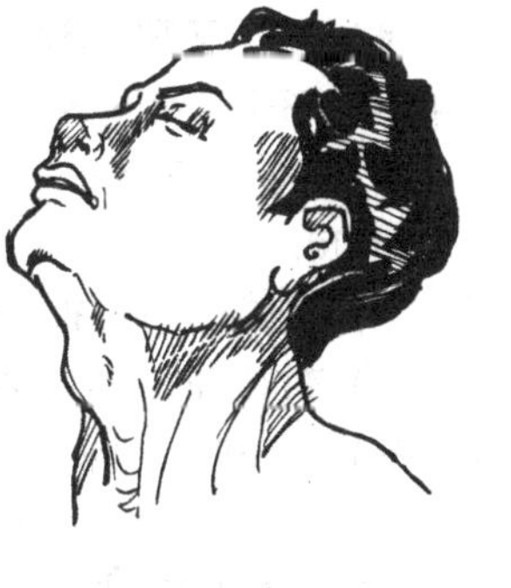

यासाठी खालील दिलेले व्यायाम करावेत.

१) प्रथम मान ताठ ठेवून एकदा उजवीकडे आणि एकदा डावीकडे वळवावी.

२) नंतर अशीच कृती मान फिरवून करावी.

३) प्रथम मान सरळ ठेवून डोके शक्य तितक्या मागे घ्यावे. नंतर अशा स्थितीत मान थोडा वेळ मागे ठेवून परत पूर्वस्थितीत आणावी.

४) एकाच वेळी दोन्ही खांदे डोक्याकडील बाजूला वरती ओढावेत. अशा स्थितीत ३ ते ४ सेकंद ठेवून नंतर खांदे हळूहळू खाली आणावेत.

५) दोन्ही हात डोक्याच्या मागे ठेवून मानेने हातांना मागच्या बाजूस डोके न हलवता जोर देण्याचा प्रयत्न करावा. त्याच वेळेस डोक्याला हातांनी पुढे जोर द्यावा.

६) दोन्ही हात कपाळावर ठेवून डोके न हलवता मानेने हातावर पुढच्या बाजूस जोर द्यावा. त्याच वेळेस हातांनी मानेला मागे ढकलण्याचा प्रयत्न करावा. ५ ते ७ सेकंदापर्यंत अशा स्थितीत मानेवर हातांचा आणि मानेचा हातांवर जोर ठेवावा.

७) डाव्या कानावर डावा हात ठेवून डोके शक्यतो न हलवता मानेने डावीकडे जोर देण्याचा प्रयत्न करावा. त्याच वेळेस हातांनी मानेला विरुद्ध दिशेला म्हणजेच उजव्या बाजूवर जोर द्यावा. हीच कृती उजवा हात उजव्या कानावर ठेवून करावी.

**पाठदुखी :**

१) पाठीच्या वेदना कमी होईपर्यंत, जड वजन उचलणे टाळावे.

२) झोपेतून उठताना एका कुशीवर वळून मगच उठावे. त्यामुळे दुखापत झालेल्या स्नायूंवर आणि शिरांवर ताण पडत नाही.

३) जड वजन उचलताना कमरेत न वाकता गुडघे वाकवून वजन उचलावे; असे केल्यामुळे कमरेच्या शिरांवर ताण पडत नाही.

४) वजन उचलताना दोन्ही हातांत शक्यतो सारख्या वजनाच्या वस्तू उचलाव्यात.

५) खुर्चीत बसताना नेहमी ताठ बसावे.

६) झोपताना सपाट आणि कडक अंथरुणावर झोपावे.

७) चालताना पोक काढून चालू नये. ताठ चालावे.

**सांधेदुखीसाठी देण्यात येणारे इंजेक्शन :**

इतर उपचारांनी बरे न होणाऱ्या भागात तज्ज्ञ डॉक्टरांकडून लोकल

हायड्रोकार्टिझोन इंजेक्शन घ्यावे, त्याचा चांगला उपयोग होतो. ते देण्यापूर्वी मधुमेह नसल्याची रक्त तपासणी करणे आवश्यक आहे. या इंजेक्शनची सवय लागते. ती हाडात दिली जातात हा समज चुकीचा असून, ती सांध्याभोवतीच्या आवरणात दिली जातात. इंजेक्शनची जागा जास्त सुजली वा लाल झाली, तर लगेच डॉक्टरांना दाखववे.

**गुडघेदुखी :**

१) गुडघ्याच्या पाठीमागचा भाग गादीवर खाली दाबावा. अशा पद्धतीत गुडघा ३० सेकंद खाली दाबून ठेवावा आणि नंतर ३० सेकंद सैल सोडावा, असे १ मिनिट करावे. ही क्रिया सलग दहा वेळा करावी.

२) गुडघे ताठ ठेवून दोन्ही गुडघ्यांच्यामध्ये उशी ठेवून उशीवर ३० सेकंद दाब द्यावा. त्यानंतर ३० सेकंद विश्रांती घ्यावी. अशा पद्धतीने १ मिनिट ही क्रिया करावी.

**व्यायाम :**

१) कोणत्याही वस्तूच्या बिजागऱ्या न वापरल्यामुळे गंजतात आणि त्यांची हालचाल कमी होते. त्याचप्रमाणे मान, पाठ आणि शरीरातील सर्व सांधे हालचाल कमी केल्यामुळे वा न केल्यामुळे आखडून त्यांची हालचाल कमी होते. नंतर वेदनायुक्त होते. हे टाळण्यासाठी आधीच नियमित व्यायाम केल्यास बरेचसे आजार टाळता येतात वा बरे करता येतात.

२) मान, पाठ, गुडघे आणि सांधेदुखी कायमस्वरूपी बरे होण्यासाठी औषधांपेक्षा व्यायामांचा 'Preventive & Curative' असा दुहेरी उपयोग होतो.

३) डॉक्टरांनी दिलेले व्यायाम नियमित आणि दिलेल्या पद्धतीनेच करावेत. दुखणे बरे झाले तरी व्यायाम चालूच ठेवावेत.

४) एखाद्या व्यायामामुळे त्रास झाल्यास तो ताबडतोब बंद करून डॉक्टरांना भेटावे.

**प्लॅस्टरची काळजी – उपयोग**

१) प्लॅस्टर ओले करू नये. प्लॅस्टिकची पिशवी गुंडाळून अंघोळ करावी.

२) प्लॅस्टरचा हात वा पाय सतत उंचावर ठेवावा.

३) डॉक्टरांनी सांगितल्याशिवाय प्लॅस्टरवर भार देऊन चालू नये.

४) प्लॅस्टरमधल्या हातापायाच्या बोटांची सतत हालचाल करावी. त्याने रक्तप्रवाह सुधारून हाड लवकर जुळते.

५) जास्त ठणका, सूज, रंगबदल, आग झाल्यास बोटांना बधिरपणा आल्यास ताबडतोब डॉक्टरांना दाखवावे.

६) बसविलेले फ्रॅक्चर आणि हाड त्याच जागेवर राहावे, म्हणून ते जुळेपर्यंत प्लॅस्टर ठेवणे आवश्यक असते. त्याचा कालावधी वय आणि झालेली दुखापत या प्रमाणात बदलते.

७) काही वेळा फ्रॅक्चर नसूनही सांधा दुखावण्यामुळे (Ligament Injury) प्लॅस्टर आवश्यक असते.

८) प्लॅस्टरच्या आत सूज कमी झाल्यामुळे बसविलेले हाड सरकून बाक येऊ शकतो. म्हणून अधूनमधून एक्स-रे काढावा लागतो.

९) सर्व प्रकारचे सकारात्मक प्रयत्न होऊनही कधीकधी हाड जुळण्यास उशीर लागतो किंवा जुळत नाही. अशा वेळी ऑपरेशन आणि बोन ग्राफ्टिंग करावे लागते.

**– डॉ. मिलिंद गांधी**

# सौंदर्य व त्याची निगा

**डॉ. दिलीप शहा**

**शिक्षण** : एम.बी.बी.एस. पुणे, त्वचा रोग व गुप्तरोग तज्ज्ञ सी.पी.एस., मुंबई

: डिप्लोमा डी.डी.व्ही,एम.डी. (त्वचा रोग)

: त्वचारोग – डिप्लोमा, लंडन विद्यापीठ,

: विशेष प्राविण्यासह त्वचारोग तज्ज्ञ ओपात, मस्कत

: न्यूर्याक, टोकियो, बर्लिन येथील जागतिक त्वचारोग परिषदेत शोध निबंध.

**पुरस्कार** : सन २००८ महाराष्ट्र त्वचारोग परिषदेतर्फे 'जीवन गौरव' पुरस्कार एड्स या विषयावर अनेक ठिकाणी व्याख्याने

**फोन नं.** : ०२०-२६१२२८८८

# आधुनिक सौंदर्यसाधना

तुमची निरोगी त्वचा हे तुमच्या उत्तम आरोग्याचे प्रतिबिंब असते. रसरशीत, नितळ त्वचा सर्वांचे लक्ष वेधून घेते; परंतु तारुण्याच्या पहिल्या टप्प्यावर ही नितळ त्वचा 'तारुण्यपीटिका' येऊ लागल्यामुळे झाकळून जाते. तारुण्यपीटिकेच्या तक्रारी केवळ तरुण मुलामुलींतच दिसतात असे नाही, तर प्रौढावस्थेतसुद्धा या तक्रारी उद्भवतात. कधीकधी वयपरत्वे येणाऱ्या किरकोळ वाटणाऱ्या या तारुण्यपीटिका हळूहळू गंभीर स्वरूप धारण करू लागतात. या पुळ्या आकाराने मोठ्या होतात, त्यातून स्राव येऊ लागतो. अज्ञानामुळे किंवा आजूबाजूच्या विपरीत सल्ल्यामुळे

मुले त्या फोडण्याचा प्रयत्न करतात. त्या ठिकाणी काहीतरी घरगुती उपाय केले जातात किंवा जाहिराती वाचून निरनिराळ्या मलमांचा किंवा क्रीमचा उपयोग केला जातो. त्याचे दुष्परिणामच झालेले दिसतात. या सर्वांचा परिणाम म्हणजे चेहऱ्यावर वण पडल्यामुळे किंवा काळे डाग पडल्यामुळे चेहऱ्याला, सौंदर्याला विरुपता येते. त्यामुळे या मुलामुलींचा आत्मविश्वास कमी होऊ लागतो. समाजात मिसळताना आपल्यात काहीतरी कमी आहे, अशा प्रकारची मानसिकता निर्माण होते. समाजात मिसळणे टाळावेसे वाटते. त्यामुळे सुरुवातीला किरकोळ वाटणारी तारुण्यपीटिकेची तक्रार मुखदूषिका किंवा 'ॲकनेव्हलगॅरिस' सारख्या चिवट आणि रेंगाळणाऱ्या दुखण्याकडे जाऊ शकते. म्हणून वेळीच त्वचारोगतज्ज्ञाकडे जाऊन त्यांचा सल्ला घेणे आवश्यक असते. त्यामुळे येथे आपण या तारुण्यपीटिकांच्या कारणांचा नेमका विचार करत आहोत. तसेच नेमकी चिकित्सा काय करता येईल? झटपट सौंदर्य साधना कशा प्रकारे करता येईल? आधुनिक प्रगत चिकित्सेचे प्रकार कोणते आहेत. या सर्वांचा थोडक्यात विचार करत आहोत.

या ठिकाणी आणखी एक विचार महत्त्वाचा आहे. २१ व्या शतकात सौंदर्याला आणि व्यक्तिमत्त्वाला अत्यंत महत्त्व प्राप्त झाले आहे. प्रत्येक व्यवसायात तुमच्या बाह्यसौंदर्याला अधिक महत्त्व दिले जात आहे. त्यामुळे सौंदर्यतज्ज्ञाकडे जाणे, ही चैन नसून गरज निर्माण झाली आहे. एके काळी ब्युटीपार्लरमध्ये जाणे ही श्रीमंतांची मक्तेदारी होती. आता ही परिस्थिती पूर्ण बदलली आहे. आता गरीब, श्रीमंत, तरुण, म्हातारे, शिक्षित-अशिक्षित, नोकरी करणाऱ्या स्त्रिया, गृहिणी, कार्यमग्न असणाऱ्या समाजातील सर्व घटकांना ब्युटिपार्लरला जाणे गरजेचे झाले आहे. सध्याच्या धकाधकीच्या जीवनपद्धतीत ही सौंदर्यसाधना अल्पवेळात करता यावी, अशीही सर्वांची इच्छा असते. त्यातूनच अर्ध्या तासात बदकाचा राजहंस बनवण्याच्या सौंदर्यसाधना निर्माण झाल्या आहेत. त्या पुढे वर्णन केल्या आहेत.

**१. तारुण्यपीटिकांसाठी –** तिच्या गंभीरतेप्रमाणे सुरुवातीला मलम लावण्यापासून ते पोटात औषधे देणे, मायक्रोडर्म ॲब्रेजन, कार्बनडॉय स्लश, निरनिराळ्या केमिकल पिल्स, अत्याधुनिक लेझर उपचार केले जातात.

**२. चेहऱ्यावर अकाली येणाऱ्या सुरकुत्यांसाठी –**

अ) शस्त्रक्रिया न करता फेस लिफ्ट (Non surgical face lift)

ब) बोटोक्स इंजेक्शन्स (Botox injections)

क) फिलर्स (Fillers)

ड) सुरकुत्यांमध्ये भरता येणारी इंजेक्शन्स (Hylorinic acid injections)

**३. चामखीळ, मस यांच्याकरिता –**

अ) रेडिओ फ्रिक्वेन्सी, क्वाट्री इत्यादी.

**४. तळपायात येणाऱ्या कुरुपांसाठी –** लिक्वीड नायट्रोजन फ्रिजिंग ट्रिटमेंट (Liquid $N_2$ Freezing treatment) यांपैकी कोणत्याही चिकित्सेकरिता भूल द्यावी लागत नाही किंवा रुग्णालयात दाखल व्हावे लागत नाही. तसेच या सर्व प्रकारच्या चिकित्सा पद्धती फार महाग नसतात. त्यामुळे आवश्यकतेनुसार त्वचारोगतज्ज्ञ डॉक्टर्सना भेट देऊन, त्यांच्या सल्ल्याप्रमाणे हे उपचार करून घ्यावेत.

**– डॉ. दिलीप शहा**
त्वचारोगतज्ज्ञ

# केसांची शास्त्रीय पद्धतीने माहिती

काळाभोर सुंदर केशकलाप हे सौंदर्याचे महत्त्वाचे लक्षण मानले जाते. गर्भधारणेच्या ९व्या आठवड्यात त्वचेवर केसांची वाढ होऊ लागते. त्या वेळीच केसांच्या मुळांना योग्य तो रक्तप्रवाह मिळतो आणि निरोगी केसांची वाढ होत जाते. त्याच वेळी केसाला सिबॅशियस ग्रंथी जोडली जाते. या ग्रंथीतून निघणाऱ्या स्रावांमुळे त्वचा मुलायम होते आणि पुढे या ग्रंथींचे रूपांतर कदाचित मुरमाच्या पुळ्यांमध्येही होऊ शकते.

जन्मजात केसांचे तीन प्रकार असतात – १) लव (Lanigo Hair) – ही अतिशय मुलायम असून, गर्भाशयातच बाळाच्या अंगावर असते. मात्र बाळाच्या जन्माच्या पूर्वीच १ महिना ही नष्ट होते. २) Vellus Hair – हे जन्माच्या अगोदर मृदू लव गेल्यानंतर येतात. ३) Terminal Hair – नंतर वाढणारे थोडे जाड आणि नंतर येणारे केस.

ओठ, तळहात, तळपाय या ठिकाणी केसांची मुळे नसल्याने तेथे केस उगवत नाहीत.

प्रत्येक व्यक्तीमध्ये केसांची वाढ या तीन अवस्थेतून होत असते.

१) Anagen – केसांची उत्पत्ती होणारा काळ

२) Catagen – उत्पन्न झालेले केस त्याच स्थितीत राहणे.

३) Telogen – केस गळून पडण्याची अवस्था

सर्वसामान्यपणे माणसाच्या डोक्यावर १ लाख केस असतात. साधारण १०० केस रोज गळत असतात आणि तितकेच नवे येत असतात. प्रत्येक केसाची जाडी ०.८ मि. मी. ते १ मि. मी. इतकी असते. प्रत्येक केसाची लांबी ही प्रत्येक केसाच्या Anagen स्थितीवर अवलंबून असते. म्हणून भुवईचे केस डोक्याच्या केसापेक्षा लहान असतात.

तरुण वयात केस गळण्याची अनेक कारणे असू शकतात. त्यापैकी –

१) हार्मोनल इम्बॅलन्स.

२) निरनिराळ्या औषधांचे दुष्परिणाम – उदा. अ-जीवनसत्त्वाचे जास्त प्रमाणात सेवन, तसेच गर्भनिरोधक गोळ्यांचे अतिसेवन, रक्त पातळ (Anticoagulants) करणाऱ्या गोळ्या अधिक प्रमाणात घेण्यात आल्या, तर त्याचा दुष्परिणाम होतो.

३) पुरुषी हार्मोन्सची वाढ होणे.

४) कुपोषणामुळे होणाऱ्या व्याधी इत्यादी कारणांचा यात समावेश होतो. तसेच पुरुषांमध्ये साधारणपणे २० ते ३० वयाच्या दरम्यान पुरुष हार्मोन्सची वाढ अधिक झाल्याने समोरचे केस गळतात आणि कपाळ मोठे दिसू लागते. याला (Professors Angle) म्हणतात.

आणखी विशेष गोष्ट म्हणजे, तृतीयपंथी लोकांमध्ये वयात येण्याअगोदरच त्यांच्या टेस्टीज काढल्या गेल्यामुळे, पुरुष हार्मोन्सची (Androgens) वाढ होत नाही. त्यामुळे त्यांना सहसा टक्कल पडत नाही.

स्त्रियांमध्ये जरी वयपरत्वे केस विरळ झाले, तरी सहसा पुढे टक्कल पडत नाही; परंतु भांगाजवळ केस विरळ होतात. आणि त्याचा आकार 'ख्रिसमस ट्री' सारखा दिसतो. बऱ्याच वेळा निरनिराळ्या केशरचना करताना केसांची ओढाताण होते, तसेच केमिकल्स वापरल्यामुळे केस जातात. या प्रकाराला 'टॅक्शन ॲलोपेशिया' असे म्हणतात.

केसांचे सौंदर्य वाढवण्याकरिता आणि ते आकर्षक दिसण्याकरिता केस रंगवणे अथवा ब्लीच करणे, कुरळे करणे, कुरळे असतील तर सरळ करणे अशा प्रकाराने केसांचा शाफ्ट (Shaft) हा अशक्त बनतो. त्यामुळे केस लवकर गळणे सुरू होते.

कधीकधी डोक्यात केसांमध्ये असणाऱ्या कोंड्यामुळे, तसेच इन्फेक्शन झाल्यामुळेही

केस गळतात. आणखी एक विशेष म्हणजे खूप वेळा फसव्या जाहिराती वाचून निरनिराळ्या तेलांचा, क्रीम्सचा, शाम्पूचा वापर केला जातो. त्यामुळे त्वचेवर (डोक्याच्या) विपरीत परिणाम होऊन केस गळतात. म्हणून योग्य त्या वेळी केसांची काळजी घेऊन ते निरोगी ठेवण्यासाठी खालीलप्रमाणे काळजी घ्यावी –

१) आठवड्यातून दोन वेळा योग्य शाम्पू वापरून केस धुवावेत.

२) केसांत कोंडा असेल किंवा खाज येत असेल, तर वेळीच तज्ज्ञांचा सल्ला घ्यावा.

३) शक्यतोवर ओढाताण करून केशरचना करणे टाळावे.

४) कमीत कमी केमिकल्सचा वापर करावा.

५) योग्य सात्विक चौरस आहार घेऊन आरोग्य संतुलित ठेवावे.

६) मानसिक ताणतणाव वाढविणाऱ्या घटना, प्रसंग टाळावेत.

या गोष्टींची काळजी घेतल्यास केसांचे आरोग्य उत्तम राहू शकेल.

अलीकडे काही वर्षांपासून टकलावर सर्जरीद्वारे उपचार करणे शक्य झाले आहे. त्याला 'सिंगल हेअर ट्रॉन्सप्लांट' असे म्हणतात. यामध्ये डोक्याच्या मागील भागावरील केस मुळासकट काढून ते टक्कल असलेल्या भागावर कलम केले जातात. ही शस्त्रक्रिया लोकल ॲनेस्थेशियाने करता येते. एका वेळी २००० केसांचे कलम करता येते. याला साधारणपणे ऐंशी हजार ते एक लाख रुपये खर्च येतो. या केसांची चांगली वाढ होण्यास नऊ महिन्यांचा कालावधी लागतो. मानेच्या वरच्या भागातील (ऑक्सिपिटल) केसांचे आयुष्य ऐंशी वर्षे असल्याने, त्या वयापर्यंत या केसांद्वारे टक्कल झाकले जाऊ शकते.

**– डॉ. दिलीप शहा**
त्वचारोगतज्ज्ञ

# वैवाहिक समस्या

**डॉ. शशांक सामक**

**शिक्षण** : एम.बी.बी.एस., डी.व्ही.डी.

: त्वचारोगतज्ज्ञ व क्लिनिकल सेक्सॉलॉजिस्ट म्हणून १९८१ सालापासून कार्यरत.

: डॉ. सामक सेक्स थेरपी या संपूर्ण भारतीय पर्यायाचे जनक, पीसी स्क्वीझ तंत्राचे जनक

: पी-स्पॉटच्या कल्पनेचे जनक

: वैद्यकीय कामशास्त्र व नवविवाहितांचे कामजीवन या पुस्तकांचे लेखक

: जपान, फ्रान्स, अमेरिका, सिंगापूर येथील वैद्यकीय व्यासपीठांवर संशोधने सादर

**फोन नं.** : ०२०-२५४१०७६९

# वैवाहिक जीवन आणि समस्या

**वैवाहिक अपूर्णता** (unconsummation of marriage) :

लग्न याचा अर्थच मुळी समाजाने आणि कायद्याने त्या दोन व्यक्तींमधील शरीरसंबंधाला (सेक्सला) दिलेली मान्यता. म्हणजे विवाहाचा पायाच 'शरीरसंबंध' हा असल्याने ते जर दोन व्यक्तींमध्ये घडत नसेल, तर त्यातील एकाच्या तक्रारीने कायदा असे लग्न पूर्ण झालेले नाही असे मानतो. आणि त्या व्यक्तीला घटस्फोट देऊ शकतो. थोडक्यात विवाहाची पूर्तता लिंग-योनी संबंध जर होत असेल, तरच होते.

पण अशाही काही केसेस असतात की, ज्या व्यक्तींमध्ये कितीही वेळा प्रयत्न केला तरी सेक्स घडत नाही. अशा केसेसना 'अन्कॉन्समेशन ऑफ मॅरेज केसेस' म्हणतात. ही समस्या सेक्स थेरपीने सोडवता येते. यासाठी कोर्टाकडे धाव घेण्याची गरज नसते. म्हणजेच सेक्स थेरपीने अशांचे संसार वाचू शकतात आणि दोन कुटुंबांमधील वितुष्टही टाळता येते.

नवविवाहितांमध्ये सेक्स न घडण्याची पुष्कळ कारणे असतात. मानसिक आणि शारीरिक कारणे एकमेकांमध्ये गुंफून गेलेली असतात. सगळ्यात महत्त्वाचे कारण म्हणजे

लैंगिक ज्ञानाचा अभाव, म्हणजेच लैंगिक शिक्षणाचा अभाव. 'पाण्यात पडल्यावर पोहता येते,' तसे प्रसंग आल्यावर सेक्स जमतो, हा मोठा गैरसमज आहे. इतरांना जमत असतंच की, काळाच्या ओघात आपल्यालाही जमेल असे वाटणे म्हणजे, 'लैंगिक समस्या' असतात, हे मान्य न करणे होय. प्रत्येकाला कधी ना कधी तरी सेक्स करायला अडचण येऊ शकते, पण ही गोष्ट केवळ त्या पतीपत्नींपुरतीच मर्यादित राहात असते. जवळच्या मित्रमंडळींनाही त्याची कुणकुण लागेलच असे नसते आणि त्या पतीपत्नींना कोणीही स्वत: होऊन असे विचारत नसते. म्हणून अशा लैंगिक समस्या आपल्यालाच का, असे वाटून घेऊ नका. सर्वांनाच कधी ना कधी तरी त्या येतात.

सेक्सच न जमणे यामध्ये स्त्रीची लैंगिक कारणे सर्वांत महत्त्वाची असतात. दोन महत्त्वाचे अडथळे लिंग-योनी संबंधाला बाधा आणतात. योनीमुखाच्या खालील फोरशे त्वचा आणि घट्ट असणारे स्त्रीचे सेक्सचे पीसी स्नायू. हायमेन किंवा योनीपटल याचा अडथळा बहुतांशी केसेसमध्ये दुय्यमच मानला पाहिजे, म्हणूनच हायमेनेक्टोमी या शस्त्रक्रियेचा फारसा उपयोग होत नाही. त्याच्यात वेळही घालवू नये. 'फिंगर डायलेटेशन' पद्धत वापरून ३ ते ४ दिवसांमध्ये हे अडथळे दूर करता येतात. कृत्रिम उपायांची किंवा लुब्रिकंट जेलची गरज नसते. काही वेळा त्यामुळे योनीमार्गाचा दाह होण्याची शक्यता असते.

पुरुषांमधील महत्त्वाची कारणे म्हणजे लिंगाची ताठरता न टिकणे आणि कालांतराने ती न येणे. याची परिणती म्हणून मनात सेक्सच्या भावना येण्याचेही प्रमाण घटते. पण ही केवळ मानसिक कारणे असतात असे नाही. तंबाखूच्या कुठल्याही व्यसनाने लैंगिक ताठरता नष्ट होऊ शकते. ते व्यसन ताबडतोब बंद करून सेक्स थेरपीने फायदा होऊ शकतो. डाइव्होर्स अर्थात घटस्फोट हे त्यावरील उत्तर निश्चितच नाही.

### मेनपॉझ, अँड्रोपॉज आणि सेक्स

मेनपॉझ म्हणजे रजोनिवृत्ती, स्त्रीची मासिक पाळी बंद होणे. स्त्रीच्या वयाच्या ४० वर्षे ते ५०च्या काळात असे कधीही घडू शकते. कित्येक स्त्रियांचा असा समज असतो की, आता त्यांच्या सेक्स लाईफचाही म्हणजे कामजीवनाचाही तो अंत आहे. तसे मुळीच नसते. स्त्रीची मासिक पाळी बंद होण्याचे महत्त्वाचे कारण म्हणजे तिच्या बिजांडकोषांचे म्हणजेच ओव्हरींचे कार्य त्या वेळी बंद होते. पण स्त्रीच्या कामभावनेचे उद्दीपन हे जोडीदाराबरोबरचे संबंध आणि त्या संबंधामधील शृंगारिकपणा याच्यावर अवलंबून असल्याने ते बंद होत नसते. पतीपत्नी संबंधातील माधुर्य टिकवणे आवश्यक असते.

स्त्रीच्या योनीमार्गाचा कोरडेपणा हा कामजीवनातील एक मोठा अडसर असतो.

नियमितपणे आणि आनंदाने कामजीवन उपभोगणे हेच ही समस्या उद्भवू नये म्हणून आवश्यक असते. असे आनंदी कामजीवन पस्तीशीपासूनच त्या स्त्रीने ठेवणे गरजेचे आहे. सेक्सकडे सकारात्मकपणे बघणे आणि जोडीदाराविषयी आपुलकी आणि नात्यातील ओलावा यामुळे योनीमार्गाच्या कोरडेपणाची समस्याही जाऊ शकते. कुठलीही लोकल ॲनेस्थेटिक मलमे वा जेल वापरणे टाळले पाहिजे. काही वेळा अशा मलमांनीच योनीमार्गाचा दाह होण्याची शक्यता असते.

मेनपॉझच्या तक्रारी कमी होण्यासाठी काही वेळा 'सेक्स हॉर्मोन रिप्लेसमेंट थेरपी' दिली जाते. हे पूर्णपणे टाळणे गरजेचे आहे. कामजीवनासाठी याचा काहीही उपयोग नसून, त्याचे गर्भाशयाच्या कॅन्सरसारखे दुष्परिणाम होण्याची शक्यता असते. नियमित कामजीवनाने शरीरात निर्माण होणारा 'ऑक्सिटोसीन हॉर्मोन' हाच महत्त्वाचा असतो. तो यौवनाचे रसायन आहे.

पुरुषांचा 'टेस्टोस्टेरॉन' हा सेक्स हॉर्मोन पूर्णपणे निर्माण होण्याचे कधीही बंद होत नाही. किडनीच्यावर असणाऱ्या ग्रंथीतून तो निर्माण होणे चालूच असते. त्यामुळे त्याच्या कामजीवनावर कुठलाही विपरीत परिणाम होत नाही. त्यामुळे पुरुषाची कामजीवनातून रिटायरमेंट मानायचे कारण नाही. लैंगिक ताठरतेच्या समस्या त्याचे कामजीवन नियमितपणे घडत नसेल तरच उद्भवतात. नियमित कामजीवन आणि व्यसनांपासून विशेषत: तंबाखूच्या व्यसनापासून दूर राहाणे आवश्यक असते. मधुमेह असल्यास तो ताब्यात ठेवणे गरजेचे असते. 'अँड्रोपॉज'सारखी कुठलीही अवस्था सेक्समध्ये मानणे चुकीचे असते.

### लैंगिक समस्या आणि सेक्स थेरपी

लैंगिक समस्या या प्रत्येकाला कधी ना कधी तरी जाणवत असतातच. कोणीही याला अपवाद नाही. कुठल्याही वयात त्या जाणवू शकतात. नवविवाहितांपासून प्रौढांपर्यंत वेगवेगळ्या लैंगिक समस्या असतात. पुरुषामध्ये तसेच स्त्रीमध्ये या तक्रारींच्या स्वरूपात असतात. प्रत्यक्ष शरीर संबंधाच्यावेळी या समस्या काही काही वेळा जाणवतात किंवा सातत्याने जाणवतात.

पुरुषामध्ये लिंगाच्या ताठरतेमध्ये समस्या उद्भवू शकते. ताठरता न येणे, अर्धवटपणे येणे किंवा आलेली ताठरता न टिकणे यांसारख्या समस्यांना 'इरेक्टाईल डिसफंक्शन' किंवा 'नपुंसकता' म्हणतात. पूर्वी यालाच 'इम्पोटन्स' म्हणत. याचे कारण एक नसून अनेक असतात. हा रोग किंवा आजार नाही. म्हणून या 'मल्टीफॅक्टोरीयल डिसफंक्शन'ला 'लैंगिक समस्या' म्हणतात. समस्या या सोडवायच्या असतात. या प्रकारची लैंगिक ताठरतेची समस्या हे सेक्सचा फिटनेस किंवा सक्षमता कमी झाल्याचे लक्षण आहे. लिंगातील रक्तपुरवठ्यात अथवा लैंगिक

स्नायूंची सक्षमता यात काहीतरी कमतरता आली की, 'इरेक्टाईल डिसफंक्शन' जाणवते. दांपत्याचे आपसातील संबंध याचाही प्रभाव महत्त्वाचा असतो. यासाठी सेक्स, रिलेशनशिप काउन्सेलिंग आणि सेक्स थेरपी यांचा वापर आवश्यक असतो.

पस्तीशीच्या अगोदरची अशी समस्या फार गंभीर मानायचे कारण नाही. कारण या वेळी लैंगिक अज्ञान आणि गैरसमज यामुळे ही समस्या जाणवत असते. तंबाखू, धुम्रपान यांच्यातील निकोटिनमुळे लिंगातील रक्तवाहिन्या अरुंद होत असल्याने काही वेळा या वयोगटातील तरुणांना लैंगिक ताठरतेच्या समस्या येत असतात.

वीर्यपतन जलद होणे म्हणजे, शीघ्रवीर्यपतन (प्री-मॅच्युअर इज्यॅक्युलेशन), क्वचित प्रसंगी वीर्यपतन न होणे (ॲन-इज्यॅक्युलेशन), यासुद्धा महत्त्वाच्या लैंगिक समस्या असतात. हस्तमैथुनाच्या सवयीमुळे ही समस्या निर्माण होते. काही वेळा कोणतेही कारण नसते. पण याही समस्येसाठी औषधांचा उपयोग होत नाही. विशिष्ट तंत्र आत्मसात करून ही समस्या सोडवता येते.

स्त्रीमध्ये उद्भवणाऱ्या समस्या सर्वसाधारणपणे सेक्सच्या वेळी दुखणे, योनीमार्गाचा कोरडेपणा, सेक्सची भावनाच कमी असणे किंवा नसणे, सेक्समध्ये तृप्ती न मिळणे अशा असतात. या समस्यांची कारणे विविध असून, काही वेळा ती जटील असतात. स्त्रीला केवळ लैंगिक अवयवांशी संबंधितच समस्या जाणवतात असे नसून, पाळीच्या वेळी बराच रक्तस्राव होणे, पोटात खूप दुखणे, स्तनांमध्ये गाठी येणे, क्वचित स्तनांचा कॅन्सर याही गोष्टीं स्त्रीच्या असमाधानी किंवा दुर्लक्षित कामजीवनामुळे होऊ शकतात.

सेक्समध्ये वारंवार येणाऱ्या अपयशामुळे आत्मविश्वास गमवून सेक्सपासून पळवाट काढली जाते. सेक्सची भावनाही अशा दडपणामुळे नष्ट होऊ शकते. दांपत्याचे नाते उद्‌ध्वस्त होऊ शकते. धीर न सोडता क्लिनिकल सेस्कॉलॉजिस्टचा सल्ला वेळेत घेणे गरजेचे असते. सर्वसाधारण लैंगिक समस्या सोडवता येतात.

**वीर्यनाश हा मृत्यू?**

वीर्य हा एक साधा जैविक स्राव आहे. मुलगा वयात आल्यापासून तो मूत्रपिशवीच्या दोन्ही बाजूंना असणाऱ्या वीर्यग्रंथी अंडकोषामध्ये तयार होत असतो. वीर्याचा उपयोग निसर्गाने पुरुषाचे बीज, शुक्राणू पुरुषाच्या शरीरातून बाहेर टाकण्यासाठीच केलेला आहे. वीर्यग्रंथी या प्रोस्टेट ग्रंथीमध्ये मूत्रमार्गाला वीर्यमार्गाद्वारे मिळतात. वीर्य हे प्रोस्टेट ग्रंथीतून मूत्रमार्गाद्वारे शरीराबाहेर जाण्यासाठीच असते. शरीरात ठेवण्यासाठी नाही. वीर्य रक्तापासून बनत नाही. तोंडात जशी लाळ, डोळ्यात जसे अश्रू तसे वीर्य हे वीर्यग्रंथींच्या अस्तरापासून सतत बनत असते. त्याचे सर्वसाधारण प्रमाण २ ते ५ मिलिलीटर असून, त्यातील शुक्राणूंचे प्रमाण प्रतिमिलिलीटर

कमीत कमी २ कोटी असणे आणि त्यातील हालचाल करणारे शुक्राणू कमीत कमी ७० टक्के असणे गर्भधारणेसाठी जरुरीचे असते.

वीर्यनिर्मिती मुलाच्या पौगंडावस्थेपासून ते मनुष्य मरेपर्यंत होत असते. फक्त त्याचे प्रमाण हे त्या व्यक्तीच्या कामजीवनाशी आणि सर्वसाधारण तब्येतीशी संबंधित असते. कामजीवनात जितके सातत्य असेल किंवा पार्टनर-सेक्स जरी नसेल, पण 'सेल्फ सेक्स' म्हणजेच हस्तमैथुन चालूच असेल, तर वीर्य निर्माण होणे हे चालूच राहाते. विशेषतः मध्यमवयानंतरही किंबहुना वृद्धावस्थेतही वीर्य आणि शुक्राणू निर्माण होणे चालू राहाते. वीर्यामध्ये ७० टक्के भाग हा दोन्ही वीर्यग्रंथीतील स्राव असून, २० टक्के भाग हा प्रोस्टेटचा स्राव असतो. १० टक्के शुक्राणू शरीराबाहेर वाहून नेण्यासाठी यांची निर्मिती होत असते.

वीर्य मुळात घट्ट आणि दाट असते. पण प्रोस्टेटचा स्राव मिसळल्यावर ते पातळ होत असते. स्त्रीच्या योनीमार्गात वीर्यपतन झाल्यावर शुक्राणू व्यवस्थित गर्भाशयापर्यंत पोहोचण्यासाठी हा पातळपणा आवश्यक असतो. सुरुवातीला वीर्य घट्ट आणि दाट असले तरी नंतर मात्र लगेचच होणाऱ्या वीर्यपतनाच्या वेळी त्याचे प्रमाण कमी होते आणि ते पातळ होते. म्हणून वीर्याचा पातळपणा हा कुठलाही दोष नाही. त्यासाठी औषधांची गरज नसते.

वीर्य शरीरात ठेवण्यासाठी नसून ते शरीराबाहेर जाण्यासाठीच असल्याने आणि ते सातत्याने तयार होत असल्याने वीर्य बाहेर पडल्याने वीर्यनाश होत नसतो. वीर्य बाहेर गेल्याने शरीराचा ऱ्हासही होत नसतो. म्हणून मृत्यू येण्याची काहीही शक्यता नसते. वीर्य योग्य ठिकाणी पडल्यास उलट एखादा जीवच निर्माण होत असतो. वीर्य बाहेर टाकण्याची क्रिया हा एक सेक्सच्या स्नायूंचा मोठा व्यायाम असतो.

जवळजवळ १०० ते १५० कॅलरीज त्यात नष्ट होत असतात. इतर व्यायामाप्रमाणे त्यामुळे थकवा येतो, पण कमजोरी येत नसते. विश्रांतीनंतर शरीर पुन्हा ताजेतवाने होत असते.

### सेक्स थेरपी

'सेक्स थेरपी' म्हणजे ट्रेनिंग प्रोग्रॅम. काही विशिष्ट टेक्निक आत्मसात करून लैंगिक समस्या दूर करणे होय. थेरपीची ही संकल्पना डॉ. मास्टर्स आणि जॉन्सन यांनी १९७० साली प्रथम वैद्यकीय क्षेत्रात आणली. स्त्री-पुरुषांना काही तंत्रे शिकवून त्यांच्यातील लैंगिक संबंधांतील उणिवा दूर करणे हा त्यांचा उद्देश काही प्रमाणात सफल झाला. पण त्याचा एक महत्त्वाचा उपयोग म्हणजे 'सेक्सॉलॉजी' आणि 'सेक्स थेरपी' यांचा वैद्यकीय क्षेत्रात उदय झाला. इतर सेक्सॉलॉजिस्टनी पण त्यांचे प्रोग्रॅम प्रसिद्ध केले. काही समस्या या काही काळासाठी जरी कमी वाटल्या, तरी त्या पुन्हापुन्हा उद्भवत राहतात.

यासाठी 'सेक्शुअल फिटनेस' ही कल्पना १९९६ साली कॅलिफोर्निया येथे प्रसिद्ध केली गेली. ही सेक्स थेरपी नंतर जपान, फ्रान्स, सिंगापूर, मलेशिया येथील परिषदांमध्ये देखील 'डॉ. सामक यांची सेक्स थेरपी' म्हणून प्रसिद्ध केली गेली. या थेरपीचे वैशिष्ट्य म्हणजे 'सेक्स फिटनेस' देणारी, ही एकमेव थेरपी आहे. प्राचीन भारतीय तंत्रशास्त्र आणि हठयोग, तसेच कामशास्त्र यातील काही उपयुक्त तत्त्वे या थेरपीत विकसित केलेली आहेत. कुठल्याही वयातील व्यक्ती सहजपणे ती तंत्रे शिकून त्यांच्या अभ्यासाने स्वत:ला सेक्शुअली फिट ठेवू शकते.

सर्वसाधारणपणे आढळणाऱ्या लैंगिक समस्यांमध्ये या थेरपीचा नितांत उपयोग होतो. लैंगिक समस्या या केवळ मानसिक नसून जास्त प्रमाणात शारीरिक आणि तांत्रिक कारणांनी असतात, हे दाखविले गेले आहे. याच्या जोडीला 'सेक्स रिलेशनशिप काउन्सेलिंग' केल्यास दांपत्यांमधील संबंध सुधारू शकतात. या थेरपीमध्ये ४ ते ६ टप्प्यांत ही तंत्रे शिकवली जातात. हीच तंत्रे नंतर चालू ठेवून ती व्यक्ती स्वत:ला सेक्सच्या दृष्टीने फिट ठेवू शकते.

नवविवाहितांपासून प्रौढ वयोगटांतील सर्व दांपत्यांना लैंगिक ताठरता आणणे, ती टिकवणे, वीर्यपतनावर ताबा आणणे, स्त्रीला कामोच्च आनंद देणे, या गोष्टी जमायला लागतात. या थेरपीमध्ये औषधांचा वापर केला जात नाही. विद्यार्थी आणि शिक्षक असे नाते असल्याने जे-जे शिकवले जाते त्याची उजळणी घरी करणे आवश्यक असते.

प्रोस्टेटची सूज, सिस्टिक ओव्हरी, स्तनांमधील गाठी अशा समस्यांमध्ये या

थेरपीचा विशेष करून उपयोग होतो.

### शीघ्र वीर्यपतन

सेक्सच्यावेळी जेव्हा वीर्यपतन फारच जलद होते किंवा जेव्हा ते त्या पुरुषाला कंट्रोल करता येत नाही आणि असे जेव्हा वारंवार होत राहते, तेव्हा शीघ्र-वीर्यपतनाची समस्या आहे असे मानायला हवे. किती वेळ सेक्सची क्रिया घडली पाहिजे किंवा किती वेळानंतर वीर्यपतन घडले पाहिजे असे प्रश्न निरर्थक असतात. याचे कारण म्हणजे सेक्सच्यावेळी काळाचे भान राहात नसते. काही सेकंदसुद्धा कित्येक मिनिटे वाटतात. म्हणून शीघ्र-वीर्यपतनाची समस्या ओळखण्यासाठी खालील वर्गीकरण लक्षात ठेवणे आवश्यक आहे.

ग्रेड १ : लिंग-योनी संबंध येण्यापूर्वीच बाहेरच वीर्यपतन होणे.

ग्रेड २ : लिंग योनीमध्ये प्रवेश करता करताच १ ते २ धक्क्यांमध्येच वीर्यपतन होणे.

ग्रेड ३ : लिंग योनीमध्ये प्रवेश केल्यावर ५ ते १० धक्क्यांमध्येच वीर्यपतन होणे.

ग्रेड ४ : स्त्रीच्या दृष्टीने लवकर वीर्यपतन होणे.

वीर्यपतनावर ताबा मिळवता येतो, पण त्यासाठीची तंत्रे सर्वसाधारणपणे ३ ते ४ टप्प्यांमध्ये शिकावी लागतात. पण त्याच जोडीला स्त्रीला समाधान कसे मिळते हेही शिकणे आवश्यक असते.

वीर्यपतन लवकर होऊ नये म्हणून कुठलीही औषधे किंवा स्प्रे नसतात. शीघ्र-वीर्यपतन ही समस्या नवविवाहितांपासून अगदी कधीही उद्भवू शकते. हस्तमैथुनाच्या सवयीमुळे ती निर्माण होत नाही.

### लिंगाची ताठरता

लिंगामध्ये तीन नळ्या असतात. या नळ्यांमध्ये स्पंजसारखा पोकळ पदार्थ असतो. याला 'कॅव्हर्नस टिशू' म्हणतात. सेक्सच्या भावना उद्दिपीत झाल्या की, लिंगातील स्पंजमध्ये रक्तप्रवाह वाढतो. त्यामुळे हा स्पंज फुगून लिंगाच्या नळ्या लांब होतात. लिंग ताठ होऊन त्याला एक विशिष्ट आकार येतो. लिंगाची ताठरता आणि कडकपणा हा लिंगात कामोत्तेजनेच्यावेळी पसरणाऱ्या रक्ताच्या प्रमाणावर असतो. लिंगामध्ये कुठलेही हाड नसल्याने लिंग उत्तेजित नसतानाची त्याची लांबी ही ठराविकच नसते. त्या क्षणी लिंगाच्या नळ्यांमध्ये किती प्रमाणात रक्त शिल्लक आहे, यावर ती अवलंबून असते.

वीर्याचा कुठलाही संबंध लिंगाच्या ताठरतेशी नसतो. म्हणूनच वीर्य किती

प्रमाणात शरीरात आहे किंवा ते शरीराच्या बाहेर जाते याचा संबंध लिंगाच्या ताठरतेच्या समस्येशी नसतो. म्हणून जाहिरात करण्यात येणारी वीर्यवर्धक औषधे निरुपयोगी असतात.

ताठर लिंगाची लांबी, त्याची जाडी आणि त्याची ठेवण ही मात्र त्या व्यक्तीच्या आनुवांशिकतेवर अवलंबून असून, आयुष्यभर त्या गोष्टींमध्ये कुठलाही बदल होत नाही. ताठर लिंगाच्या ठेवणीमध्ये काहींना जाणवणारा वाकडेपणा हा त्यांच्या लिंगाचे आनुवांशिक वैशिष्ट्य असते. तो दोष नाही आणि त्यामुळे सेक्सच्या क्रियेमध्ये कुठलाही अडथळा येत नाही. हस्तमैथुन किंवा शय्यामैथुनाच्या सवयीमुळे लिंगाच्या आकारमानावर कुठलाही परिणाम होत नसतो.

लिंगाची ताठरता केवळ सेक्सच्यावेळी योनीप्रवेशासाठी लागते. ती अर्धवट असली तरी ती गोष्ट घडू शकते. परंतु सतत लिंगाच्या ताठरतेमध्ये अपूर्णता येत असेल, तर मात्र लगेचच तज्ज्ञ सेक्स्कॉलॉजिस्टकडून तपासणी करून घेणे आवश्यक असते. पुरुषाची लैंगिक सक्षमता, फिटनेस कमी झाल्याचे ते लक्षण आहे. सेक्समध्ये अनियमितता किंवा पूर्णपणे दुर्लक्ष असणे, हे त्याचे महत्त्वाचे कारण असू शकते. तंबाखूचे व्यसन कुठल्याही प्रकारचे असले, खाण्याचे वा धूम्रपानाचे, तरी त्याचा दुष्परिणाम लिंगाच्या रक्तपुरवठ्यावर आणि त्यामुळे ताठरतेवर होत असतो. मधुमेह आणि मानसिक विवंचना किंवा सतत काळजी करण्याची प्रवृत्ती यामुळेही लिंगाची ताठरता हळूहळू कमी होत जाते.

लिंगात ताठरता आणणे किंवा ती वाढवणे यासाठी कुठलेही औषध नाही. 'सिल्डेनाफिल' म्हणजे वियाग्रा किंवा त्यासारखी इतर औषधे मेंदूतील सेक्सच्या केंद्रावर परिणाम करत नसल्याने कामेच्छा वाढवत नाहीत. लिंगात असणारा रक्तपुरवठा काही काळ टिकवून धरणे हे त्यांचे कार्य . लिंगाची ताठरता त्यांच्यामुळे वाढत नाही. म्हणजे सर्वसाधारण नपुंसकतेच्या समस्येमध्ये या औषधाला जादूचे औषध मानणे चुकीचे ठरेल.

लैंगिक समस्यांसाठी सेक्स थेरपी किंवा विशिष्ट तंत्राचा प्रयोग फायदेशीर ठरतो. कुठल्याही औषधांचा वापर अशा लैंगिक समस्यांसाठी टाळणे आवश्यक असते.

## हस्तमैथुन आणि शय्यामैथुन

हस्त म्हणजे हात, हाताने केलेले मैथुन किंवा सेक्स म्हणजे 'हस्तमैथुन.' यालाच स्वत:शी केलेले 'सेल्फ सेक्स' म्हटले जाते. सेल्फ सेक्स हे पार्टनर-सेक्सला पर्याय असते. हा पर्याय नैसर्गिक आहे, म्हणजे निसर्गात इतर प्राण्यांमध्येही आढळतो. विशेषत: माकड आणि एप अशा उच्च दर्जाच्या सस्तन प्राण्यांमध्ये हस्तमैथुन घडत असते. थोडक्यात वयात आल्यापासून मानवातही याचा वापर

वेळोवेळी होत असतो. त्यामुळे याविषयी अपराधी भावना ठेवण्याचे कारण नाही.

स्त्रीच्या योनीमार्गाऐवजी लिंग घर्षणासाठी हाताचा वापर करून वीर्यपतन होईपर्यंत पुरुष ही क्रिया काही सेक्सविषयक उत्तेजित कल्पना मनात रंगवून करीत असतो. यामध्ये लिंगात कुठेही मोडतोड होत नाही, ना वीर्यपिशव्यांना त्रास होतो, ना सेक्सच्या पीसी स्नायूंना इजा होत असते. मनातील उत्तेजना कमी करणे आणि मन शांत करणे, हा त्याचा उद्देश असतो. हस्तमैथुनाच्यावेळी सेक्सच्या पीसी स्नायूंना व्यायाम होत असतो. त्यामुळे ते स्नायू कमजोर न होता उलट बळकटच होत असतात. त्यामुळे सेक्सचा फिटनेस मिळत असतो. लिंगाची ताठरता किंवा वीर्यपतनाची क्रिया यावर याचा कुठलाही दुष्परिणाम होत नाही. म्हणून घाबरण्याचे कारण नाही. लग्नानंतर हस्तमैथुनाच्या सवयीने कुठल्याही समस्या उद्भवत नाहीत.

शय्यामैथुन म्हणजे 'बेड-रबिंग'. यामध्ये व्यक्तीला पोटावर पडून बिछान्याला लिंग-घर्षण करून वीर्यपतन करण्याची सवय लागलेली असते. यामध्ये लिंगाच्या खालच्या भागाचे घर्षण होत असते. ज्या व्यक्तीला बेड-रबिंगची सवय लागलेली असते, तिच्यामध्ये लिंगाच्या या भागाच्या उत्तेजनानेच लिंगात ताठरता येण्याची प्रतिक्षिप्त क्रिया निर्माण होते. प्रत्यक्ष पार्टनर-सेक्सच्या वेळी मग लिंगोत्तेजनेमध्ये समस्या निर्माण होत असते. म्हणून बेड-रबिंगची सवय पूर्णपणे टाळणे आवश्यक असते.

हस्तमैथुन न टाळता ते नियमितपणे करणे सेक्सचा फिटनेस टिकवण्याच्या दृष्टीने आवश्यक असते. पार्टनर-सेक्सला ते पर्याय असल्याने लग्नानंतरही ते आवश्यकतेनुसार जरूर करावे.

**– डॉ. शशांक सामक**

# डॉक्टर व रुग्ण संबंध

## मी रुग्ण बरा करतो!

बहुतेकांचा (रुग्णांचा) आणि बऱ्याच डॉक्टरांचाही समज असा असतो की, डॉक्टर औषध देतात आणि सर्व रुग्ण बरे होतात. काही अंशी हा समज खरा असू शकतो, पण बरेच आजार रुग्णाच्या प्रतिकारशक्तीमुळे बरे होतात. काही आजारांची वाढ आपोआप खुंटते, काही आजार रेंगाळत राहतात, तर काही आजार कधीच बरे होत नाहीत.

आजही भारतात आदिवासी लोकांवर उपचार करण्यास औषधापुरताही डॉक्टर मिळत नाही, तरी त्यांच्या जखमा बऱ्या होतात. त्यांचे आजारही बऱ्याच प्रमाणात बरे होतात. कारण त्यांची प्रतिकारशक्ती आणि जखमा किंवा आजार बरे करण्याची शरीराची नैसर्गिक क्षमता चांगली असते. त्या लोकांचे काही आजार बरे होत नाहीत. पण अगदी पंचतारांकित हॉस्पिटलमध्ये उपचार

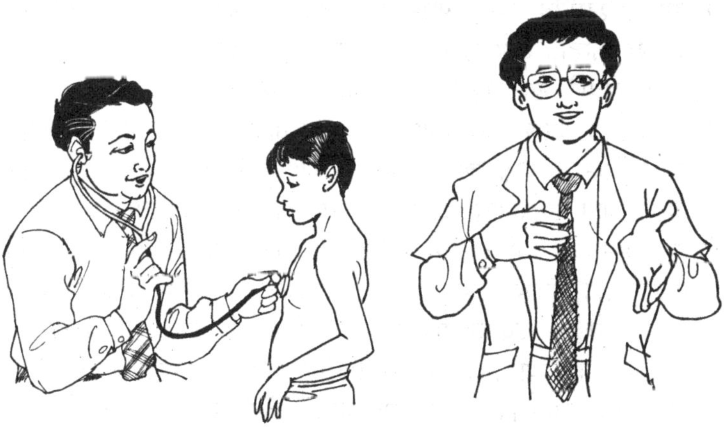

करून घेणारे मोठे उद्योगपती, राजकारणी किंवा धन्वंतरी हे सर्व आजारांतून बरे होतात का? असाही प्रश्न उरतोच.

रुग्ण बरा होण्यात डॉक्टरांचा सहभाग नसतोच, असे म्हणणेही अगदी चुकीचे होईल. काही आजार नक्कीच औषधाने बरेही होतात. तरीही शरीराच्या प्रतिकारशक्तीमुळे आजार बरा होईपर्यंत आराम मिळण्यासाठी किंवा आजाराची तीव्रता कमी करण्यासाठी औषधांचा आणि डॉक्टरांचा नक्कीच उपयोग होतो.

बऱ्याच आजारांत रुग्णाच्या प्रतिकारशक्तीचा उपयोग होऊन ते आजार बरे होऊ शकतात. प्रतिजैविके घेतल्याने थोडा फायदा होऊ शकतो. पण प्रतिकारशक्ती नसेल किंवा क्षीण झाली असेल, तर उत्तम प्रतिजैविके घेऊनही रुग्ण बरा होऊ शकत नाही. याचे नेमके उदाहरण म्हणजे शरीराची प्रतिकारशक्ती क्षीण किंवा नाहीशी झालेले एड्सग्रस्त रुग्ण!

अजूनही बव्हंशी विषाणूजन्य आजारांवर गुणकारी औषधांचा शोध लागलेला नाही. त्यामुळे गोवर, कांजिण्या, कावीळ (viral hepatitis) इतकेच काय साध्या सर्दीवरही उपचार नाहीत. मात्र या आजारांच्या उपचारांसाठी नियमितपणे रुग्ण डॉक्टरांकडे जातात. डॉक्टर उपचार करतात आणि रुग्ण औषधाने बरा होतो, असा दोघांचाही गैरसमज पक्का असतो.

या संदर्भात आमच्या वैद्यकीय ग्रंथातील एक वाक्य नोंद घेण्याजोगे आहे. 'सर्दी औषध घेऊन सात दिवसांत बरी होते, आणि औषध न घेता एक आठवड्यात!'

ज्या आजारात फक्त सर्जरीचा उपचार करावा लागतो, ते म्हणजे हर्निया, वेगवेगळे स्टोन्स, आतड्याचे ऑबस्ट्रक्शन (ज्याच्यामुळे पोटात, छातीत अंतर्गत अवयवांच्या इन्फेक्शनमुळे पू होतो.) करोनरी आर्टरीचे ब्लॉकेज (काही काळाकरता बरा होणे), शारीरिक व्यंग, अस्थिभंग (फ्रॅक्चर्स) आणि यांसारखे इतर बरेचसे आजार बरे करतो, असे डॉक्टरने म्हणणे योग्य ठरते.

रुग्ण तोंडाने खाऊ-पिऊ शकत असेल, तर तो घेऊ शकत असणाऱ्या चौरस आहाराची बरोबरी कशानेही होऊ शकत नाही. उदा. सलाईन, इंजेक्शन, गोळ्या, टॉनिक्स इत्यादी. या टॉनिक्समुळे औषधी कंपन्या मात्र धष्टपुष्ट होतात!

दुसरा भाग संमोहनाचा आहे. रुग्णाची फॅमिली डॉक्टरांवर श्रद्धा असते किंबहुना असायची. तो आजारी पडला की विचार करतो, 'मला बरे नाही. मी माझ्या डॉक्टरांकडे जाईन. ते मला तपासतील, औषध देतील अन् मी लवकर बरा होईन.' एवढ्या मानसिक तयारीने गेलेला रुग्ण बरा होण्यास या सर्व मनोमन केलेल्या विचारांचा खरोखरीच चांगला परिणाम होतो. याला स्वसंमोहन (Self hypnosis) म्हणणे योग्य होईल. याचा अर्थ यामुळे सर्वच

आजार बरे होतील असंही नाही. पण असे बरेचसे आजार बरे झाले, तर रुग्ण-डॉक्टर नात्याला ते पोषकच आहे. आमच्या डॉक्टरने आम्हाला औषध म्हणून अगदी पाणी दिले, तरी आम्हाला अगदी बरे वाटते, असे म्हणणारे रुग्ण या श्रद्धेमुळे खूप सुखात असतात आणि डॉक्टरही!

काही फॅमिली डॉक्टरांचे विशेषत: ज्या डॉक्टरांचे प्राथमिक शिक्षण ते प्रॅक्टिस करतात त्या पॅथीचे झालेले नसले, तर (क्वचित) काटकसरीपोटी आणि बरेच वेळा अज्ञानापोटी कमी मात्रेमध्ये औषधे देतात. तरीही रुग्ण बरे होतात. त्यामुळे रुग्णाचा विश्वास आणि डॉक्टरांचा आत्मविश्वास वाढतो. या विषयावर त्यांच्याशी चर्चा केली किंवा तुम्ही औषध योग्य मात्रेत देत नाही, असे म्हटले तर ते सांगतात, 'थिअरी आणि प्रॅक्टिकलमध्ये खूप फरक पडतो. आम्हाला तीस वर्षांचा अनुभव आहे. एवढ्या कमी डोसमध्ये रुग्ण बरे झालेले आम्ही नेहमी पाहतो.' पुष्कळ आजार हे औषधाशिवाय, प्रतिकारशक्तीमुळे बरे होतात. या वास्तवाचे अज्ञान यामागे असते.

वैद्यकीय क्षेत्रात थिअरी – औषधांचे डोस हे प्रॅक्टिकल चाचण्यांनंतरच ठरवले जातात. हे सांगणे संयुक्तिक ठरेल. कुठलेही औषध शोधून काढले, तर त्याचा आधी प्रयोग प्राण्यांवर केला जातो. त्यानंतर माणसावर मोठ्या प्रमाणात क्लिनिकल ट्रायल्स घेतल्या जातात. 'डबल ब्लाईंड रॅन्डमाईज्ड' पद्धतीने औषधांच्या साधकबाधक परिणामांचा अभ्यास करून, मगच योग्य तो डोस ठरविला जातो. त्यामुळे थिअरी आणि प्रॅक्टिकल वेगळे असते, असे म्हणून कमी डोस देऊन रुग्ण बरे करतो म्हणणे, म्हणजे अज्ञानाची परिसीमाच आहे.

या डबल ब्लाईंड ट्रायलमध्ये मोठ्या प्रमाणात दोन गट पाडून, एका गटास औषध, दुसऱ्यास प्लासीबो (औषधासारखीच दिसणारी, परंतु औषध नसलेली पावडर, उदा. खडू पावडर, साखरेच्या गोळ्या किंवा द्रव्य औषध.) दिले जाते. पेशंटला औषधं देणाऱ्या डॉक्टरांना किंवा लक्षणांचा अथवा दुष्परिणामांचा अभ्यास करणाऱ्यांपैकी कोणालाच आधी माहिती नसते की, कोणाला औषध आणि कोणाला प्लासीबो दिले आहे. ठरावीक काळानंतर डिकोडिंग करून औषध घेणारा आणि प्लासीबो घेणारा गट वेगळा करून त्यात संख्याशास्त्राच्या निकषानुसार (Statistically Significant) फरक असेल, तरच ते औषध आणि त्याचा डोस योग्य मानण्यात येतो. नंतरच ते औषध बाजारात आणण्यास परवानगी दिली जाते.

बरेच डॉक्टर्स एक बोर्ड लिहितात, 'I treat He Cures' ही प्रांजळ कबुली आहे आणि स्थितीही!

जर औषधांशिवाय बरेच आजार स्वसंमोहन आणि प्रतिकारशक्ती यामुळे बरे होतात हे मान्य केले, तर ॲलोपॅथी, आयुर्वेद, होमिओपॅथी किंवा युनानी असे कोणत्या पद्धतीचे औषध घेतले, यावर फारसे काही अवलंबून राहात नाही. प्रत्येक पॅथीने आपापले नगारे वाजवावेत.

कोणत्याही पॅथीला नावे ठेवण्याचा किंवा नावाजण्याचा इरादा नाही. मात्र संशोधनाच्या निकषांचा विचार केला, तर ॲलोपॅथीमध्ये गेली काही शतके सतत 'संशोधन' होत आहे. दुर्दैवाने खूप शतके इतर पॅथींमध्ये संशोधन झालेले आढळत नाही. मात्र अलीकडच्या काही वर्षांत सगळ्याच पॅथींमध्ये संशोधन सुरू झाले आहे. ही समाधानाची बाब आहे. त्यामुळे प्रत्येक पॅथीतले चांगले-वाईट परिणाम प्रकाशात येतील आणि प्रत्येक पॅथीचा योग्य तो वापर होईल.

पाचशे वर्षांपूर्वी शास्त्राची प्रगती होण्यापूर्वी माणूस पायी चालत होता. नंतर घोडा, बैलगाडी अशी मजल मारत शास्त्रीय शोधाच्या आधारे सायकल, मोटारगाडी, जहाजे, विमान, अंतराळयान अशी प्रगती झाली. 'जुने तेच सोने' असे समजून रीसर्च न करता एखाद्या पॅथीने ५०० वर्षांपूर्वीच्या ग्रंथाचा आधार घेत औषधोपचार करणे योग्य आहे का?

आता सर्वच पॅथींनी हा विचार करून रीसर्चला प्राधान्य दिले आहे. त्यामुळे त्या त्या पॅथीचा चांगला विकास होऊन, याचा फायदा रुग्णांना जरूर होईल, ही समाधानाची बाब आहे. तरीही आजच्या रीसर्चच्या काळात अजूनही पुष्कळ आजारांवर समाधानकारक तोडगा नाही. उदाहरणार्थ विषाणूजन्य आजार, ऑटोइम्युन डिसऑर्डर्स, वयोमानाने झीज झाल्यामुळे होणारे विकार आणि कॅन्सर्स इत्यादी.

बरेच वेळा प्रश्न असतो, 'कॅन्सर म्हणजे नेमके काय? त्याची कारणे काय? आणि त्यावर उपचार (गुणकारी) आहेत का?' तर त्याचे सोप्या भाषेत उत्तर असे सांगता येईल – आपल्या शरीरातील सर्व पेशी (cells) सतत नष्ट होणे आणि नवीन निर्मिती या चक्रात असतात (Destruction & Reconstruction) काही पेशींचे नष्ट होणे आणि पुनर्निर्मितीही सावकाश असते, तर इतर पेशींचा दोन्ही गोष्टींचा वेग अधिक असतो. सर्वच पेशी अगदी सुरुवातीला दिसायला एक-दुसऱ्यासारख्या असतात (Dedifferentiation). हळूहळू जसजशी पेशींची परिपक्वता (Maturity) वाढेल तशा त्वचा, स्नायू, आतडे, लिव्हर, अस्थी, मज्जासंस्था असे त्या त्या पेशींना ओळखणे शक्य होते, याला 'Differentiation' म्हणतात. रोजच्या व्यवहारातले साधे उदाहरण द्यायचे तर नवीन जन्मलेल्या मुलांविषयी आपण चर्चा ऐकतो, 'आईवर गेला की बापावर, की मामासारखा दिसतो, की आणखी कुणासारखा!' पण मूल मोठं झाल्यावरच खरं कळतं, की ते कोणासारखे दिसते ते! जर आपण

एखाद्या मोठ्या प्रसूतिगृहात गेलो अन् शंभर नवजात अर्भके एका ठिकाणी ठेवली असतील आणि त्यांचे लेबल पाहिले नाही, तर मूल ओळखणे आईलाही अवघड असते. पण थोडेच दिवसांत ते शक्य होते.

कारण ज्या पेशीं वेगाने वाढत (Multiply) असतात, त्यामध्ये काही वेळा विशेषत: 'chronic irritation' मुळे वाढीचा वेग आणखी वाढतो आणि त्या पेशीं सैरभैर होतात. आपली जागा सोडून (आईचा हात सोडून रस्त्यावर पळणाऱ्या बालकाप्रमाणे.) नको तिथे जाऊ लागतात. त्यामुळे शरीरातील 'Vital Processes Block' होऊन, किंवा त्यासारख्या इतर कारणांनीही मृत्यू होतात. थोडक्यात कॅन्सरबद्दल असेच म्हणता येईल.

अलिकडच्या काळात कॅन्सर फोफावण्यापूर्वी लक्षात आल्यास, कॅन्सरचा आणि थोडा बाजूचा भाग काढून रुग्ण रोगमुक्त होऊ शकतो. पण खूप वेळा कॅन्सरचा रुग्ण काही ठरावीक काळापर्यंत १ ते ५-१० वर्षांपर्यंत रोगमुक्त झाला असे म्हटले जाते.

केमोथेरपी किंवा रेडिएशनने कॅन्सरला अशाच प्रकारचा आराम पडू शकतो. पण या उपचारांचा अपायही होतो. वेगाने वाढणाऱ्या पेशी किमो किंवा रेडिएशनने मारल्या जातात. मग त्या कॅन्सरच्या असोत वा शरीरोपयोगी; मात्र त्या वेगाने वाढणाऱ्या पेशीं असतात. उदा. रक्त तयार करणाऱ्या, आतड्याच्या, त्वचेच्या, केसांच्या, बीजांडकोश किंवा अंडाशय यांच्याही पेशी मारल्या जातात. त्यामुळे होणारे त्रास सोसावे लागतात. हे बहुतेक वेळा तात्पुरत्या स्वरूपाचे असतात.

त्यामुळे रुग्णाचे बरे होणे, हे मुख्यत: त्याची प्रतिकारशक्ती आणि इच्छाशक्ती यांवर अवलंबून असते. थोड्या प्रमाणात औषधे आणि अल्प प्रमाणात डॉक्टरांवर अवलंबून असते. हे जरी खरे असले तरी कोणताही आजार फार वाढू देण्यापूर्वी योग्य डॉक्टरांकडे जाणे इष्ट असते.

**– डॉ. अनिल गांधी**

सर्जन

# इंजेक्शन्स

डॉक्टर मला लवकर बरे व्हायचे आहे इंजेक्शन द्या. अशी बरेचदा विशेषत: कमी शिक्षित किंवा अशिक्षित रुग्णांची मागणी असते. धंद्याच्या दृष्टीने डॉक्टरांच्याही ती पथ्यावरच असते. त्यामुळे सुई मारण्याचा सुळसुळाट सर्वत्र पाहण्यास मिळतो. काही वर्षांपूर्वी येरवड्याचे एक डॉक्टर प्रत्येक वेळी किमान दोन इंजेक्शन देतात अशी ख्याती होती. त्यामुळे एका बाजूस इंजेक्शन दिले की, रुग्ण न सांगता कूस बदलून दुसरी बाजू इंजेक्शनसाठी वर करीत असे.

अलीकडच्या काळात हे खूळ थोडेसे कमी झाले आहे. इंजेक्शनने लवकर बरे वाटते, हा शुद्ध गैरसमज आहे. बरीच औषधे इंजेक्शन-गोळ्या किंवा लहान मुलांसाठी पातळ औषधांच्या स्वरूपात उपलब्ध असतात. इंजेक्शन स्नायूत (दंड,

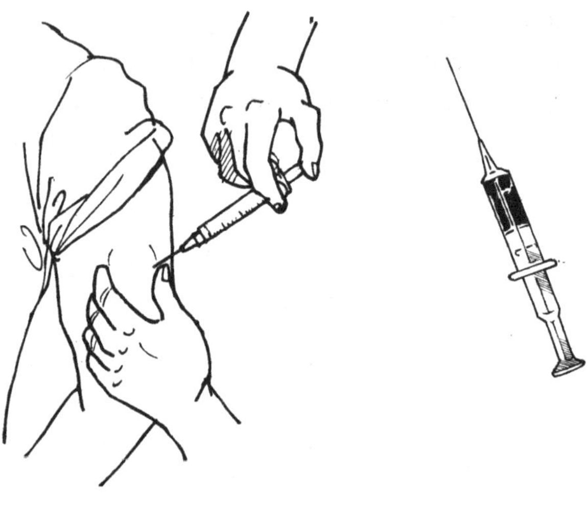

मांडी इत्यादी.) दिल्यास त्याचा रक्तात प्रसार वीस मिनिटांत होतो. शिरेतून इंजेक्शन (I.V.) दिल्यास त्वरित होतो, तर तोंडाने घेतलेल्या औषधांचा १-२ तासांनी होतो. हा फरक आहे, पण तोंडाने घ्यावयाची औषधे दिवसातून गरजेप्रमाणे ३-४ वेळा सहज घेता येतात. ते इंजेक्शनने साध्य होत नाही आणि रक्तातील औषधाची पातळी योग्य तेवढी राखण्यास ज्या त्या औषधांच्या 'हाफलाईफ' प्रमाणे वरचेवर डोस घेणे गरजेचे असते. त्याचा विचार केला तर दिवसातून एक इंजेक्शन घेण्याचा फारसा उपयोग नसतो.

रुग्णाला उलट्या होत असतील किंवा तोंडाने औषध देणे काही कारणांसाठी शक्य नसते, तेव्हा इंजेक्शनला पर्याय नाही हे खरे, पण इंजेक्शन घेतले तरच लवकर बरे वाटते, हा सर्वसाधारण समज नक्कीच चुकीचा आहे.

त्यातच इंजेक्शनचा डोस खूप वेळा अज्ञानातून किंवा काटकसरीतून कमी दिला जातो. हे मात्र अगदी निरुपयोगी आणि हानिकारक होऊ शकते.

औषधे नेहमीच योग्य डोसमध्ये योग्य काळासाठी आणि योग्य त्या औषधांची निवड करून देणे अगदी आवश्यक आहे. (Proper selection, Proper dose & Proper duration.) डॉक्टर मला अशक्तपणा आला आहे; टॉनिक द्या, अशी मागणी नेहमी करण्यात येते. एखाद्या रुग्णाला रक्तक्षय किंवा एखाद्या विशिष्ट जीवनसत्त्व, खनिज यांची कमतरता असेल, तर ते आणि तेवढेच घटक द्यावे लागतात. चौरस आहार, दूध, फळे यांचा जेवढा उपयोग आहे. तो खाण्याचे जेवढे समाधान आहे, ते टॉनिकमध्ये नाही.

ही टॉनिक्स खऱ्या अर्थाने रुग्णाला नाही, तर औषधी कंपन्यांना 'पोषक टॉनिक्स' आहेत हेच खरे!

**– डॉ. अनिल गांधी**
सर्जन

# वृद्धापकाळाचे आजार

नवजात अर्भक असो, बालगट, तरुण, मध्यमवयीन अथवा वयोवृद्ध प्रत्येकाला काही ना काही आजार होतात. याचा अर्थ ठरावीक आजार ठरावीक वयातच होतात असे जरी नसले, तरी ढोबळमानाने निरनिराळ्या वयोगटात निरनिराळ्या आजारांचा प्रादुर्भाव आढळतो.

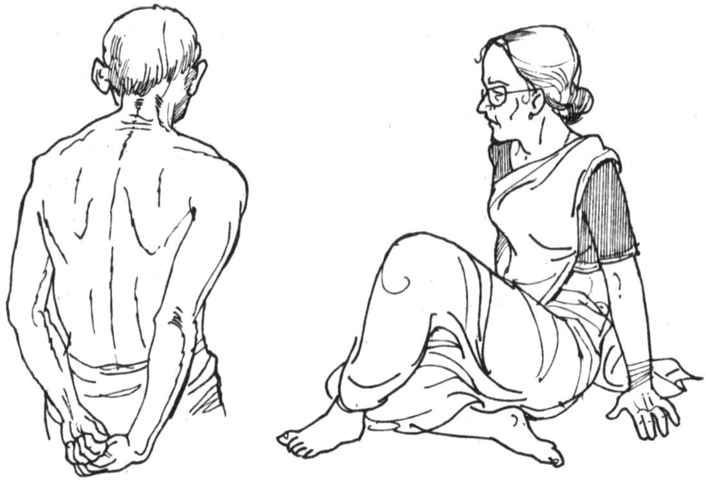

वयोवृद्धांचे वयोमानामुळे होणारे असेच काही आजार असतात. उदाहरणार्थ – मोतीबिंदू, पार्किन्सोनिझम, रक्तदाब, मधुमेह, हृदयविकार, अर्धांगवायू, सांध्यांचे आजार ते कॅन्सर पर्यंत या सर्वांचे विवेचन यापूर्वीच्या भागात बहुतांशी आले आहे. याशिवाय एक-दोन इतर व्याधींबद्दल विचार करणे योग्य होईल.

### प्रोस्टेट

मूत्राशयाच्या तोंडाशी 'प्रोस्टेट' नावाची ग्रंथी सर्व पुरुषांना असते. साधारणपणे साठीच्या सुमारास या ग्रंथीचा आकार वाढल्यामुळे मूत्रनलिका अरुंद होऊन लघवी पूर्णपणे बाहेर पडणे अडचणीचे होते. काही लघवी मागे शिल्लक राहाते. त्यामुळे लघवीला वरचेवर जावे लागणे; विशेषत: रात्री. त्यामुळे झोपेचे खोबरे होणे, लघवीला जोर करावा लागणे, याशिवाय लघवी साठून राहिल्याने मूत्राशयास जंतुसंसर्ग (Infection) होऊन ताप, थंडी येणे हाही त्रास होतो. अशा वेळी युरॉलॉजिस्टचे मत घेऊन योग्य तो उपचार करावा. त्रास फार असेल, तर शस्त्रक्रियेची गरज पडू शकते.

### पराकोटीचा मलावरोध

वय वाढेल तसे शरीरातील सर्व स्नायू क्षीण होतात, हे सर्व परिचित आहे. जसे हातापायाचे स्नायू क्षीण होतात, तसेच आतड्याचे आणि गुदाशयाचे (Rectum) स्नायूही क्षीण होणे स्वाभाविक आहे.

काही कारणाने आहार कमी झाला, तंतुमय अन्नाचे सेवन (दातांअभावी) किंवा इतर कारणांनी कमी झाले, तर मलावरोध हमखास होतो. हळूहळू गुदाशय आणि नंतर मोठे आतडे यात मल ठासून भरल्यासारखा घट्ट बनतो आणि तो गुदद्वारातून बाहेर येत नाही.

संडास साफ होत नाही म्हणून आहार आणखी कमी होतो आणि हा त्रास आणखी वाढू लागतो. निरनिराळी रेचके दिली जातात. तेव्हा थोडीशी पातळ विष्ठा या मळाच्या गठ्ठ्याच्या कडेने खाली येत राहते. वरचेवर थोडी थोडी संडास (पातळ) होत राहते, पण संडास साफ न झाल्याची भावना कमी होत नाही. मग जुलाब थांबण्याची औषधे दिली जातात आणि अडचणीत आणखी भरच पडत राहते.

बरेच वेळा डॉक्टरही भांबावून गेलेले आढळतात. कारण गुदद्वारातून हातमोजे घालून बोट घालून तपासलेले नसते. मात्र या साध्या तपासणीने हे निदान सहज होते. यावर उपायसुद्धा साधा आहे. थोडे वंगण (Lubricant) वापरून हातमोजे घालून गुदाशयातील खडे जागेवर थोडे ढिले करून बाहेर काढणे आणि नंतर २-३ दिवस सकाळ-सायंकाळ साबणाच्या पाण्याचा इनेमा देणे. नियमितपणे योग्य तेवढा आणि तंतुमय आहार घेणे आणि अधूनमधून जरूर वाटल्यास हातमोजा घालून आतून तपासणी करणे.

### अपघात टाळणे

हाडांमध्ये कॅल्शियम कमी झाल्यास वयोवृद्ध लोकांना किरकोळ मार लागूनसुद्धा

फ्रॅक्चर होतात. बाथरूममध्ये ओल्या फरशीवरून किंवा पायरीवरून पडून अशी सहज फ्रॅक्चर्स होतात. त्यासाठी बहुधा शस्त्रक्रिया कराव्या लागतात. त्यात वयोमानाने येणाऱ्या इतर आजारांची भर असतेच.

वयोवृद्ध लोकांनी बाथरूम, संडासमध्ये आधारांसाठी भिंतीवर रेलिंग लावणे इष्ट आहे. बाथरूम किंवा संडासला आतून कडी लावणे शक्यतो टाळावे. कारण की अपघात झाला, तर लवकर लक्षात येऊ शकेल आणि शक्यतो दरवाजा तोडण्याची पाळी येणार नाही.

**– डॉ. अनिल गांधी**
सर्जन

# सामाजिक समस्या व आरोग्य

**डॉ. हेमलता पिसाळ**

**शिक्षण** : एम.एस.सी. ॲन्थ्रोपॉलॉजी (मानववंशशास्त्र)
: पीएच.डी. ॲन्थ्रोपॉलॉजी, पुणे युनिव्हर्सिटी (१९९९)
: इंटरनॅशनल हेल्थमध्ये पोस्ट ग्रॅज्युएट,
बाझल युनिव्हर्सिटी, स्वित्झर्लंड (२००६)
: गे, लेज्बियन, बायसेक्शुअल व ट्रान्सजेंडर यांचे मानवी व आरोग्य हक्क याविषयात डिप्लोमा, स्वीडन (२०१०)
: मानवी आरोग्य हक्काच्या दृष्टिकोनातून आरोग्य प्रश्नांवर संशोधन.

**पुस्तके** : एचआयव्ही/एड्स : माझ्या जाणिवा; माझी जबाबदारी (२००९)
आमच्या शरीरावर आमचा हक्क : गर्भपाताविषयी पुस्तिका (१९९६)

# हिजड्यांची जीवनशैली व त्यांच्या आरोग्याचे प्रश्न

डॉ. दिलीप शहा यांच्या लेखात तृतीयपंथीयांचा उल्लेख वाचल्यावर अनेकांच्या मनात त्यांच्याबद्दल कुतूहल निर्माण झाले असेल. सामान्य माणसे ज्यांना 'हिजडे' म्हणून ओळखतात त्यांनाच 'तृतीयपंथी' म्हणूनही संबोधले जाते. रेल्वेत, बाजारात, दुकानांसमोर आणि काही चित्रपटांतून अनेकांनी हिजडा व्यक्तींना बघितलेले असेल. भडक मेकअप केलेली, आवाजाच्या विशिष्ट लयीत बोलणारी, टाळ्या वाजवून कधी ऐच्छिक तर कधी जबरदस्तीने पैसे गोळा करणाऱ्या, सर्वमान्य पुरुष संकल्पनेच्या चौकटी बाहेर जगणाऱ्या, स्त्री वेषातील या पुरुषांबद्दल अनेकांच्या मनात भीती व गैरसमजच आहेत. हिजडा व्यक्ती ही जन्मत:च अशी असते, हा एक यांच्याबद्दलचा सर्व प्रचलित समज आहे. मात्र जन्मत:च अशी असते, म्हणजे नक्की काय याबद्दलच अनेकांना स्पष्टता नसते. या लोकांच्या जीवनाचा विचार करताना हे कळणे फार आवश्यक आहे. 'हिजडा' व्यक्तीच्या जननेंद्रियात जन्मत: दोष असतो त्यामुळे मोठे झाल्यावर ते असे दिसतात हा समज सर्वस्वी चुकीचा आहे. जन्मत:च जननेंद्रिये पूर्ण विकसित नसलेल्या व्यक्तींचे प्रमाण अत्यंत कमी असते. अशा व्यक्तींना हिजडा समाजात सामावून घेतले जात असले तरी अशा सर्व व्यक्ती या समाजात राहात नाहीत. त्यामुळे त्यावर आधारित या समाजाबद्दल केलेले कोणतेही विधान योग्य ठरू शकत नाही.

मनुष्य प्राण्यामध्ये काही व्यक्ती जन्मत: शरीराने पुरुष असतात परंतु त्यांची मानसिक लिंग घडण (psychological sex) ही स्त्रीची असते. तर काही शरीराने स्त्री असल्या तरी त्यांची मानसिक घडण ही पुरुषांची असते. त्यांच्या लैंगिक अवयवात/जननेंद्रियात कुठलाही दोष नसतो. पुरुष शरीर असले तरी मनाची ओढ ही स्त्रीत्वाकडे असते, तर शरीर स्त्री असूनही मनाची ओढ

ही पुरुषत्वाकडे असते. या स्थितीला विरोधी लिंगभाव (ट्रान्सजेंडर) म्हणतात. याचे एक उदाहरण देऊन स्पष्ट करते. १९८८ साली धुळे जिल्ह्यातील आदिवासी भागात काम करताना धडगाव तालुक्यातील एका आश्रम शाळेच्या मुख्याध्यापकांच्या कुटुंबाशी संपर्क आला. या सरांना तीन मुली व एक मुलगा अशी अपत्ये होती. त्यातील तीन नंबरची मुलगी त्या वेळेस ६वीत होती. तिने लहानपणापासून मुलीचे कपडे घालणे कधीही स्वीकारले नाही. स्वत:चे केसही वाढवले नाहीत किंबहुना वर्गातही ती मुलांच्या भागातील बाकावर बसायची. वडीलच शाळेचे मुख्य अधिकारी असल्यामुळे तिला वर्गात बसायला मुलांच्या रांगेत स्वतंत्र बाक दिला जायचा. मुलगी लहान असताना घरच्यांना तिच्या या वागणुकीचे काही वाटले नाही, पण जसजसे तिचे वय वाढू लागले तसतशी त्यांची तिच्याबद्दलची काळजी वाढू लागली. घरच्यांनी तिला अनेकदा अनेक प्रकारे समजून सांगण्याचा प्रयत्नही केला. पण ती या बाबतीत कुणाचंही ऐकत नव्हती. आमच्याशी भेट झाल्यावर सरांनी त्यांच्या या मुलीबद्दल आमच्याशी चर्चा केली. आम्ही त्यांना ससूनमधील बालरोग विभागात मुलीची तपासणी करून घेण्यास सांगून ती करून घेण्यास मदतही केली. तिच्या जननेंद्रियांच्या व गुणसूत्रांच्या सर्व तपासण्या सामान्य होत्या. त्यात कुठलाही दोष नव्हता. त्या वेळेस डॉक्टरांनी तिच्या वडिलांना काय सल्ला दिला हे माहीत नाही, पण ही मुलगी ‘ट्रान्सजेंडर’ आहे, हे आता या विषयाचा अभ्यास केल्यावर लक्षात आले.

समाजात ३-४ टक्के प्रमाण असलेल्या या लिंगभावाला (ट्रान्सजेंडर) आंतरराष्ट्रीय मानसशास्त्रज्ञांनी व वैद्यकीय संघटनांनी नैसर्गिक म्हणून मान्यता दिली आहे. अशा व्यक्ती जगभरात सर्व जाती-धर्मात आणि सर्व आर्थिक स्तरात बघायला मिळतात. ही मानसिकता जन्मत:च असली तरी कौटुंबिक, सामाजिक दबावामुळे व अल्पसंख्यांक असलेल्या या व्यक्तींना समाजात आपल्यासारखे व्यक्तिमत्त्व बघायला मिळत नसल्यामुळे या भावनांचे, स्वत:ला कशा प्रकारचे आयुष्य जगायचे आहे, याचे प्रकटीकरण व्हायला मात्र वेळ लागतो. बहुतांशी म्हणजे ९९.९९ टक्के हिजडे हे या प्रकारचे आयुष्य जगत असतात.

'ट्रान्सजेंडरीझ' मधल्या या भावना प्रकटीकरणाला सुरुवात होते, ती विरुद्ध लिंगी वेशभूषा – केशभूषा करून व स्त्रीलिंगाआधारीत ठरवून दिलेली विशिष्ट कामे करण्यातूनच. तसेच पुढे जाऊन लैंगिक अवयवांमध्ये शस्त्रक्रिया करून तसेच विरोधी लिंग संप्रेरके घेऊन स्वत:ला हव्या असणाऱ्या 'जेंडर आयडेंटिटी'मध्ये स्वत:च्या शरीरामध्ये परिवर्तन करून घेण्यात. या लिंगबदल करून घेण्याच्या स्थितीला विरोधी लैंगिकता (ट्रान्ससेक्शुलिझम) म्हटले जाते. एखाद्या व्यक्तीला असे का वाटत असावे, याचे खास असे कारण नाही. एवढे नक्की की, मानवी प्राण्यांत स्त्री व पुरुष देहांमध्ये स्त्रीत्व व पुरुषत्वाच्या निर्देशकांचे (जेंडर नॉर्मचे) प्रमाण कमी जास्त असते. संपूर्ण स्त्रीत्व व संपूर्ण पुरुषत्व ही दोन टोके असलेल्या पट्टीमध्ये या निर्देशकांचे विविध प्रमाण असलेली व्यक्तिमत्वे असतात. कारण आयडियल स्त्री व आयडियल पुरुष किंवा पुरुषत्व व स्त्रीत्वाची व्याख्या करताना वापरण्यात येणारे मापदंड (जेंडर नॉर्म) हे समाजाने ठरवलेले आहेत. उदाहरणच द्यायचे झाले, तर रडणे ही स्त्री-पुरुषांच्या बाबतीतील आयुष्यातील भावनात्मक आंदोलने प्रकट करणारी एक प्रतिक्रिया. पण घरातील लहान मुलगा जेव्हा रडतो, तेव्हा आपण त्याला काय बाईसारखा रडतो, असे बोलून पुरुषांनी रडायचे नसते, असा त्याच्यावर संस्कार करतो. प्रत्यक्षात मात्र दाटून आलेल्या भावनांना रडून वाट मोकळी करून देण्याची गरज स्त्री व पुरुष दोघांचीही असते. अनेक स्त्रियांना चटकन रडू येत नाही, तर अनेक पुरुषांच्या डोळ्यांत चटकन पाणी तरळू शकते, म्हणून त्यांना आपण दोष देऊ शकत नाही. समाजाने ठरवलेल्या अशा या अनेक मापदंडांच्यावर आधारित स्त्री व पुरुष स्वत:चे पुरुषत्व व स्त्रीत्व सिद्ध करण्याचा खटाटोप करत असतात. या स्त्री-पुरुष प्रकृतीमध्ये ज्या प्रकृतीच्या व्यक्ती संख्येने जास्त प्रमाणात दिसतात त्यांनाच सर्वमान्यता मिळते व ज्यांचे प्रमाण कमी

आहे त्यांना लवकर स्वीकारले जात नाही. कारण यांना स्वीकारताना अनेक सामाजिक संकल्पनांना आव्हान बसते.

'हिजडा' हा असाच सामान्य स्त्री-पुरुष प्रकृतीच्या संकल्पनांच्या चौकटी बाहेर जगणाऱ्या स्त्री रुपातील पुरुष 'ट्रान्सजेंडर' व्यक्तींचा अल्पसंख्यांक गट. भारतामध्येच नाही तर पाकिस्तानात, बांग्लादेश, नेपाळ या शेजारी राज्यांमध्येही या अल्पसंख्यांक गटाची फार पूर्वीपासून वेगळी समाजरचना विकसित झाली, जिला 'हिजडा समाज' म्हणून ओळखले जाते. या समाजाची स्वत:ची अशी संस्कृती, जगण्याच्या चालीरीती आहेत. स्वत:ला स्त्री म्हणून ओळखणारी मुले/पुरुषांना जेव्हा आपल्यासारखी एखादी व्यक्ती घराबाहेर भेटते तेव्हा निश्चितच ती त्यांना जवळची वाटते. बरेचदा प्रचलित हिजड्यांनाही अशा व्यक्ती जेव्हा लक्षात येतात तेव्हा ते त्यांच्याशी संपर्क वाढवतात व त्यांची एकमेकांना भेटण्यास, एकत्रित वेळ घालवण्यास सुरुवात होते. स्वत:च्या स्त्रीभावना जेव्हा जास्त प्रकर्षाने व्यक्त करण्यास सुरुवात होते, तेव्हा मुलामधील या बदलाबद्दल साहजिकच घरातून स्वीकृती नसते, तर दुसरीकडे आपल्यासारखी ओळख असणारी माणसे जास्त जवळची, जास्त सुरक्षित वाटू लागतात. हिजडे जगत असलेल्या बाह्यरुपी झगमगाटाबद्दल त्यांना आकर्षण वाटू लागते. त्यामुळे एक दिवस ही अशी मुले घर सोडून हिजडा परिवारात जाऊन राहायला लागतात व त्यांच्या चालीरीती स्वीकारतात. स्वत:तील स्त्रीत्वाच्या इच्छा पूर्ण करण्यासाठी काही जण स्वत:ची जननेंद्रिये काढून टाकतात. हे ऑपरेशन जेवढ्या लहान वयात झालेले असेल तेवढे त्या पुरुषाचे स्त्री रूपात परिवर्तन होते. इतके की काही वेळेस अशा व्यक्तीला पाहताना ही व्यक्ती जन्मत:च स्त्री नाही, यावर आपला विश्वासच बसत नाही व ही व्यक्ती पुरुष म्हणून वाढली असती, तर कशी दिसली असती असा विचार मनात डोकावत राहतो. हिजड्यांमधील सर्वच पुरुष असे ऑपरेशन करून घेत नाहीत. काही जण फक्त स्त्री संप्रेरके घेऊन स्तन वाढवतात व स्त्री वेष परिधान करतात, तर काही जण फक्त स्त्रीवेशभूषा व केशभूषा करतात व या सर्वांवर त्याचे दिसणे किती स्त्रीसुलभ आहे, हे अवलंबून असते. पुरुष व ते पुरुष जननेंद्रिये काढून टाकून संपूर्ण स्त्री रूपात रूपांतरित झालेले पुरुष या दरम्यान असे अनेक टप्पे आहेत व काही जण विशिष्ट टप्प्यापर्यंतच स्वत:मध्ये बदल घडवतात.

असे हे चौकटी बाहेरचे आयुष्य जगताना स्वत:बद्दल वाटणाऱ्या या वेगळ्या भावनांमुळे निर्माण होणारा मानसिक ताण, घरामधून असलेली अस्वीकृती (Rejection), सामाजिक हेटाळणी, सामाजिक असुरक्षितता तसेच त्यांनी स्वीकारलेल्या जगण्याच्या पद्धतीचे त्यांच्या आरोग्यावर अनेक परिणाम होत

असतात. किशोरवयात होत असणाऱ्या या बदलांमुळे शिक्षणातील लक्ष उडते व कालांतराने ते सुटते. त्यांच्यामधील स्त्रीत्वाच्या भावनांचा काही बेरकी पुरुष फक्त घराबाहेरीलच नाही तर घरातील देखील फायदा घेऊ लागतात. कमी शिक्षणामुळे व स्त्रीवेष परिधान करायला लागल्यामुळे सर्वसामान्यांना असणाऱ्या रोजगाराच्या संधी त्यांना बंद होतात. त्यामुळे हिजडा समाजात प्रवेश केल्यावर दुकानदारांकडून पैसे मागणे, ज्याला यांच्यात 'मंगती' करणे असे म्हणतात, नाच-गाणे करणे व शरीरविक्रय करणे याखेरीच पैसे कमावण्याचा मार्ग त्यांना उरत नाही. काही हिजडे या तिन्ही पर्यायाने पैसे कमवितात तर काही एकच मार्ग स्वीकारतात. या कमावलेल्या पैशातील अर्धा वाटा त्यांना आपल्या गुरूला ज्याच्या नावाने त्याने हिजडा समाजात प्रवेश केला आहे, (ज्याला 'रीत' टाकणे म्हणतात.) त्या व्यक्तीला द्यावा लागतो. काहींच्या घरची आर्थिक परिस्थिती अत्यंत हलाखीची असते व त्यांना आपल्या आई-वडिलांनी मांडून ठेवलेला संसार चालवण्यासाठी आर्थिक मदत करावी लागते. स्वत:ची हौसमौज, इतर आर्थिक गरज भागवताना ही व्यक्ती कर्जाच्या विळख्यातही अडकते. घराच्या इभ्रतीला काळिमा फासणारी हिजडा व्यक्ती जेव्हा घराचा आर्थिक आधार बनते, तेव्हा मात्र तिचा घरातून एका मर्यादेपर्यंत स्वीकार होऊ लागतो. परंतु ही कमाई करताना त्या व्यक्तीला किती धोके पत्करावे लागतात, समाजाकडून मिळणाऱ्या कशा प्रकारच्या वागणुकीला त्यांना तोंड द्यावे लागते, याचा मात्र त्यांना मागमूसही नसतो. लोकांनी तिरस्कार करणे, टिंगल-टवाळी करणे, छेड-छाड करणे, हिंसाचार करणे, हे तर हिजड्यांच्या सवयीचेच झालेले असते. परंतु जेव्हा समाजातील आडदांड पुरुष (खऱ्या अर्थाचे समजले जाणारे) जबरदस्तीने संभोग करतात तेव्हा मात्र त्यांना खूप अपमानित वाटते. यात कायद्याचे रक्षण करणाऱ्यांचा वाटाही आहेच. अनेकदा यांच्यावर जीवघेणे हल्लेही होतात. अशा जबरदस्तीच्या प्रसंगातून सुटका करून घेण्यासाठी एका हिजड्याने हॉटेलच्या तिसऱ्या मजल्यावरून उडी टाकली होती व पायाचे हाड मोडल्यामुळे ससून हॉस्पिटलमध्ये दोन महिने ॲडमिट होता. अशा होणाऱ्या हिंसाचाराच्या विरोधात त्यांना दादही मागता येत नाही, कारण पोलीस स्टेशनमध्येही त्यांचे शोषणच होते. अशा जबरदस्तीने केलेल्या संभोगामध्ये गुदद्वार किंवा गुदाशयाला अगदी वाईटरित्या जखमा होतात. पण लाजेखातर डॉक्टरला दाखवून उपचार करण्याचे ते टाळतात व वेदना सहन करतात. लैंगिक सुख उपभोगण्यासाठी अनेकांना घराचं छप्पर नसतं, अशा वेळेस अडगळीच्या ठिकाणी जाण्याखेरीज मार्ग नसतो. रात्रीच्या अंधारात अशा अडगळीच्या ठिकाणी वावरताना अनेकांना शरीरावर जखमा होत असतात.

स्त्री-सुलभ आयुष्य जगताना प्रत्येकाला वाटत असते की, आपल्याला एक नवरा असावा, आपले एक घर असावे, मूल दत्तक घेऊन संसार थाटावा. पण कायदा व सामाजिक स्वीकृती नसल्यामुळे त्यांच्या या इच्छा स्वप्न म्हणूनच राहतात. त्यातूनही जे प्रियकर मिळतात ते त्यांचे शारीरिक व आर्थिक शोषण करून एक दिवस सोडून देतात. काही जण मंदिरात जाऊन लग्नही करतात, पण हे लग्न किती काळ टिकेल याची शाश्वती नसते. कारण हिजड्यांचा प्रियकर किंवा त्यांच्याशी लग्न केलेल्या पुरुषाचा सर्वमान्य समाजातील स्त्रीशी लग्न होऊन संसार चालू असतो. असे हे अस्वीकृत, अशाश्वत आयुष्य जगताना यांना अनेक ताणतणाव येतात. त्यामुळे नैराश्य, उदासीनता, स्वतःचे शारीरिक नुकसान करून घेणे (self-harm), आत्महत्येचा प्रयत्न किंवा आत्महत्या करणे, असे मानसिक आजार यांच्यात आढळून येतात.

स्त्रीसंप्रेरके घेतल्यामुळे व एकंदरीत संपूर्ण जीवनशैलीत शरीराला जास्त हालचाल नसल्यामुळे, व्यायाम, फिरणे यांसारख्या गोष्टी करण्यासाठी लागणाऱ्या सोयी व संधी नसल्यामुळे लवकरच शरीर स्थूल बनायला लागते व शरीर प्रचंड प्रमाणात लठ्ठ बनते. या सगळ्याचा परिणाम होऊन या समाजात डायबेटीसचे प्रमाणही खूप आहे व त्याच्याबरोबर ओघाने येणारे रक्तदाब व हार्ट अटॅकचे आजारही आलेच. सिलिकॉन ब्रेस्ट बसवून घेतलेल्यांमध्ये ब्रेस्ट कॅन्सरचा धोकाही वाढतोच. तसेच असुरक्षित लैंगिक संबंध झाल्यास एचआयव्हीचा धोकाही आहेच.

उतारवयातील ओघाने येणारे आजार व आर्थिक असुरक्षितता हे प्रश्नही त्यांना भेडसावत असतात. डायबेटिस झाला असेल, तर वयोमानाने 'मंगती' करून पैसे कमावण्याकरता चालण्याची ताकदही पायात राहत नाही.

कुठल्याही आजारावर औषधोपचार करायचा झाल्यास शक्यतो डॉक्टरकडे जाणे ते टाळतातच. एखाद्या डॉक्टरवर विश्वास बसल्यास सर्व जण कुठल्याही आजारासाठी त्याच्याचकडे जातात किंवा सध्या यांच्याकरता ज्या संस्था काम करू लागल्या आहेत, त्यांच्यातर्फे येणाऱ्या डॉक्टरकडे ते उपचार घेतात. कारण यांना समजून घेणारे डॉक्टरही कमीच आहेत.

ही माणसे हेटाळणीचे आयुष्य जगत असले, तरी माणुसकीचा झराही यांच्यात पाहायला मिळतो. सर्वमान्य कुटुंबातील जोडीला मूल होत नसेल, तर लाखो रुपये खर्च करून मूल जन्माला घालण्याचा प्रयत्न अनेक जण करतात पण मूल दत्तक घेण्याचा विचार मात्र लवकर करत नाहीत. तेच हिजडा समाजामध्ये अनेक जण समाजाने टाकून दिलेली, शरीर विक्रय करणाऱ्या स्त्रियांनी जन्माला घातलेली मुले दत्तक घेतात. कुवतीप्रमाणे त्यांचे

पालन-पोषण, शिक्षण करून त्यांचे लग्न लावून देतात. अशा या मोठ्या मनाच्या माणसांच्या त्यांच्या जीवन पद्धतीचा स्वीकार करून काही नाही, तर त्यांना समजून घेऊन त्यांना शिक्षणाच्या, रोजगाराच्या संधी उपलब्ध करून देऊन, माणूस म्हणून सन्मानाने जगण्याचा हक्क देण्यासाठी समाजात जाग निर्माण करण्याचा प्रयत्न केला, तर त्यांच्या आरोग्याचे अनेक प्रश्न सुटण्यास निश्चितच मदत होईल.

**– डॉ. हेमलता पिसाळ**

# एचआयव्ही / एड्स

सध्या 'एचआयव्ही' वा 'एड्स' हे शब्द बरेचदा आपल्या ऐकण्यात, वाचण्यात येत असतात. 'एचआयव्ही' (ह्यूमन इम्युनोडेफिशन्सी व्हायरस) म्हणजे मानवी प्रतिकारशक्ती कमी करणारा विषाणू. तर 'एड्स' (अक्वायर्ड इम्युनोडेफिशन्सी सिन्ड्रोम) म्हणजे या विषाणूची व्यक्तीला लागण झाल्यावर प्रतिकारशक्ती कमी झाल्याने काही काळाने होणाऱ्या आजारांचे लक्षण समूह. माणसाच्या आवती-भोवती असंख्य जीवाणू, विषाणू असतात. यातील बरेचसे जीवाणू, विषाणू निरुपद्रवी असतात. काही जीवाणू-विषाणू माणसाच्या शरीरात शिरल्यावर, शरीरातील काही विशिष्ट पेशी त्यांना ओळखतात व मारून टाकतात. यामुळेच अनेक जीव-जंतूंनी वेळोवेळी माणसांवर हल्ला करूनही माणसे लगेच आजारी पडत नाहीत. यालाच आपण माणसाची 'रोग प्रतिकारशक्ती' म्हणतो. माणसाच्या शरीरातील रोग प्रतिकार करणारी संस्था (इम्युन सिस्टिम) शरीरात शिरलेल्या जीव-जंतूंवर हल्ला करून त्यांना नष्ट करण्याचे काम काही पेशींच्या मदतीने विशिष्ट पद्धतीने करत असते. रक्तातील 'सीडी-४ लिम्फोसाईटस' नावाच्या पेशींचा या कामात मुख्य सहभाग असतो. या पेशींच्या पृष्ठभागावर सीडी-४ नावाची प्रथिने असतात. ती जंतूंवर हल्ला करणारी किंवा त्यांना मारणारी 'प्रतीप्रथिने' तयार करतात, त्याला 'ॲन्टिबॉडी' म्हणतात. नेमक्या याच सीडी-४ प्रथिनांचा उपयोग करून एचआयव्हीचे विषाणू लिम्फोसाईटस पेशीमध्ये शिरकाव करतात व तेथे स्वत:ची उत्पत्ती करतात. त्यामुळे साहजिकच सीडी-४ प्रथिने नष्ट होऊ लागतात आणि माणसाच्या शरीरातील रोगांशी लढणाऱ्या शक्तीवर परिणाम होऊन तिची कार्यक्षमता ढासळू लागते. यामुळे एचआयव्हीचा संसर्ग झालेल्या व्यक्तींना अनेक संसर्ग व आजार होऊ लागतात. प्रतिकारशक्ती जेव्हा अतिशय ढासळते तेव्हा अनेक आजार जोर धरतात व अशा अवस्थेला 'एडस्' झाला

असे म्हटले जाते.

**१) एचआयव्हीची लागण होण्याचे मार्ग :**

एचआयव्हीची लागण ठरावीक अशा चार मार्गांनी होते व ती कुठल्याही जाती, धर्म, वंशातील कोणत्याही वयाच्या व कुठल्याही व्यवसायातील स्त्री-पुरुषांना तसेच गरीब-श्रीमंत व्यक्तींना होऊ शकते.

**१) असुरक्षित लैंगिक संबंधातून होणारी एचआयव्हीची लागण :**

असुरक्षित लैंगिक संबंध, निरोधचा (कॉन्डोम) वापर न करता केलेला लैंगिक संबंध, अशा प्रकारच्या लैंगिक संबंधात एचआयव्हीबाधित व्यक्तीच्या दूषित रक्त, वीर्य किंवा योनिस्त्रावांतून या विषाणूंचा दुसऱ्या व्यक्तीच्या जखमा किंवा व्रणांतून पाझरणाऱ्या रक्त वा स्त्रावांशीशी संपर्क आल्यास त्याद्वारे एचआयव्हीची लागण होते. असुरक्षित लैंगिक स्त्रीकडून-पुरुषाला एचआयव्हीची लागण होण्याचा धोका कमी असतो. याउलट पुरुषाकडून-पुरुषाला तसेच पुरुषाकडून – स्त्रीला एचआयव्हीची लागण होण्याचा धोका मात्र अधिक असतो. याचा अर्थ 'धोका' अजिबात नाही असा मात्र कोणीही घेऊ नये. हे असुरक्षित लैंगिक संबंध योनीमार्गाने, गुदमार्गाने किंवा तोंडातून यांपैकी कुठल्याही मार्गाने झालेले असू शकतात. यामध्ये लागण झालेल्या व्यक्तींकडून त्याच्या कोणत्याही लैंगिक साथीदाराला (पुरुषाकडून-स्त्रीला, स्त्रीकडून-पुरुषाला, पुरुषाकडून व फारच क्वचित प्रसंगी स्त्रीकडून-स्त्रीला) एचआयव्हीची लागण होऊ शकते. स्त्री व पुरुषांमधील एचआयव्हीची लागण होण्याच्या धोक्यांमधील या फरकामागील अनेक कारणांपैकी गुदमार्गाची, योनीमार्गाची व पुरुषाच्या लिंगाची, शारीरिक रचना हे एक महत्वाचे कारण आहे. जोडीदाराला (स्त्री असो वा पुरुष), लिंग सांसर्गिक आजार उदा. गरमी, परमा खास करून लैंगिक अवयवांवर व्रण किंवा फोडे (अल्सर) आलेले असतील तर एचआयव्हीची लागण होण्याचा धोका अनेक पटीने वाढतो. याप्रमाणे कुठल्याही प्रकारच्या संबंधात काळजी घेतली नाहीतर धोका हा राहणारच, त्यामुळे लैंगिक संबंधातून एचआयव्हीची लागण किंवा लिंग सांसर्गिक आजार टाळण्याकरता कुठल्याही प्रकारच्या संबंधात कॉन्डोमचा वापर आवश्यक आहे. लैंगिक संबंधामध्ये दोन्ही व्यक्ती एचआयव्हीबाधित असल्या तरीही त्यांनी कॉन्डोमचा वापर करायला हवा. एचआयव्हीबाधित स्त्री गरोदर असली तरी तिच्याशी संबंध ठेवताना पुरुषाने कॉन्डोमचा वापर करायला हवा. त्यामुळे त्यांना एकमेकांपासून होणाऱ्या एचआयव्ही विषाणूंच्या इतर जातींची किंवा इतर लिंग सांसर्गिक आजारांच्या जंतूंची लागण होण्याचे टळते. कॉन्डोमचा वापर करताना पाण्यामध्ये तयार केलेल्या वंगणाचा उपयोग करावा. तेलामध्ये केलेल्या वंगणाचा वापर कधीही करू नये. एचआयव्हीची लागण

होण्यापासून सुरक्षित राहण्यासाठी व्यक्तीने शक्यतो एकाच विश्वासू जोडीदाराबरोबर किंवा कॉन्डोमचा वापर करून कमीत कमी जोडीदारांबरोबर लैंगिक संबंध ठेवणे हे सर्वांत योग्य.

**२) आईकडून बाळाला होणारी एचआयव्हीची लागण :**

आईकडून बाळाला एचआयव्हीची लागण गरोदरपणात, बाळंतपणाच्या वेळेस तसेच दुधातून होते. या तीनही मार्गांने बाळाला एचआयव्हीची लागण होऊ नये म्हणून जर कुठलेही प्रतिबंधात्मक औषध मिळाले नाहीतर साधारणपणे तीस टक्के म्हणजे १० पैकी ३ बाळांना आईकडून एचआयव्हीची लागण होऊ शकते. या तीनही मार्गांपैकी, बाळंतपणाच्या वेळेस बाळाला एचआयव्हीची लागण होण्याचे प्रमाण अधिक असून एचआयव्हीबाधित गरोदर स्त्रीच्या शरीरात विषाणूंचे प्रमाण खूप वाढलेले असेल किंवा तिला एड्समधील आजार होण्यास सुरुवात झालेली असेल, लिंग सांसर्गिक आजार झालेला असेल, 'अ' जीवनसत्वाची कमतरता असेल, अनेकांशी असुरक्षित लैंगिक संबंध येत असतील, तर त्यामुळे गर्भाला एचआयव्हीची लागण होण्याचा धोका वाढतो.

आईकडून बाळाला एचआयव्हीची लागण होण्याचा धोका प्रतिबंधात्मक उपाय करून कमी करता येतो. सध्या उपलब्ध असलेल्या औषधांमुळे बाळाला एचआयव्हीची लागण होण्याचा धोका निम्म्याहूनही कमी झाला आहे. गरोदरपणात वेळीच निदान झाल्यास या औषधांचा फायदा घेता येतो. गरोदरपणी एचआयव्हीची लागण झाली आहे असे लक्षात आले, तर गर्भपात, एचआयव्हीवर औषधोपचार, बाळंतपणात काळजी आणि बाळाला दूध पाजण्याविषयी योग्य सल्ला देता येतो. एचआयव्हीबाधित गरोदर स्त्रीबाबतीत नैसर्गिक गर्भपात होणे, तिच्या गर्भाची वाढ कमी होणे, दिवस पूर्ण भरण्याआधी बाळंतपण होणे, बाळ कमी वजनाचे असणे किंवा बाळ मृत जन्माला येणे, असे विपरीत परिणाम घडण्याची शक्यता जास्त असते. या सर्व कारणांमुळे गरोदर स्त्रीची एचआयव्हीची तपासणी केली जाते व फक्त याच कारणांसाठी ती केली गेली पाहिजे. तपासणीमध्ये स्त्रीला एचआयव्हीचा संसर्ग झाला आहे, असे कळल्यानंतर तिला त्याच दवाखान्यात सुरक्षित बाळंतपणाची सेवा मिळाली पाहिजे.

बाळाला एचआयव्हीची लागण होऊ नये म्हणून महिलेला गरोदरपणी फक्त ऐझेडटी, फक्त नेवीरेपीन किंवा ऐझेडटी व नेवीरेपीन अशी दोन्ही औषधे घेता येतात. ही औषधे गरोदरपणातील १४ व्या आठवड्यांपासून सुरू करता येतात. हे औषध अगदी बाळंतपणा आधी चार तास मिळाले तरी त्याचा परिणाम होऊन बाळाला एचआयव्हीची लागण न होण्यास मदत होते. यामध्ये कुठली औषधे कधी सुरू केली आहेत, यावर त्यांची परिणामकारकता अवलंबून

असल्यामुळे त्याप्रमाणे बाळाला लागण होण्याच्या शक्यतेत फरक पडतो.

योनीमार्गातून होणाऱ्या बाळंतपणापेक्षा सिझेरियन करून केलेल्या बाळंतपणामुळे बाळाला एचआयव्हीची लागण होण्याचे प्रमाण कमी होते. परंतु एचआयव्हीबाधित स्त्रीचे सिझेरियन बाळंतपणाच्या कळा सुरू होण्यापूर्वी आणि पाणमोटळी फुटण्याआधी केलेले असेल तरच त्याचा फायदा होऊन बाळाला लागण होण्याचा धोका टळतो. एचआयव्हीबाधित स्त्रीच्या शरीरात या विषाणूंची संख्या खूप वाढलेली असेल, तर अशा वेळेसच सिझेरियन करण्याचा फायदा होतो.

**आईच्या दूधातून बाळाला होणारी एचआयव्हीची लागण :**

आईच्या दूधातून बाळाला एचआयव्हीची लागण होते, हे एक सत्य आहे. तरीही बाईने अंगावरचे की वरचे दूध पाजावे, हा निर्णय घेणे महत्त्वाचे असते. अशा वेळेस अंगावरच्या दुधाचे फायदे व वरच्या दुधाचे तोटे याचा सारासार विचार करणे आवश्यक आहे. अंगावरच्या दुधातून एचआयव्हीची लागण होणे हा एक त्याचा तोटा आहे. असे असले तरी अंगावरचे दूध पाजण्याचे अनेक फायदे आहेत. पुस्तकातील 'स्त्री विभागात' या दुधाचे फायदे देण्यात आलेलेच आहेत, त्यामुळे येथे फक्त वरच्या दुधाचे फायदे-तोटे समजावून देत आहे. वरचे दूध दोन प्रकारचे असू शकते.

वरच्या दुधातून बाळाला एचआयव्हीची लागण होण्याचा धोका टळतो. असे असले तरी वरच्या दुधाचे अनेक तोटेही आहेत. त्यांपैकी काही महत्त्वाचे मुद्दे दिले आहेत.

१) अंगावरचे दूध न पाजल्यामुळे बाळाला इतर आजारांपासून संरक्षण मिळत नाही व जंतुसंसर्ग होण्याची शक्यता वाढते. वरचे दूध पिणाऱ्या सगळ्या बाळांना अंगावरच्या दुधातून इतर आजारांपासून मिळणाऱ्या संरक्षणाच्या महत्त्वाच्या फायद्यांपासून वंचित राहावे लागते. अशा बाळांमध्ये दूषित पाण्याच्या वापराने व स्वच्छता पाळली गेली नाहीतर बाळाला जुलाब व उलट्या होऊन बाळाच्या शरीरातील पाणी कमी झाल्यामुळे बाळाच्या जीवाचा धोका वाढतो.

२) बाळाच्या वाढीस आवश्यक असे दूध बाजारात, बंद डब्यातून मिळत असले तरी हे दूध फारच महाग असते. बाळाच्या वाढीप्रमाणे दुधाच्या डब्यांची संख्या वाढते. त्यामुळे त्यावर होणारा खर्चही वाढत जातो. घरात बाळाबरोबर आणखी एखादे लहान मूल असल्यास त्याला सुद्धा डब्यातील दूध दिले जाण्याची शक्यता असते. हे दूध महाग असल्यामुळे ते जास्त दिवस पुरावे म्हणून ठरलेल्या प्रमाणापेक्षा कमी पाजले जाऊ शकते किंवा जास्त पाणी घालून पाजले जाऊ शकते. या कारणांमुळे बाळाला आवश्यक तेवढे दूध मिळाले नाही, तर ते कुपोषित राहू शकते.

३) बाळाला द्यावे लागणारे वरचे दूध प्रत्येक वेळेस ताजे तयार करावे लागते. एकदा तयार केलेले दूध दोन तासानंतर बाळाला पाजण्यास उपयोगी राहत नाही. हे दूध तयार करायला प्रत्येक वेळी १५ ते २० मिनिटे लागतात. काही वेळेस हे शक्य होत नाही. विशेषत: रात्रीच्या वेळेस बाई थकल्यामुळे किंवा बाळ रडत असेल, तर कंटाळा करून ती त्याला अंगावरचे दूध पाजण्याची शक्यता असते. मजुरीवर जाणाऱ्या किंवा ज्यांच्या घरात दुसऱ्या कुणाचाही आधार नाही अशा स्त्रियांकरता प्रत्येक वेळी असे दूध करणे त्रासदायक ठरू शकते व योग्य ती काळजी न घेतल्यामुळे जंतुसंसर्ग होण्याचा धोका वाढतो.

४) अंगावरचे दूध न पाजल्यामुळे घरातील लोक नावे ठेवू शकतात किंवा अंगावरचे दूध पाजावे म्हणून दबाव आणू शकतात. विशेषत: ज्या स्त्रियांना आपण एचआयव्हीबाधीत आहोत हे कुणालाही सांगायचे नसते, तिच्यावर असा दबाव जास्त येऊ शकतो.

**सर्वांत जास्त धोका अंगावरचे व वरचे दूध एकत्र पाजल्याने :**

एचआयव्हीची लागण होण्याचा सर्वांत जास्त धोका अंगावरचे व वरचे

दूध/पाणी एकत्र पाजल्यामुळे असतो. बाळाला एक तर फक्त वरचे दूध पाजावे किंवा फक्त अंगावरचे दूध पाजावे. बाळाच्या वाढीकरता आवश्यक असे सर्व घटक अंगावरच्या दुधातून नैसर्गिकरित्या मिळत असतात. मात्र अंगावरच्या दुधाबरोबर, बाळाला नेहमीची द्यावी लागणारी औषधे सोडल्यास इतर काहीही देऊ नये. अंगावरचे दूध पाजत असताना वरचे पाणी, दुधातून गुटी, मध, साखर किंवा गूळपाणी यांपैकी काहीच देऊ नये. वरचे व अंगावरचे दूध असे एकत्र पाजल्याने या पदार्थांमुळे अन्ननलिकेच्या नाजूक पदराला जखमा होऊ शकतात व अशा जखमांमधून होणाऱ्या रक्तस्रावातून अंगावरच्या दुधामुळे असलेल्या एचआयव्हीच्या विषाणूंचा संपर्क येऊन बाळाला लागण होते. बाळाला आईच्या दुधाखेरीज वरचे काहीही पाजले नाहीतर जखमा होण्याचा हा धोका टळतो आणि एचआयव्हीची लागण होण्याचा धोका कमी होतो. एचआयव्हीबाधित महिलेच्या अंगावर दूध पिणाऱ्या बाळांना सहा आठवड्यांपर्यंत नेवीरेपीन हे औषध दिल्यास बाळांना अंगावरच्या दुधातून होणारी एचआयव्हीची लागण टळू शकते. त्यामुळे बाळांना फक्त अंगावरचे दूध किंवा पूर्णपणे फक्त वरचे दूधच पाजावे.

आपल्याकडे बाळाला उगाळून देण्यात येणारी 'गुटी' ही औषधातच मोडते व तिचे फायदेही होतात. परंतु ही गुटी उगाळण्याकरता वापरली जाणारी सहाण, दूध किंवा पाणी तसेच वापरलेली भांडी निर्जंतुक केलेली नसतात. त्यामुळे बाळ अंगावरचे दूध पीत असताना औषधी असूनही अशा परिस्थितीत गुटी अपायकारकच ठरू शकते.

फक्त अंगावरचे दूध पाजण्याचे महत्त्व कुठल्याही आजार नसणाऱ्या मातांच्या बाळांकरताही तेवढेच आहे. त्यामुळे सर्व मातांनी बाळाला वरचे पाणीसुद्धा न देता फक्त अंगावरचेच दूध पाजावे. याकरता घरातीलमोठ्या स्त्रियांनी बाळाला साखर-गूळ पाणी, साधे पाणी, मध, गुटी या गोष्टी देण्याचा हट्ट सोडून देऊन मातांना फक्त अंगावरचे दूध पाजण्याबाबतीत सहकार्य केले पाहिजे. बाळ रडत असल्यास अनेक वेळा घरातील पोक्त स्त्रिया बाळाला दूध कमी पडले असेल, त्याचे पोट भरले नसेल किंवा त्याला तहान लागली असेल असे समजून त्याला वरचे पाणी किंवा इतर पातळ पेये देतात. या बाबतीत बाळ जर दिवसातून ८-१० वेळा लघवी करत असेल, तर बाळाचे पोट व्यवस्थित भरत आहे असे समजावे. अशा वेळेस बाळाला वरचे काही पाजण्यापेक्षा ते का रडते आहे, याची कारणे शोधण्याचा प्रयत्न केला पाहिजे.

मातेच्या स्तनात गाठी झाल्या असतील, बोंडीला जखमा झाल्या असतील,

बोंडीतून रक्त येत असेल तर योग्य ती काळजी घेणे महत्त्वाचे आहे. अशा काही कारणाने मातेने वरचे दूध पाजण्यास सुरुवात केली, तर पुन्हा अंगावरचे दूध पाजू नये.

वरच्या दुधामुळे एचआयव्हीची लागण आपण टाळू शकतो. ज्या स्त्रियांना वरचे दूध देणे परवडू शकते व ज्या या बाबतीत सर्व दक्षता घेऊ शकतात. (उदा. दुधाकरता होणारा खर्च, चांगले पाणी, दूध तयार करण्यास लागणारा वेळ व पाळावी लागणारी स्वच्छता) त्या स्त्रिया वरचे दूध पाजण्याचा निर्णय घेऊ शकतात. त्या स्त्रीची आर्थिक, सामाजिक परिस्थिती व तिची संस्कृती व तिला असणारा कौटुंबिक आधार या सगळ्याचा विचार करून स्त्रीला निर्णय घेण्यास मदत करावी.

बाळ अंगावरचे दूध पीत असेल तर ४ ते ६ महिन्यानंतर बाळाला अंगावरचे दूध पाजू नये. ४ महिन्यांनंतर शक्यतो एका झटक्यातच बाळाचे दूध तोडावे. तसे शक्य नसेल तर लवकरात लवकर बाळाचे दूध तोडून भरपूर प्रमाणात बाळाला वरचे अन्न देण्यास सुरुवात करावी. बाळाला अंगावरचे दूध व वरचे दूध/अन्न हे एकत्रित देण्याचा काळ जितका कमी असेल तेवढे चांगले.

बाळंतपणानंतरची काळजी : एचआयव्हीची लागण झालेल्या बाळंतिणीची इतर बाळंतिणींसारखीच काळजी घ्यावी लागते. परंतु एचआयव्हीची लागण झालेल्या स्त्रिया चटकन आजारी पडू शकतात. त्यांना इतर जंतुसंसर्ग लवकर होऊ शकतो. त्यामुळे अशा स्त्रियांच्या बाबतीत ताप येणे, नाडीचे ठोके वाढणे, ओटीपोटात दुखणे, योनीस्त्रावाला घाण वास अशा लक्षणांवर लक्ष ठेवून असावे. अशी लक्षणे दिसल्यास डॉक्टरी सल्ला घेऊन ताबडतोब उपचार करावेत.

### ३) निर्जंतुक नसलेल्या इंजेक्शनच्या सुया व इतर वैद्यकीय उपकरणांतून होणारी एचआयव्हीची लागण

इंजेक्शननं एचआयव्हीची लागण होण्यामध्ये शिरेतून नशेची औषधे घेणाऱ्या व्यक्तींना दूषित सुईचा वापर केल्यामुळे लागण होण्याचे प्रमाण अधिक आहे. याबाबतीत अनेकांचा असा समज आहे की आपले शहर व समाज त्यापासून फार दूर आहे. पण तरुणांच्या पार्ट्यांमधील नशेच्या औषधांच्या वापराबद्दलच्या घटना वाचल्यावर या मार्गाने होणाऱ्या एचआयव्हीच्या लागणीबद्दलही गांभीर्याने विचार करणे आवश्यक झाले आहे. सुईने नशा करणाऱ्या व्यक्ती, गटामध्ये एकाची सुई लगेच दुसरी व्यक्ती वापरून नशेची औषधे शिरेत घेत असते. त्यामुळे अशा व्यक्तींमध्ये एखाद्याला जरी एचआयव्हीची लागण झालेली

असेल, तर त्या व्यक्तीने वापरलेल्या सुईचा वापर दुसऱ्याने केल्याने त्या दुसऱ्या व्यक्तीला एचआयव्हीची लागण होते. तसेच नशेच्या औषधांचे भयानक दुष्परिणामही होत असतातच. त्यामुळे अशा नशेच्या औषधांपासून दूरच राहावे. शिरेतून नशेची औषधे घ्यायची सवय लागलीच तर एका सुईचा वापर अनेकांनी न करता प्रत्येकाने वेगळी नवीन सुई वापरावी किंवा निर्जंतुक केलेली सुई वापरावी.

**४) रक्त संक्रमणातून होणारी एचआयव्हीची लागण :**

एचआयव्हीची लागण होणाऱ्या चार मार्गांपैकी एक मार्ग रक्त संक्रमणाचा. रक्त संक्रमणातून एचआयव्हीबाधित रक्त किंवा रक्ताचे घटक रुग्णाच्या शरीरात गेल्यामुळे मोठ्या प्रमाणात एचआयव्हीची लागण होण्याचा धोका असतो. हे टाळण्याकरता सरकारने सर्व रक्तपेढ्यांना दान केलेल्या रक्ताची एचआयव्हीची तपासणी करणे बंधनकारक केले आहे. एचआयव्हीची लागण झाल्यानंतर रक्ताच्या तपासणीत ही लागण झाल्याचे समजायला तीन महिने लागतात. त्यामुळे या काळातील लागण झालेल्या व्यक्तीचे दूषित रक्त पेशंटला दिले जाण्याचा धोका राहतोच; मात्र तो अत्यंत म्हणजे अत्यंत कमी आहे.

रक्त संक्रमणातून होणाऱ्या एचआयव्हीच्या लागणीचा धोका टाळण्याकरता रक्ताची गरज असल्यास नातेवाईकांनी शक्यतो खात्रीलायक म्हणजेच सरकारमान्य रक्तपेढीतूनच रक्त घ्यावे. तसेच रक्ताच्या बाटलीवर किंवा पिशवीवर चिकटवलेल्या कागदावर एचआयव्ही निगेटिव्ह व तपासणीची तारीख लिहिलेली आहे का? हे तपासून घ्यावे. तुमच्याकरता तुमच्या नातेवाईकांना रक्त देण्यास सांगावे. नातेवाइकांनी तुमच्यासाठी रक्त देणे जास्त सुरक्षित असण्याची शक्यता असते. रुग्णाला जेव्हा एकच बाटली रक्त देण्याची गरज असते, अशा वेळेस रक्त देणे टाळता येते का? हे बघावे. कारण ही गरज औषधे देऊन भागवता येऊ शकते. माणसाचे शरीर थोड्याफार प्रमाणात झालेली रक्ताची घट स्वतःच सहज भरून काढते. रक्तदात्यांनी सुद्धा स्वतःबद्दल खात्री असेल, तरच रक्तदान करावे. सध्या एचआयव्हीबद्दलच्या जनजागृतीमुळे या सर्व प्रकारच्या काळज्या घेण्याने रक्त संक्रमणातून होणारी एचआयव्हीची लागण होण्याचे प्रमाण कमी झालेले आहे.

**एचआयव्ही/एडस् – लागण न होण्याचे मार्ग व काही गैरसमज**

एचआयव्हीचे विषाणू फक्त माणसाच्या रक्तातील पांढऱ्या पेशींमध्येच जगू शकतात. त्यामुळे एचआयव्हीचे विषाणू हवेमध्ये, कुठल्याही पाण्यात, घराबाहेरच्या साठवणीच्या पाण्यात कधीही नसतात. एचआयव्हीची लागण खोकला किंवा

शिंकेतून, एकत्र जेवल्याने, एकाच भांड्यातील पाणी प्यायल्याने, स्पर्श, हस्तांदोलन केल्याने, चुंबन घेतल्याने, मिठी मारल्याने, एकमेकांची भांडी-कपडे वापरल्याने, सार्वजनिक संडास व न्हाणीघर वापरल्याने, एकत्र शाळेत शिकल्याने होत नाही. माणसाच्या रक्तावर जगणारे कीटक (उदा. डास, ढेकूण) इत्यादींमधून एचआयव्हीची लागण होते असे अनेकांना वाटते, परंतु अशा प्रकारे एचआयव्हीची लागण होत नाही. याचे कारण हे कीटक जेव्हा माणसाला चावतात तेव्हा माणसाच्या शरीरात त्यांची लाळ सोडत असतात. ही लाळ त्या कीटकांच्या शरीरात वेगळ्या पिशवीत तयार होत असते. त्यामुळे त्यांचा एकमेकांशी संबंध येत नाही.

**एचआयव्हीच्या निदानाकरता रक्ताची तपासणी**

कुठल्याही व्यक्तीला एचआयव्हीची लागण झाली आहे, हे कुणालाही नुसत्या डोळ्यांनी पाहून सांगता येत नाही. एखाद्या व्यक्तीला एचआयव्हीची लागण झाली आहे की नाही, हे समजण्याकरता त्या व्यक्तीच्या रक्ताची तपासणी केली जाते. या तपासणीमध्ये एचआयव्हीचे विषाणू शोधले जात नाहीत, तर त्यांचा नाश करणाऱ्या माणसाच्या शरीरात तयार झालेल्या प्रतिकारशक्ती युक्त प्रथिनांची (ॲन्टिबॉडीजची) तपासणी केली जाते. एचआयव्हीची लागण झालेल्या व्यक्तींमध्ये त्यांच्या विरोधात ॲन्टिबॉडीज तयार व्हायला २ ते १२ आठवडे लागतात. एचआयव्हीच्या संसर्गापासून ते या विषाणूंच्या विरोधात ॲन्टिबॉडीज तयार होण्याच्या या तीन महिन्यांपर्यंतच्या काळाला 'सुप्तकाळ' किंवा 'अवगुंठित काळ' (विन्डो पिरियड) म्हणतात. या काळात रक्ताची एचआयव्हीकरता तपासणी केली असता, त्या व्यक्तीला एचआयव्हीची लागण झाली नाही असे होते. त्यामुळे खात्री करण्याकरता तीन महिन्यांनी पुन्हा एकदा तपासणी करून घेणे आवश्यक असते. एचआयव्हीची लागण झाली आहे की नाही, हे 'एलिसा', 'वेस्टर्न ब्लॉट' व त्वरित निदान 'रॅपिड टेस्ट' या तपासण्या करून समजले जाते. या कोणत्याही तपासणीमध्ये एचआयव्हीची लागण झाली आहे, असे समजले तर निदान लिखित स्वरूपात देण्यापूर्वी घेतलेल्या रक्ताची आणखी एकदा तपासणी करून किंवा दोन विविध तपासण्या करून निदानाची खात्री करूनच त्या व्यक्तीला निदान सांगितले जाते.

**लहान मुलांमधील एचआयव्हीची रक्ताची तपासणी :**

आईकडून बाळाला एचआयव्हीची लागण झाली आहे की नाही, हे बाळ दीड वर्षांचे होईपर्यंत सर्वसाधारण तपासणीतून समजत नाही. आईच्या शरीरातील एचआयव्हीच्या विरोधातील ॲन्टिबॉडीज बाळाच्या रक्तात दीड वर्षांपर्यंत राहू शकतात व एचआयव्हीच्या सर्व तपासण्यांमध्ये या ॲन्टिबॉडीजचाच शोध

घेतला जातो. त्यामुळे तपासणीमधून बाळाला एचआयव्हीची लागण झाल्याचे दीड वर्षापर्यंत निश्चितपणे सांगता येत नाही. दीड वर्षांच्या आत बाळाचे निदान करणे आवश्यक असल्यास 'पीसीआर' नावाची विशिष्ट तपासणी केली जाते, ज्यामध्ये एचआयव्हीच्या विषाणूंच्या काही पेशींचा शोध घेतला जातो. या तपासणीत अगदी नुकतेच जन्मलेले बाळही पॉझिटिव्ह आहे की नाही, हे त्याच्या नाळेतील रक्ताची तपासणी करून समजते. मात्र या तपासणीचे निदान मिळायला एक महिना लागतो तसेच ही तपासणी अत्यंत महाग आहे व ती सहजासहजी सर्वत्र उपलब्धही नाही.

**एचआयव्हीची लागण ते एड्‌सचा आजार**

एचआयव्हीची लागण व एड्‌स होणे यामध्ये फरक आहे. या दोन्ही टप्प्यांच्या कालावधीमध्ये खूप अंतर आहे. एचआयव्हीच्या लागणीनंतर सुरुवातीचा काळ, लक्षण विरहित काळ व संधिसाधू आजार होणे, अशा तीन टप्प्यांमधून रुग्ण एड्‌सपर्यंत पोहोचतो.

**अ) एचआयव्हीची लागण : सुरुवातीचा काळ**

एचआयव्हीच्या विषाणूंचा माणसाच्या शरीरात शिरकाव झाल्यावर त्यांच्या विरोधात विषाणूंना मारण्याकरता त्या व्यक्तीच्या शरीरात ॲन्टिबॉडीज तयार होण्यास सुरुवात होते. या काळात व्यक्तीच्या मानेत किंवा जांघेत (लासिका ग्रंथींना) गाठी येणे, ताप येणे, सांधे दुखणे आणि पुरळ येणे यांसारखी लक्षणे दिसतात. ही लक्षणे सौम्य असू शकतात व कालांतराने आपोआप नाहीशीही होतात. या लक्षणांची तीव्रता अधिक नसल्यामुळे किंवा इतर सर्वसामान्य आजारांमध्ये देखील हीच लक्षणे दिसून येत असल्यामुळे अनेकदा त्यांच्याकडे दुर्लक्ष केले जाते. काही व्यक्तींमध्ये कुठलीच लक्षणे दिसत नाहीत व या सर्व कारणांमुळे या काळात एचआयव्हीची लागण झाली आहे, हे लवकर कळून येत नाही.

**ब) लक्षणांपूर्वीची एचआयव्हीची स्थिती**

एचआयव्हीची लागण झाल्यावर एड्‌स होईपर्यंत काय घडतं? एचआयव्हीबाधित व्यक्तींमध्ये सुरुवातीच्या काही आठवड्यांत दिसणारी लक्षणे ओसरल्यावर अनेक वर्षे कोणतीही लक्षणे दिसून येत नाहीत. साधारणत: हा काळ ५ ते १० वर्षे किंवा त्याहूनही अधिक असू शकतो. हा काळ व्यक्तींमध्ये विषाणूंची लागण होते त्या वेळी त्यांची असलेली शारीरिक ताकद, आरोग्य, आहार, शारीरिक स्वच्छता व व्यायाम यावरही अवलंबून असतो. उदाहरणार्थ व्यक्ती कुपोषित असल्यास किंवा दारू, सिगारेटचे व्यसन असल्यास एचआयव्हीच्या लागणीनंतर एड्‌स होण्यास १० ते १२ वर्षेसुद्धा लागू शकतात (लहान

मुलांमध्ये मात्र हा काळ त्या मानाने कमी असतो.) या काळात व्यक्ती सामान्य आयुष्य जगत असते. नेहमीसारखे शारीरिक व बौद्धिक काम करू शकते. बाहेरून पाहता व्यक्तीला एचआयव्हीची लागण झाली असल्याचे कोणालाही समजून येत नाही. परंतु या लक्षण विरहित काळामध्येही विषाणू स्वत:च्या प्रतिकृती बनवत असतात. यामुळे प्रतिकारशक्ती व चेतासंस्थेचे (नर्व्हस सिस्टिमचे) हळूहळू नुकसान होत असते. या काळात त्या व्यक्तीचे रक्त तपासले तर निदानामध्ये एचआयव्ही ॲन्टिबॉडीज आहेत हे समजते. प्रौढ व्यक्तींमध्ये लागण झाल्यापासून एड्समध्ये पूर्ण स्वरूपात रूपांतर होईपर्यंत असा बराच काळ शांतेतत जातो. व्यक्तींमध्ये सीडी-४च्या पेशींचे प्रमाण साधारणत: एक घनमिलिलिटर (क्युबिकएमएम)मध्ये १००० पेशींच्या वर असते. लक्षणविरहित काळात कुठलीही औषधे चालू नसतील तर कालांतराने साधारणत: वर्षाला ५० या प्रमाणात सीडी-४च्या पेशींची स्थिर घट होत राहते. म्हणजेच एचआयव्हीबाधित व्यक्तीच्या सीडी-४ची संख्या ५००पर्यंत यायला दहा वर्षांपर्यंतचा काळ लागू शकतो. या काळात शरीरातील विषाणूंच्या हालचाली जरी मंदावलेल्या असल्या तरी हळूहळू प्रतिकारशक्ती पेशींना मारण्याचे काम विषाणू करतच असतात. प्रतिकारशक्ती कमी झाल्यामुळे दबा धरून राहिलेले अनेक प्रकारचे जीवाणू-विषाणू डोके वर काढायला लागतात व संधिसाधू आजार व्हायला सुरुवात होते.

### क) एचआयव्ही संबंधित संधिसाधू आजार

जसजसा एचआयव्हीच्या विषाणूंचा जोर वाढतो, तससशी माणसाची प्रतिकारशक्ती कमी होते आणि संधिसाधू आजारांचा जोर वाढू लागतो. यामध्ये टीबी, लिंग सांसर्गिक आजार, साधी नागीण, सेप्टिसिमीया (रक्तात पोहोचलेला जंतुदोष), न्यूमोनिया, कातडी तसेच तोंडातील आणि घशातील बुरशी येणे, अकारण ताप, खूप दिवस जुलाब व वजनात घट, विशिष्ट कॅन्सर, मेनिनजायटीस यांसारखे आजार होतात. हे सर्वच्या सर्व आजार एकाच रुग्णास होतात, असे नसून यापैकी एकापेक्षा जास्त कुठलेही आजार होऊ शकतात. या काळात व्यक्तीला सतत आजारी असल्याचे जाणवते व झालेल्या आजारांनुसार अनेक लक्षणांपैकी कुठलीही लक्षणे रुग्णामध्ये दिसू लागतात –

थकवा वाटणे, जुलाब होणे, ताप येणे, भूक कमी होणे, लसिका ग्रंथींना सूज येणे, तोंडात बुरशी (थ्रश) येणे, गिळण्यास त्रास होणे, लक्षात येण्याइतकी वजनात घट होणे, इतर संसर्गजन्य आजारांनी प्रतिकार करू न शकणे, कोरडा खोकला व श्वास घेण्यास त्रास होणे, रात्री घाम येणे, बेडक्यामध्ये (स्पुटम) रक्त पडणे, स्मरणशक्ती कमी होणे, हालचाल करणे अवघड होणे, त्वचेवर

पुरळ येणे, शरीरावर लालसर जांभळे डाग उठणे, डोके दुखणे, दृष्टीमध्ये लक्षणीय बदल होणे, या आजारांचा प्रादुर्भाव जेव्हा वाढतो तेव्हा काही दुर्धर आजार होतात त्या वेळेस त्या व्यक्तीला 'एड्स' झाला असे म्हणतात.

भारतासारख्या देशात टीबीचा आजार आणि एचआयव्ही यांचा जवळचा संबंध आहे. भारतामध्ये एचआयव्हीमधील संधिसाधू आजारांपैकी 'टीबी' हा एक प्रमुख आजार आहे. टीबीचा संसर्ग हवेतून होत असल्यामुळे एचआयव्हीमध्ये होणाऱ्या इतर संधिसाधू आजारांपेक्षा टीबीचा आजार होण्याचा धोका जास्त असतो. टीबीचा आजार बरा होणारा असला तरी एचआयव्ही बरोबर टीबीही असणे हे अति धोकादायक आहे. त्यामुळे वेळीच टीबीचे निदान व उपचार होणे अत्यंत आवश्यक आहे. योग्य प्रकारे औषधोपचार केल्यास एचआयव्हीची लागण झालेल्या व्यक्तीचाही टीबीचा आजार बरा होतो.

याप्रमाणे सांगितलेले टीबी, नागीण, न्यूमोनिया किंवा लिंग सांसर्गिक आजार कुणालाही होऊ शकतात. असे आजार झालेल्या प्रत्येक व्यक्तीला एचआयव्हीची लागण झालेली असेलच असे नाही. म्हणून त्या व्यक्तीला एचआयव्हीचा संसर्ग झाला आहे असे ठरवू नये. आपण तशी शक्यता वर्तवू शकतो परंतु एचआयव्हीची तपासणी केल्याखेरीज कधीही असा निष्कर्ष काढू नये.

**एचआयव्ही/एड्समधील उपचार**

एचआयव्हीच्या रुग्णांना जेव्हा संधिसाधू आजार होतात तेव्हा त्या-त्या आजारांवर उपलब्ध असलेल्या औषधांचा योग्य प्रकारे वापर करून उपचार करता येतो. एड्स झाल्यावर मात्र विशिष्ट औषधं द्यावी लागतात. एचआयव्हीची लागण झाली आहे, हे कळल्यावर प्रौढांमध्ये जीवनसत्वे व क्षार आणि लहान मुलांमध्ये सेप्ट्रान किंवा क्लोट्रायम्याकझॉल हे ॲन्टिबायोटिक्स सातत्याने घेतले तरी त्यांची प्रकृती चांगली राहण्यास मदत होऊ शकते व संधिसाधू आजार होण्याचा काळ लांबू शकतो.

**एड्सवरील ॲन्टिरेट्रोव्हायरल उपचार पद्धती (एआरटी)**

ॲन्टिरेट्रोव्हायरल (एआरव्ही) औषधांच्या शोधानंतर एचआयव्हीची लागण झालेल्या रुग्णांवरील औषधोपचारांच्या व्यवस्थापनासंबंधात खूप मदत झाली. ॲन्टिरेट्रोव्हायरल उपचारांचा प्रमुख उद्देश विषाणूंची वाढ थांबवणे हा आहे. प्रतिकारशक्तीचा समतोल राखणे, रोगाची वाढ थांबवणे, विषाणू औषधांना विरोध करू शकणार नाहीत, या दृष्टीने प्रतिबंध करणे व व्यक्तीचा जगण्याचा स्तर वाढवणे, हे या उपचार पद्धतीतून साधण्यात येत आहे. या औषधांमुळे माणसाच्या शरीरातील एचआयव्हीचे विषाणू पूर्णपणे नष्ट होत नाहीत, तर

त्यांची उत्पत्ती रोखून त्यांच्या संख्येवर नियंत्रण ठेवले जाते. विषाणूंची उत्पत्ती काबूत राहिली म्हणजे आपोआपच प्रतिकारशक्ती शाबूत ठेवणाऱ्या सीडी-४ पेशींची संख्या चांगली राहते व रुग्णाला झालेले आजार बरे होऊन आयुष्य चांगले जगता येते. एआरव्ही औषधे सीडी-४ या पेशींची संख्या ३५०च्या खाली आली की सुरू करतात. अगदी सीडी-४ पेशींची संख्या ५०च्या खाली गेलेल्या रुग्णांमध्येही ही औषधे सुरू केल्यावर परिणाम होऊन त्यांचे आजार बरे झालेले आहेत.

एआरटीची औषधे सुरू केल्यानंतर लक्षात ठेवण्याची महत्त्वाची बाब म्हणजे ही औषधे एकदा सुरू केली की थांबवता येत नाहीत. तिची गोळ्यांची ठरलेली मात्रा उदा. महिन्यात ६० गोळ्या घ्यायच्या असल्यास तेवढ्या कोर्स पूर्ण करणे आवश्यक असते. या गोळ्या ठरलेल्या वेळीच घ्याव्या लागतात. म्हणजे १२ तासांनी गोळ्या घ्यावयाच्या असल्यास सकाळची गोळी आठ वाजता घेतली तर रात्रीची गोळी बरोबर १२ तासांनी म्हणजे रात्री आठ वाजता घ्यावी लागते. त्यामुळे एकदा ठरवून घेतलेली वेळ मागे-पुढे करता येत नाही. तसेच औषध स्वत:च्या मनाने बंद करता येत नाही. एड्सवरील औषधोपचारात हे तीनही मुद्दे अत्यंत महत्त्वाचे आहेत. रुग्णांनी सांगितल्याप्रमाणे औषधे व्यवस्थित घेतली नाहीत, तर एचआयव्ही विषाणू औषधांच्या विरोधात आपले बळ वाढवू लागतात. मग औषधांचा त्यांच्यावर परिणाम होत नाही व आजार लवकर बळावतो.

एचआयव्ही विषाणूंवर परिणाम करणारी अनेक औषधे उपलब्ध आहेत. तसेच नवीन औषधांचा शोध लागतच आहे. सध्या एआरटीमध्ये २५च्या वर औषधे उपलब्ध आहेत. एआरटी औषधे दोन टप्प्यांमध्ये दिली जातात. पहिल्या टप्प्यातील औषधे शासनाने राज्यांतील सर्व सरकारी रुग्णालयात मोफत सुरू केली आहेत. दुसऱ्या टप्प्यातील औषधे कधी सुरू करायची, हे मात्र तज्ज्ञांनी रुग्णाच्या वैयक्तिक स्थितीवरून ठरवावे लागते. साधारणपणे रुग्णाला पहिल्या टप्प्यातील औषधे लागू पडेनाशी झाली की, दुसऱ्या टप्प्यातील औषधे सुरू करावी लागतात. नॅकोच्या (राष्ट्रीय एडस् नियंत्रण संस्था) मार्गदर्शनाप्रमाणे भारतात पहिल्या टप्प्यासाठी ट्रायोम्युन हे एआरव्ही औषध सरकारी रुग्णालयात मिळते. एआरव्ही औषधे गरोदर स्त्रियांकरता लगेचच सुरू न करता गरोदरपणातील १२ आठवडे पूर्ण झाल्यावरच सुरू करतात. गरोदर राहण्यापूर्वीच ही औषधे चालू असतील, तर चालू असलेल्या औषधांमधील काही औषधे बदलून घ्यावी लागतात.

ॲन्टिरेट्रोव्हायरल औषधपचारांमधील कुठलीही औषधे सुरू केल्यावर सामान्यपणे

काही रुग्णांना डोके दुखणे, रक्तदाब वाढणे, उलट्या-जुलाब होणे, आजारी पडल्यासारखे वाटणे यांसारखे त्रास होतात. हे त्रास काही दिवसांत कमी होतात किंवा नष्ट होतात. मात्र औषधांचा दुष्परिणाम टिकून राहिला किंवा वाढला तर रुग्णाला होणारे विविध आजार, झालेला आजार बरा होण्याची स्थिती व या औषधांचे होणारे दुष्परिणाम या सगळ्याचा बारकाईने अभ्यास करूनच दिल्या जाणाऱ्या औषधांमध्ये बदल करावे लागतात. याकरता रुग्णाने ही औषधे तज्ज्ञ डॉक्टरांकडून घेणे व त्याकरता उपचार करत असलेल्या डॉक्टरशी सतत संपर्कात राहणे अत्यंत आवश्यक आहे.

**एचआयव्ही/एडस् झाल्यावर घ्यावी लागणारी काळजी :**

**आजारांवर नियंत्रण ठेवण्यासाठी –** एचआयव्हीबाधित व्यक्तीने चांगली स्वच्छता पाळावी. एचआयव्हीबाधित व्यक्तीची काळजी घेणाऱ्या व्यक्तीने काळजी घेण्यापूर्वी व घेतल्यानंतर हात स्वच्छ धुवावेत. वापरण्यात येणारी उपकरणे, कपडे व इतर वस्तू स्वच्छ धुतलेल्या असाव्यात.

**कातडीचे आजार –** उघड्या जखमा या साबण व स्वच्छ पाण्याने धुवाव्यात. कातडी कोरडी ठेवावी व योग्य ते स्निग्ध द्रव औषधे (लोशन्स) किंवा मलम (ऑइन्टमेंटस) लावावे.

**घशातील व तोंडातील जखमा –** कोमट पाण्यात चिमूटभर मीठ टाकून दिवसातून तीन वेळा गुळण्या कराव्यात. मऊ व कमी तिखट अन्न खावे.

**ताप व वेदना असल्यास –** स्वच्छ कापड गार पाण्यात बुडवून अंग पुसावे. नेहमीपेक्षा जास्त पाणी (सरबते, चहा, इतर पेये.) प्यावे. अंगावरचे जाड कपडे किंवा जाड पांघरुणे कमी करावीत.

**खोकला –** डोक्याखाली उशी ठेवून डोके व छाती वर उचलावी जेणेकरून श्वासोच्छवास सुलभ होईल. स्वच्छ व मोकळी हवा मिळेल, याची काळजी घ्यावी.

**जुलाब –** एड्‌समधील आजारात जुलाब होत असले, तरी आजार बरे करण्याकरता वापरण्यात येणाऱ्या ॲन्टिबायोटिक्स औषधांमुळे सुद्धा अधिक प्रमाणात जुलाब होऊ शकतात. शरीरातील पाणी कमी होऊ नये म्हणून मीठ, साखर व पाणी यांचं प्रमाणबद्ध मिश्रण किंवा सरबते आणि पातळ पदार्थ घेण्यात यावेत. सहज पचेल असे अन्न खावे. प्रत्येक जुलाबानंतर संडासची जागा साबण व कोमट पाण्याने धुवावी. संडासची जागा कोरडी व स्वच्छ ठेवावी. काळजी घेणाऱ्या व्यक्तींनी आपले हात नेहमी स्वच्छ धुवावेत. रुग्णाची स्वच्छता करताना शक्यतो रबरी किंवा प्लॅस्टिकचे हातमोजे (ग्लोव्हज) वापरावेत.

**घरगुती उपाय –** पेशंटला होणारे त्रास कमी करण्यासाठी घरगुती उपचारांचा उपयोग करण्यास हरकत नाही. फक्त हे करत असताना एचआयव्हीचा आजार बरा करतो, असे सांगून कोणी आपल्याला लुबाडत नाही ना याची काळजी घ्यावी.

**पोषण आहार व व्यायाम –** सकस आहाराची व व्यायामाची गरज कुठल्याही व्यक्तीला असतेच पण एचआयव्हीबाधित व्यक्तीच्या दृष्टीने तर ते अधिकच महत्त्वाचे आहे. याबद्दलची माहिती या पुस्तकात आलेलीच आहे. एचआयव्हीबाधित व्यक्तीने स्वच्छतेबाबतीत जागरूक राहणे आवश्यक आहे. त्यांनी जेवणाआधी, अन्न शिजवताना, पिण्याच्या पाण्यासंबंधित योग्य ती स्वच्छता पाळावी. दररोज योग्य व्यायाम करावा व कमीत कमी आठ तास झोप घ्यावी.

**– डॉ. हेमलता पिसाळ**

# कौटुंबिक हिंसाचार आणि स्त्रियांचे आरोग्य

कुटुंबातील एका व्यक्तीला घरातील एक किंवा अनेक व्यक्तींनी केलेल्या कुठल्याही प्रकारच्या इजेला 'कौटुंबिक हिंसाचार' म्हटले जाते. यामध्ये बळी ठरतात; त्या स्त्रिया, वृद्ध व लहान मुले. प्रामुख्याने या घटना सर्वांत जास्त स्त्रियांच्याच बाबतीत घडतात. समाजात हिंसाचार हा विविध प्रकारच्या भेदभावाला बळी पडलेल्या दुर्बल व्यक्ती व गटांवर होत असतो. त्याचे परिणामही त्यांच्यावर होताना दिसतात. येथे फक्त कुटुंबात पतीकडून पत्नीला होणारा हिंसाचार विचारात घेतला आहे. कारण लग्न झालेल्या जवळजवळ पाचपैकी तीन महिलांनी त्यांच्या नवऱ्याकडून शारीरिक किंवा लैंगिक छळ अनुभवलेला असतो. एवढेच नाहीतर १५ वर्षांपुढील लग्न न केलेल्या स्त्रियांमध्ये १६ टक्के स्त्रियांनी शारीरिक छळाचा अनुभव घेतलेला असतो. हा छळ पालक, भावंड किंवा शिक्षक यांच्याकडून झालेला असतो.

छळाचे शारीरिक, मानसिक, लैंगिक व आर्थिक असे अनेक प्रकार आहेत. शारीरिक छळात शस्त्राने जखमा/वार करणे, वस्तूने/हाताने/लाथेने मारणे, चावणे, ठोसे देणे, ढकलणे, भिंतीवर आदळणे, चटके देणे, तोंडात चापट मारणे, चिमटे काढणे इत्यादी प्रकार येतात.

मानसिक छळामध्ये शाब्दिक व भावनिक छळ केला जातो. यात सोडून देण्याच्या किंवा इजा करण्याच्या धमक्या देणे, आत्महत्या करण्याच्या धमक्या देणे, नावं ठेवणे, सतत अपमान करणे, हिणवणे, घालून-पाडून, टोचून बोलणे, अक्कल काढणे, दिसण्यावरून किंवा कौशल्यांवरून कमी लेखणे, सतत माहेरच्यांचा उद्धार करणे, संशय घेणे, घराबाहेर पडू न देणे, माहेरच्यांशी/इतरांशी संपर्क साधू न देणे, मूल होत नाही किंवा मुलगा होत नाही म्हणून बोलणे, हुंडा आणला नाही म्हणून ऐकवणे. घराबाहेर उभे ठेवणे किंवा घरातच बेडरूममध्ये उभे करून ठेवणे, घरातून हाकलून देणे, घरातल्या वस्तूंना हात लावू न देणे असे अनेक प्रकार येतात.

एवढेच नाहीतर मुलीचे जबरदस्तीने तिच्या मनाविरुद्ध लग्न लावणे किंवा तिने ठरवलेल्या मुलाशी लग्न होणार नाही याकरता विविध प्रकारे प्रयत्न करणे हाही एक छळाचाच प्रकार आहे. ज्याला हल्ली ऑनर किलिंग म्हणतात.

लैंगिक छळात लग्नाच्या नात्यातही इच्छेविरुद्ध शरीरसंबंध ठेवणे, जबरदस्तीने शरीरसंबंध ठेवणे, शिक्षा म्हणून दीर्घकाल शरीरसंबंध न ठेवणे, न आवडणारी चित्रे बघायला लावणे, आवडत नसलेले शरीरसंबंधांचे प्रकार करायला लावणे, दुसऱ्यांसमोर शरीरसंबंध करायला लावणे किंवा त्या व्यक्तीसमोर शरीरसंबंध करणे, लैंगिक अवयवांना चटके देणे, जखमा करून इजा करणे, योनिमार्गात किंवा गुदाशयात वस्तू घालणे, लहान मुली आणि मुलांच्या लैंगिक अवयवांशी चाळे करणे किंवा त्यांच्याकडून तसे करून घेणे असे अनेक प्रकार येतात.

आर्थिक छळात घरखर्चाकरता पैसे न देणे, मोजकेच किंवा अपुरे पैसे देणे, बायको व मुलांच्या अन्न, वस्त्र व औषधांचा खर्च न करणे, घरभाडे न भरणे, स्त्रीला नोकरी करू न देणे किंवा तिने कमवून आणलेले पैसे स्वत:च्या ताब्यात घेणे. स्त्री पैसे कमवू शकेल अशा संधींचा लाभ घेऊ न देणे. तिने कमवून आणलेल्या पैशांच्या खर्चावर नियंत्रण ठेवणे, घरातील वस्तू किंवा संपत्ती परस्पर विकणे, स्त्रीला लग्नात मिळालेले स्त्रीधन इतरांनी स्वत:च्या ताब्यात ठेवणे, तिच्या स्वत:च्या व मुलांच्या गरजा भागवण्याकरता माहेरच्यांवर अवलंबून राहणे अशा अनेक गोष्टी येतात किंबहुना आर्थिक छळामुळेही मानसिक छळ होतच असतो.

कौटुंबिक हिंसाचारात एखाद्या स्त्रीने वर उल्लेखलेले सर्व प्रकार भोगलेले असतात. तर एखादीच्या वाट्याला फक्त शारीरिक छळ आलेला असतो. काही वेळा हळूहळू एक-एक प्रकारात वाढ होत जाते; परंतु स्त्रीने सर्वसाधारणपणे एकापेक्षा जास्त प्रकारचे त्रास भोगलेले असतात. कौटुंबिक हिंसाचारात स्त्रीचा होणारा छळ ही सर्व आर्थिक स्तरांत, जाती-धर्मांत व जगभरात घडणारी घटना आहे. कौटुंबिक हिंसाचार सहन करणाऱ्या स्त्रियांच्या आरोग्यावर व त्या वातावरणात राहणाऱ्या मुलांवरही त्याचे दूरगामी परिणाम झालेले दिसून येतात. यात शारीरिक हिंसाचाराचे परिणाम बऱ्यांपैकी दृश्य असतात; परंतु मानसिक व आर्थिकरित्या केलेल्या छळाचे परिणाम कालांतराने दिसून येतात तर लैंगिक छळाबद्दल संकोचामुळे लवकर उल्लेखही केला जात नाही. स्त्रीवर होणाऱ्या कौटुंबिक हिंसाचाराचे प्रत्यक्षात प्रमाण खूप आहे; परंतु फार कमी प्रमाणात त्यांची नोंद घेतली जाते.

कौटुंबिक हिंसाचारामुळे मृत्यू होणे व आत्महत्या करणे असे घातक परिणाम तर होऊ शकतात; पण अनेक घातक नसलेले, शरीरास हानी पोहोचवणारे परिणामही दिसतात. यामध्ये कायमचे अपंगत्व येणे, हाड मोडणे, जखमा होणे, इच्छा नसताना गर्भ राहणे, गर्भपात होणे, कमी वजनाचे मूल जन्माला येणे, लिंग सांसर्गिक आजार

होणे, अंग दुखणे, पोटाच्या व्याधी सुरू होणे, झोप न लागणे असे अनेक शारीरिक परिणाम होतात. तर मानसिक आरोग्यामध्ये हिंसाचारानंतरचा ताण येणे (अविस्मरणीय व क्लेशकारक घटनांचा), उदासीनता, अस्वस्थता, चिंता, भीती, आत्मविश्वास गमावणे, स्वतःबद्दल कमीपणा वाटणे, एकटे वाटणे, लक्षात न राहणे, लक्ष केंद्रित न होणे, खूप खाणे, लैंगिक भावना कमी होणे असे अनेक त्रास होत असतात. कौटुंबिक हिंसाचारात हिंसा करणारी व्यक्ती जर नवरा असेल, तर नवऱ्याने माफी मागणे, त्याला माफ करणे, हुरळून जाणे, त्यानंतर ताणतणाव-संघर्ष व पुन्हा हिंसा अशा सासरच्या चक्रात, तर माहेरी गेल्यावर आपुलकी, विचारपूस, कुजबूज, तडजोडीचे प्रयत्न, तिरस्कार करणे अथवा कमीपणाची वागणूक देणे, हिंसा-भेदभाव व यामुळे सासरी परत जाणे अशा माहेरच्या हिंसाचक्रात स्त्री अडकते. यातून काहीच पर्याय वा मार्ग निघाला नाही, तर काही स्त्रिया सासर-माहेरच्या चक्रातून शेवटी आत्महत्या करण्यास प्रवृत्त होतात.

हिंसाचार अशा टोकाच्या भूमिकेपर्यंत पोहोचेपर्यंत स्त्री या सर्व गोष्टी सहन का करत राहते? असा प्रश्न कोणालाही पडणे साहजिक आहे; पण हे सहन करण्यामागची प्रमुख कारणे आहेत ती म्हणजे, माहेरच्या व्यक्तींकडून आधार नसणे, माहेरच्यांच्या संसारात बाधा येऊ नये, माहेरी होणारी हिंसा-त्रास कोणाला सांगता येऊ शकत नाही, आर्थिक स्वावलंबित्व नसणे, नवरा दुसरे लग्न करेल, मुलांच्या भवितव्याचा विचार, लैंगिक सहवासास दुसरा पर्याय नसणे, जिवे मारण्याची धमकी अशा काही वैयक्तिक कारणाने, तर हे दिवस बदलतील असा आशावाद, नवऱ्याला मारण्याचा, राग काढण्याचा हक्क आहे, त्याच्यावर कामाचा ताण जास्त असतो; त्यामुळे नवऱ्याचा राग अनावर होतो. अशा समाजात चालत आलेल्या अनेक समजुतींना बळी पडून स्त्री जिवावर बेतेपर्यंत हिंसा सहन करत राहते. आपला नवरा प्रेमही करतो असाही समज स्त्रियांमध्ये असतो, परंतु इथे हेही लक्षात घेतले पाहिजे की, हिंसा आणि प्रेम एकत्र नांदू शकत नाहीत.

घरामध्ये वडिलांकडून आईवर होणाऱ्या छळाचा लहान मुलांच्या मनावरही परिणाम होत असतो. त्यांना घरात सुरक्षित वाटत नाही. त्यांच्यामध्ये न्यूनगंड निर्माण होतो. आत्मविश्वास राहत नाही. मुलांना व्यसन व चोऱ्या करणे, अशा वाईट सवयी लागू शकतात. लक्ष केंद्रित होऊ न शकल्यामुळे अभ्यासात मागे पडतात. अशा गोष्टींमुळे मुलांचं भवितव्य बिघडू शकतं. काही वेळा मारहाणीत सापडून मुलांनाही जिवावर बेतेल अशी दुखापत होऊ शकते.

नवऱ्याकडून हिंसाचार का होतो, या मागेही काही कारणे आहेत. यामध्ये नवऱ्याची वागणूक उदाहरणार्थ व्यसनाधीनता, कर्जबाजारीपणा, परस्त्रीशी संबंध, रागावर नियंत्रण नसणे, संशयी वृत्ती अशी कारणे आहेत आणि चुकीची असली तरी

यातून निर्माण होणाऱ्या हिंसाचारातून स्वत:च्या स्वामित्वाची ताकद दृढ करणे हे एक प्रमुख कारण होय. तर नवऱ्याने बायकोला मारण्यात गैर काय, हे असंच असतं, तो त्यांचा घरगुती प्रश्न आहे अशा सामाजिक धारणा हिंसाचाराला जास्त खतपाणी घालतात. पुरुषाला मानसिक आजार असेल, जो बरेच वेळा दुर्लक्षित असतो आणि ज्यावर औषधोपचार झालेला नसतो, घरातील इतर व्यक्तींबरोबर असलेले ताणतणावांचे संबंध यामुळेही स्त्रियांवर परिणाम होतो. या सर्वांमागे सत्ता प्रस्थापित करणे हे एक प्रमुख कारण असते.

घरामध्ये असा हिंसाचार होत असेल तर माहेरच्यांनी स्त्रीला योग्य आधार देणे, वेळीच मानसोपचारतज्ज्ञ व समुपदेशक यांची मदत घेणे, तसेच वर उल्लेखलेली लक्षणे घेऊन एखादी स्त्री वारंवार डॉक्टरांकडे येत असेल तर डॉक्टरने तिला विश्वासात घेऊन हिंसाचाराची शक्यता पडताळून पाहणे अत्यंत आवश्यक आहे.

भारत सरकारने २००५ मध्ये कौटुंबिक हिंसाचाराचा कायदा करून कुठल्याही नात्यातल्या स्त्रीला कुटुंबातील कुठल्याही पुरुषाकडून म्हणजे नवरा, सासरा, दीर, मेहुणा, मुलगा, भाऊ, वडील, जावई व प्रियकर या कुणाकडूनही हिंसाचार होत असेल, तर स्त्रीला संरक्षण दिले जाते. हा कायदा हुंडाबळी प्रतिबंधक कायद्यापासून वेगळा आहे. या कायद्यात स्त्रीचे कुटुंब तुटत नाही, तर नवऱ्याला सुधारायला संधी मिळते. स्त्रीला तिच्या घरात राहण्याचा हक्क व तिच्या मुलांचा ताबा मिळतो. हिंसाचाराच्या गांभीर्यानुसार स्त्रीला नुकसानभरपाई व पोटगी मिळू शकते आणि धमक्यांपासून संरक्षण मिळण्याचा आदेश दिला जातो. या कायद्यामध्ये प्रमुख प्रतिवादी हा नेहमी पुरुष असतो व द्वितीय प्रतिवादी ही स्त्री असू शकते. स्त्रीही स्त्रीच्या विरोधात या कायद्यात दाद मागू शकत नाही.

या कायद्याच्या अंमलबजावणीसाठी महिला व बाल कल्याणतर्फे खास संरक्षक अधिकारी जिल्हा व तालुका पातळीवर नेमण्यात आले आहेत, जे अशा केसेसकरता लागणारा हिंसाचाराच्या घटनेचा अहवाल भरून कोर्टात पाठवतात, परंतु स्त्री स्वत:सुद्धा कोर्टात हा फॉर्म भरून आपली केस उभी करू शकते. डॉक्टरांवरही रुग्णाच्या बाबतीत अशी घटना घडत असेल, तर हा फॉर्म भरून ही गोष्ट कोर्टाच्या निदर्शनास आणून देण्याची जबाबदारी या कायद्यात नमूद केलेली आहे. या कायद्याखाली मोफत वकिलाची मागणी करता येते.

सन्मानाने हिंसामुक्त आयुष्य जगण्याचा हक्क सर्व महिलांना आहे. तो बजावण्याची जबाबदारी सर्वांनी घेतली तर कौटुंबिक हिंसाचाराच्या कायद्याची वेगळी गरज पडणार नाही. स्त्रीनेदेखील हिंसाचाराच्या पहिल्या घटनेलाच कडाडून विरोध केला तर आयुष्यातील पुढील हिंसाचाराच्या घटना टळतील.

**– डॉ. हेमलता पिसाळ**